लव्ह मॅरेज

दिलीपराज प्रकाशन प्रा.लि.^{TM}

२५१ क, शनिवार पेठ, पुणे - ४११०३०.

दिलीपराज प्रकाशनाची सर्व पुस्तके आता आपण Online खरेदी करू शकता.

आमच्या Website ला कृपया एकदा अवश्य भेट द्या. अथवा Email करा.

Email - diliprajprakashan@yahoo.in l

www.diliprajprakashan.in

लव्ह मॅरेज

(कादंबरी)

सौ. सीमा सोनवणे

 **दिलीपराज प्रकाशन प्रा. लि.™**
२५१ क, शनिवार पेठ, पुणे - ४११ ०३०.

लव्ह मॅरेज / Love Marraige

ISBN : 978 - 93 - 82988 - 89 - 2

प्रकाशक । राजीव दत्तात्रय बर्वे । मॅनेजिंग डायरेक्टर ।
दिलीपराज प्रकाशन प्रा. लि.। २५१ क, शनिवार पेठ, पुणे ४११०३०.
दूरध्वनी क्रमांक (फॅक्ससहित)
२४४७१७२३ । २४४८३९९५ । २४४९५३१४

© प्रकाशकाधीन

लेखिका - सीमा सोनवणे
'वसुंधरा', जाधवनगर,
सटाणा, जि. नाशिक ४२३३०१
भ्रमणध्वनी ९४२०२२८००९

प्रथमावृत्ती । १५ एप्रिल २०१४

प्रकाशन क्रमांक । २१०१

अक्षरजुळणी । सौ. मधुमिता राजीव बर्वे
पितृछाया मुद्रणालय । ९०९, रविवार पेठ । पुणे ४११००२.

मुद्रितशोधन । एस. एम. जोशी

मुखपृष्ठ । सुहास चांडक

हृदयापासून केलेले ज्यांचे प्रेम
यशस्वी झाले त्यांना आणि...
भरारी घेण्याआधीच ज्यांच्या
प्रेमळ स्वप्नांचे पंख गळून गेले—
अशा सर्व प्रेमी युगलांस
जगण्याची उभारी येईल,
या विश्वासासहित समर्पित...

प्रस्तावना

'लव्ह मॅरेज' ही सीमा सोनवणे यांची नवी कादंबरी कलात्मक निकषावर उतरलेली ग्रामीण कुटुंबाची कथा आहे.

शिवापूर या नाशिक जिल्ह्यातील मध्यम वस्तीच्या गावापासून 'लव्ह मॅरेज' मधील प्रेमकहाणीचा प्रारंभ होतो. उर्मिला आणि श्रीधर यांची ही प्रेमकहाणी, कौटुंबिक प्रतिकूलतेशी संघर्ष करून शेवटी सुखात्म प्रत्यय देते. सिंधी समाजाची प्रेयसी आणि हिंदू धर्मातील प्रियकर यांच्या प्रेमाला नि विवाहाला दोन्ही बाजूंनी विरोध होणारच! कारण आपला समाजच जात-धर्मीय व्यवस्थेने बांधला गेलाय. संस्कृतीच्या दोन हजार वर्षांच्या विकसित प्रवासात, अनेक समाजसुधारकांनी जातीव्यवस्थेच्या विरोधात आयुष्य खर्ची घातले, पण समाजाने पारंपारिक जातीय चौकट सोडलीच नाही. बुद्ध, फुले, गांधीतला महात्मा आणि आगरकर-शाहू-आंबेडकरांसारखे महापुरुष अद्यापही पराभूतच असण्याचे सत्य, सीमा सोनवणे यांची ही कादंबरी वाचताना जाणवते.

'लव्ह मॅरेज' या कादंबरीचा नायक श्रीधर आणि नायिका उर्मिला आहे. उर्मिला रितेश गिलाणी आणि श्रीधर सोळंकी यांच्या जन्मापासूनच त्यांना त्यांची जात व धर्म चिकटलेला असल्याने, त्यांच्या स्वाभाविक प्रेमाच्या ऊर्मींना, त्यांच्याच कुटुंबातून विरोध झालाय.

सिंधी समाज काळाच्या मानाने फारसा प्रगत झाल्याच्या खुणा दिसत नाहीत पण सोळंकी घराणेही हिंदू धर्म परंपरेतील सुधारणावादापासून शेकडो मैल दूर असल्याचेच जाणवते. या दोन्ही कुटुंबांचा, उर्मिला-श्रीधर यांच्या

प्रेमविवाहाला असणारा विरोध, या कथानकातील केंद्रिय नाट्य आहे. हा विरोध नसता तर 'लव्ह मॅरेज' प्रत्ययकारी कलाकृती झाली नसती.

प्रेममूल्य आणि प्रेमनिष्ठा या मध्यवर्ती सूत्राभोवती 'लव्ह मॅरेज'ची कथा गुंफली जाते. त्यामुळे प्रेमाचे तत्त्वज्ञान या कलाकृतीमध्ये प्रभावी ठरते. प्रियकर-प्रेयसी, पति-पत्नी, भाऊ-बहीण, आई-मुलगी, वडील-मुलगी, मुलगा-आई-वडील, मित्र-मैत्रिणी अशा अनेक नात्यांतील प्रेमांची गुंफण या कथेत आनंदाचा प्रत्यय देते.

सीमा सोनवणे यांचे मानवी जीवनाचे सखोल आकलन व अवलोकन त्यांच्या निवेदनातून आणि विविध व्यक्तिरेखांच्या तोंडून कादंबरीत अभिव्यक्त झाले आहे. त्यामुळे या कथानकाचे गांभीर्य वाढलेय. मुख्यत: लेखिकेने निर्माण केलेल्या व्यक्तिरेखा श्रीमंत व्यक्तिमत्त्वाचा प्रत्यय देतात.

रितेश गिलाणी व त्यांची पत्नी नीताताई, श्रीधरचे आई वडील, उर्मिला व श्रीधर, सोहनलाल व त्यांचा डॉक्टर मुलगा, किरण अशा सर्वच व्यक्तिरेखा, हाडामासाच्या व्यक्तित्वाने साकारण्यामुळे, स्वाभाविकतेचा प्रत्यय मिळतो. कलाकृतीच्या कलात्मक यशाची पूर्व अट म्हणजे व्यक्तिरेखाटनातील स्वाभाविकता होय. संवादातून या व्यक्तिरेखांचे अंतरंग आणि त्यांचा स्वभावही उलगडत जातो आणि त्यांच्या जीवनधारणांमधील संघर्षही उभा केला जातो.

उर्मिलावर जिवापाड प्रेम करणारे रितेशजी व नीताताई तिच्या प्रेमाच्या स्वाभाविक अविष्काराला आणि अपरिहार्य ठरलेल्या विवाहाला मान्यता देत नाहीत. श्रीधरचे आईवडीलसुद्धा प्राण पणाला लावून विरोध करतात. पालकांच्या हृदयातील वात्सल्यभावनेचा बळी घेणारा त्यांचाच जातसंस्कारित मेंदू किती क्रूर बनू शकतो, यांची वास्तवातील उदाहरणे अंगाचा थरकाप उडवतात. सीमा सोनवणेची कादंबरी अशा भीषण क्रौर्यापासून दूर आहे. अर्थात गिलाणी आणि सोळंकी कुटुंबाचा एकूण चेहरा हा जात-धर्मीय प्रभावाने प्रभावित असला तरी, मानवी मूल्यांची निष्ठा या दोन्ही कुटुंबाच्या जीवनधारणेत कायम आहे. दोन्ही कुटुंबं देवधर्माच्या श्रद्धेत न्हाऊन निघालेली आहेत. सभ्य व सुसंस्कृत आहेत. म्हणूनच उर्मिला व श्रीधरचे पालक, टोकाची भूमिका घेताना दिसत नाहीत. पोलिसातील तक्रार-नाट्य कथेला गतिमानता देण्यासाठीच आहे.

सिंधी हे धर्माने वेगळे मानले जात नसून त्यांचा समावेश हिंदू धर्मगंगेत एक पंथ म्हणूनच झाल्याचे दिसते. त्यामुळे पंथभेद हा निर्वतेचा तितकासा मुद्दा ठरत नाही. सिंधी ऐवजी मुस्लीम, बौद्ध, ख्रिश्चन धर्माची नायिका उभी केली

असती तर कुटुंबासोबत समाजगटही संघर्षात उतरले असते. या कादंबरीत सिंधी जात समूह आणि सोळंकीचा हिंदू जात गट यांचा संघर्ष दिसत नाही. पण जात-पंथ भेदाची वास्तवता सुद्धा किती कट्टर असते, याचे वास्तवदर्शन सीमा सोनवणे यांनी कलात्मक प्रसंग व व्यक्तिचित्रणातून घडवले आहे.

श्रीधरच्या आंतरजातीय विवाहाला विरोध करताना, त्याचे वडील आत्महत्या करण्यापर्यंत धमकी देतात. श्रीधरची आई मात्र या मुद्द्यावर पतीच्या तुलनेत अधिक समतोल भूमिका बजावते. अर्थात तिच्या पतीप्रमाणे तिचाही जातीयवादी पक्ष असला तरी ती आई म्हणूनही समजूतदारपणाचे दर्शन घडवते. स्त्रीचा सोशिकपणा आणि कुटुंबाचा तोल सावरण्याची तिची कसरत, लेखिकेने श्रीधरच्या आईच्या निमित्ताने कलात्मकतेने सिद्ध केलीय. श्रीधरच्या लग्नानंतरही तिच्याच विवेकशील व्यावहारिक शहाणपणाने, उर्मिलेचे नांदणे अर्थपूर्ण झालेय. अर्थात मूलत: तिचाही जात-जाणिवेतून विवाहाला असणारा विरोध हा समर्थनीय नसला तरी, तो स्वाभाविकच म्हटला पाहिजे. कारण जात-बद्ध समाजसंस्कारांच्या प्रयोगशाळेतून जातजाणिवांचे बंदिस्त व्यक्तित्वच उभे राहणार! त्याला सोळंकी व गिलाणी कुटुंब अपवाद ठरण्याचे कारण नाही. म्हणूनच उर्मिलेच्या परीक्षेनंतर पुण्याच्या कॉलेजमध्ये तिला घेण्यासाठी आलेल्या रितेशजींना, आपली मुलगी पळून गेल्याचे कळताच छातीत कळा येऊन दवाखान्यात जावे लागले.

रितेशजींचे जीवनविषयक ज्ञान प्रगल्भ आहे. उर्मिलेला आपल्या वडिलांच्या प्रेमाबरोबरच त्यांच्या अफाट ज्ञानाचाही सार्थ अभिमान आहे. पण हेच ज्ञानी रितेशजी मुलीच्या आंतरजातीय प्रेमविवाहाला पचवू शकत नाहीत. सोहनलालच्या डॉक्टर मुलाला उर्मिलेला दाखवण्याच्याप्रसंगी, तिने स्पष्टपणे आपल्या प्रेमाची माहिती दिल्यामुळे, रितेशजी व त्यांची पत्नी संतापले आहेत. इज्जतीची संकल्पना इतरांप्रमाणे त्यांचीही कडक इस्त्रीचीच आहे.

जात, घराण्याची प्रतिष्ठा आणि मुला-मुलीच्या आयुष्यांचे साफल्य, यात निर्माण झालेले संघर्ष हा आधुनिक समाजातील ज्वलंत प्रश्न आहे. या प्रश्नाची उकल विवेकानेच करायला हवी. हाच कलात्मक संदेश 'लव्ह मॅरेज' कादंबरी देते.

कादंबरीतील अनेक प्रसंग नाट्यत्मकतेने भारलेले आहेत. उर्मिलेला पाहण्यास आलेल्या तिच्याच सिंधी जातीच्या डॉक्टर मुलाला दोघांच्याच चर्चेत ती श्रीधर सोळंकीशी विवाह करणार असल्याचे स्पष्ट सांगते. हे ऐकल्यावर डॉक्टर मुलगा सरळ उठून गाडीत बसतो आणि वडिलांना घेऊन जातो. या प्रसंगातील नाट्य प्रभावी आहे. पण आपल्या प्रेमळ हितचिंतक आईवडिलांना

उर्मिलेने आपल्या भावविश्वातील राजकुमार असलेल्या श्रीधरचे प्रेम, अगोदर का सांगितले नाही? हा प्रश्न रसिक मनात शिल्लक राहतोच! शिवाय एमबीबीएस सारख्या महत्त्वाच्या उच्च पदवीची परीक्षा अगदी टप्प्यात आली असतानाही, उर्मिलेच्या ज्ञानवंत वडिलांनी मुलगी पाहण्याचा कार्यक्रम का ठेवला? कविता-भाषणे, अभ्यासात प्रावीण्य मिळवणाऱ्या उर्मिलेसारख्या जागृत मूल्यभान पचवणाऱ्या आधुनिक नायिकेने, आपल्या आई-वडिलांना लडिवाळपणे आपली अंतस्थ प्रेमभावना का कळवू नये? किंवा निदान परीक्षा झाल्यावर तरी मुलगी पाहण्याचा कार्यक्रम ठेवण्यास का सुचवू नये- या प्रश्नाच्या उत्तरात ही कादंबरी मौन धारण करून आहे. परंतु शहाणपणा आणि लग्नसंबंधासारखे महत्त्वाचे प्रश्न सोडवण्याची मानसिकता, यांचा प्रत्येकवेळी ताळमेळ जुळतोच असा कौटुंबिक इतिहास नाही म्हणूनच लेखिकेला निर्णायक दोष देता येत नाही. या प्रसंगातील डॉक्टर मुलगा व त्याचे वडील सोहनलाल यांच्या व्यक्तिरेखा मात्र अल्पावधीतही चमकून जातात. त्यांची मानसिकता व त्यांचे वागणे बोलणे हुबेहूब चित्र उभारते.

उर्मिलेच्या प्रेमप्रकरणाची शिवापूरमध्ये फुटलेली वार्ता आणि त्यानंतर उर्मिलेच्या आईकडे बोलणाऱ्या महिलांचा संवाद स्त्रीचित्रणाचे सामर्थ्य नोंदवून जातो. तीच बाब सोळंकीबाईच्या मैत्रिणींच्या संवादातून पुन्हा प्रत्ययाला येते. प्रेम आणि प्रेमविवाह हा बायकांच्या जिव्हाळ्याचा पण दबक्या हळू आवाजातील अमर्याद चर्चेचा सनातन विषय आहे. त्याचे प्रत्यंतर सौ. सोळकींच्या मैत्रिणींच्या गप्पातून स्वाभाविकपणे येते. या निमित्ताने ग्रामीण संस्कृतीतील मानवी नात्याच्या अनुबंधाचे दर्शन लेखिकेने घडवले आहे.

श्रीधरच्या लग्नापूर्वीच्या व लग्नानंतरच्या संदर्भातील इंदापूरच्या महिलांचे अभिप्राय ग्रामीण मानसिकतेसह स्त्रीसुलभ अंतरंगावर सहज पण लख्ख प्रभाव टाकतात. स्त्रियांचे मानस आणि गावगाड्याच्या रीती-भातीचे लेखिकेचे आकलन सूक्ष्म चित्रणातून अभिव्यक्त झाले आहे. मानवी जीवनदर्शन घडविताना चिंतनाचा स्पर्शही अटळ असतो. सीमा सोनवणे यांचा जीवनविषयक दृष्टिकोन आशावादी आणि विवेकवादी असल्याच्या अनेक साक्षी या कथेतून मिळतात.

१ श्रीधर त्याच्या आईला समजावताना म्हणतो, "उर्मिला माझ्यासारखीच माणूस आहे ना गं. धर्म बदलला म्हणून शरीराचे अवयव आणि वर्तन थोडेच बदलते?"

२ पंडित मॅम उर्मिलेला उपदेश करताना "एकावर प्रेम करायचे आणि लग्न दुसऱ्याशी करायचे हे खरे प्रेम नसते. हा व्याभिचार झाला."

३ समजावणीचा उपदेश करताना पंडीत मॅम उर्मिलेला म्हणतात, "खरे तर या क्षणिक मोहापासून तुम्ही मुलींनी सुरुवातीपासूनच जागरूक राहून लांब राहायला हवं. आयुष्यात संघर्षाचे असे अनेक प्रसंग येतील. प्रत्येक प्रसंगाला खंबीर राहून योग्य निर्णय घ्यावे लागतात."

४) लग्नाच्या पूर्व तयारीत श्रीधर उर्मिलेला धीर देताना म्हणतो, "आपल्या भवितव्यात आपण रंगविलेल्या स्वप्नांना सुंदर रंग चढणार आहेत हा आशावाद ठेवून आपण आनंदी राहायचे."

सीमा सोनवणे यांनी निर्मिलेली पात्रसृष्टी आशावादाचे स्वप्न रंगवते. मांगल्याची निष्ठा अबाधित ठेवते. जीवनातील निराशेवर-प्रतिकूलतेवर मात करून जगण्याची उर्मी मिळवते. या प्रक्रियेत ईश्वरीश्रद्धेचे बळ या सर्वच व्यक्तिरेखांच्या जगण्याचे अधिष्ठान आहे.

सिंधी समाजाचे झुलेलाल हे दैवत आणि त्यांचा भक्ती-उत्सव, त्यामधील रितेशजींच्या कुटुंबीयांचा श्रद्धाशील सहभाग या कथेत अर्थपूर्ण ठरला आहे. भगवान शंकराच्या मंदिरात जाऊन उर्मिला व श्रीधर या प्रेमी जोडप्याने केलेली प्रार्थना, त्यांच्या व्यक्तित्वाची ओळख असून ईश्वरी श्रद्धेचा हा अस्तिकवाद, संपूर्ण कथेच्या पर्यावरणाला-गांभीर्यासह पावित्र्याची व सर्वकाही मंगल-कुशल होईल, अशा उज्ज्वल भविष्याची आश्वासक ऊब देतो. त्यामुळेच या कथेत दुष्टावा, शत्रुत्व, द्वेष, क्रौर्य या विकारांना पचवणारी, पेलणारी माणसंच नाहीत. त्यामुळे कथेचा शेवट सुखात्मच होणार याची कल्पना रसिक मनात रुजू लागते.

कादंबरीतील संवाद त्या त्या व्यक्तिरेखेच्या भूमिकेसह, स्वभाव आणि अंतरंगावर प्रभाव टाकतात. लेखिकेचे हे सामर्थ्य जरूर आहेच, पण सिंधी समाजाच्या सिंधी भाषेचे संस्कार झालेल्या रितेशजी, निताताई, किरण, सोहनलाल व त्यांचा डॉक्टर मुलगा, यापैकी एकही व्यक्ती सिंधी भाषेतील एकही शब्द संपूर्ण कादंबरीभर बोलताना दिसत नाही, याचे आश्चर्य वाटते. निदान या सिंधी व्यक्ती सिंधी कुटुंबात तरी सिंधी भाषेचा वापर करतात का? काही शब्द सिंधी न बोलणारी सिंधी पात्रसृष्टी, निदान एवढ्या संदर्भात तरी अस्वाभाविक वाटते. ही कादंबरी मराठी भाषेत असल्याने सिंधी भाषेचा वापर योग्य नसण्याची समजूत लेखिकेने करून घेतली असावी का? की सिंधी भाषेचे ज्ञान त्याना नसावे? असे असेल तर कथानकातील सिंधी कुटुंबाचे दुसऱ्या जातीच्या मराठी भाषिक कुटुंबात रूपांतरे करण्याची सोय व स्वातंत्र्य लेखिकेला होतेच. प्रतिभावंतांच्या प्रज्ञेलाही काही चकण्यांना सामोरे जावेच लागते.

दहा

असे असले तरी सीमा सोनवणे यांचे मराठी भाषेचे ज्ञान व कौशल्य गौरवास्पद आहे. कादंबरीच्या कलात्मक यशासाठी लेखिकेचे भाषासामर्थ्य कमालीचे उपयुक्त ठरण्याच्या खुणा या कथेत विखुरलेल्या आहेत. त्यापैकी काही प्रातिनिधिक उदाहरणे पुढीलप्रमाणे आहेत.

१. दोघांच्याही मनाने एकच धून छेडली 'हर दिल जो प्यार करेगा वो गाना गायेगा. दिवाना सेकडो मे पहचाना जायेगा.''

२. कळ्यांच्या उमलणाऱ्या पाकळ्या उर्मिलेच्या डाळिंबी ओठावर उमलणाऱ्या हास्याप्रमाणे वाटल्या.

३. मोबाईल व्हायब्रेट झाला की हृदयही व्हायब्रेट व्हायचे.

४. डोळ्यांना सुखावणारे रंगीबेरंगी फुलांचे ताटवे उर्मिलेच्या मनातही फुलले होते.

५) मेसेजच्या शब्दावरच मन जडले. हृदयात हलकीशी छमछम झाली.

उर्मीलेच्या वसतिगृहातील सायंकाळचे वर्णन सीमा सोनवणे यांनी अत्यंत समर्थपणे केलंय. उन्हात तळपणाऱ्या इमारतींनी पांघरलेल्या सावलीचा बुरखा, मावळतीची तांबूस पिवळ्या रंगाची पखरण, डोंगरकमानीत गडप झालेला क्षितिजावरचा सोनेरी लाल गोळा, उंच झाडावर पसरलेल्या 'किलबिल' पक्षांचा मेळा, कावळ्यांचा कर्कश कावकाव, हा सर्वच तपशील निसर्गाच्या रंग-गंधाशी तादाम्य होऊनच लेखिका सौ. सोनवणे अभिव्यक्त करतात. मुख्यत: हे निसर्ग वर्णन सुटे सुटे नसून होस्टेलमधील नुकतीच पालवी फुटलेल्या मुलींच्या संवेदनांशी संवादी आहे. म्हणूनच कादंबरीतील कथेच्या अर्थप्रवाहाशी त्याचा अर्थपूर्ण अनुबंध जुळल्याचे दिसते.

आणखी एका सायंकाळचे असेच प्रत्ययकारी वर्णन लेखिकेने उर्मिलेच्या संदर्भात पेरले आहे.

''किरणांच्या सोनेरी तांबूस रेषा बरोबर घेऊन सूर्य क्षितिजापलीकडे गेला. नभांगणात तारकांचे कुंदनवर्क केलेली काळी ओढणी पांघरून थंडगार हवेच्या झुळकीसोबत घुंगुरपावलांनी रात्र हळूहळू घरांच्या उंबरठ्यात आली.' या वर्णनातील भाषेचा फुलोरा संवेदनांची उधळण करीतच रसिक मनात शिरतो आणि रंग-गंधांच्या चांदण्याने वाचक मोहरून जातो. कादंबरीकार म्हणून सीमा सोनवणे यांचे हे वाङ्मयीन सामर्थ्य मराठीतील स्त्री कादंबरीकारांच्या प्रवाहात लक्षवेधक ठरले आहे.

मानवी जीवनाचा आणि निसर्गातील घटकांच्या चलन-वलनाचा असलेला

सनातन अनुबंध अगदी सहज ओघात सीमा सोनवणे अर्थपूर्ण करतात. लेखिकेची जीवननिष्ठा निसर्गाच्या सौंदर्याने अधिक उजळण्याचा प्रत्यय ही कादंबरी देत राहते.

शंकराच्या मंदिरात भक्तिभावाने विनम्र होऊन प्रार्थनेत रमणाऱ्या उर्मिला व श्रीधरच्या श्रद्धाशील मनाचा तळ लेखिकेने समर्थपणे शब्दात पकडलाच पण मंदिराच्या भव्य-दिव्यतेचा प्रत्येक संदर्भही या कादंबरीतील भाषेने जिवंत केलाय.

शंकराच्या मंदिरातील 'नतमस्तक झालेला विनम्र नंदी, मंदिर गाभ्यातील अंधाराची गूढ गंभीरता, पिंडीवर पडणारे थेंब थेंब पाणी, पाना-फुलांनी पिंडीचे वाढलेले सौंदर्य आणि भावणारी पवित्रता, गाभाऱ्याच्या दगडी दिव्यातून मंदपणे तेवणारी तेलवात आणि अंधाराला छेदणारी व प्रकाश पेरणारी सोनपिवळी ज्योत, ज्योतीतून निघणाऱ्या सोनेरी रेषांनी तांबूस पिवळे झालेले गाभाऱ्याचे अंतरंग– हा सर्वच तपशील अत्यंत सौंदर्यवेधी असून मनाला भावणारा आहे.

प्रेमी युगलाची परस्परांवरील प्रेमनिष्ठा आणि या निस्सीम प्रेमाला लाभलेले शंकरभक्तीचे श्रेष्ठ मूल्य, पातिव्रत्याचे शिंपण करून श्रद्धाळू रसिक मनाला प्रभावित केल्याशिवाय राहात नाही. जीवनातील मांगल्याची आश्वासक भूमिका मंदिराच्या भक्तिमय पर्यावरणातून सिद्ध करणारी सीमा सोनवणे यांची निवेदनशैली, वाङ्मयीन गुणांनी समृद्ध आहे. भाषेचा गोडवा आणि मानवी जीवनाची मूल्यात्मकता, यांना पचवून घेणारी या लेखिकेची प्रतिभा अस्सल व श्रेष्ठच म्हणावी लागेल.

कादंबरीकार सीमा सोनवणे यांचे वाङ्मयीन कलात्मकतेचे सामर्थ्य समजून घेताना, त्यांनी केलेले व्यक्तिरेखांचे मनोविश्लेषण निर्णायक महत्त्वाचे ठरलेय. या कादंबरीच्या यशामध्ये श्रीधर-उर्मिलेसह नीताताई-रितेशजी व सोळंकी पतिपत्नींच्या मानसिक आंदोलनांचे विविध प्रसंगी केलेले चित्रण केंद्रस्थानी आहे.

अनामिक मेसेज वाचताना आणि श्रीधरच्या परिचयानंतर प्रेमाच्या ऊर्मी पेलताना, उर्मिलेच्या अंतरंगाचे लेखिकेने घडवलेले दर्शन, त्यामधील मानसचित्रणानेच प्रभावी ठरले आहे. कोवळ्या तरुण वयातील उमलती-उसळती नाजूक प्रेम-भावना आणि त्याअनुषंगाने मनात उठलेले तरंग, त्यामधील चढ-उतार सीमा सोनवणे यानी तितक्याच हळुवारपणे त्यांच्या शब्दशैलीत पकडले आहेत. कुटुंबाचा विरोध पचवून, आंतरजातीय विवाहाचा निर्णय घेऊन तो प्रत्यक्षात आणताना व आणल्यावरही, दोन्ही कुटुंबातील आई-वडिलांच्या दुखण्यातून निर्माण झालेले ताण-तणाव, उर्मिला व श्रीधरच्या मानसचित्रणातून अस्सलपणे साकारले गेलेत. नाजूक वात्सल्यभावनेचे पालकांचे नाते आणि तितकीच स्वाभाविक

तारुण्याची प्रेम ऊर्मी, यांच्यातील डायलेक्टीस लेखिकेने समर्थपणे पेलून मनोविश्लेषणात्मक चित्रणात मांडले आहे.

ज्या कादंबरीचे नावच 'लव्ह मॅरेज' आहे त्या साहित्यकृतीमध्ये खरे तर प्रेम संबंधातील सर्व शक्यता चित्रित करण्यास संधी होतीच. विशेषत: मराठीतील प्रेमकविता, प्रेमकथा, प्रेमाचा सिनेमा अशा संधीचा सदुपयोग म्हणून, चुंबन आलिंगनासह मीलनापर्यंतचे सर्वच चावट टप्पे गाठण्यापर्यंत पोहाचतातच, असा इतिहास आहे. पु. शि. रेगे सारखा जुन्या पिढीतील कवी चावटपणाच्या शिखरावर अनुभवता येतो. काही समकालीनांचे पांचट प्रेम उद्योग, कलेच्या नावाने बदनाम आहेतच. पण या कादंबरीतील प्रेमकथेत प्रेमाचा धांगडधिंगा औषधालाही नाही.

मीलनाचे संसूचन तर राहूच द्या, साधे आलिंगनही दिसत नाही. नदीपात्रातील खडकावर बसून परस्परांच्या प्रेमाची साक्ष हृदयात रुजवताना उर्मिलेच्या हाताचे चुंबन श्रीधरने घेतल्याचा एकमेव अपवादात्मक प्रसंग लेखिकेने वर्णिला आहे. त्यातील स्वाभाविकता आणि प्रांजळ प्रेमाभिव्यक्ती, अत्यंत भावणारीच आहे. याच जागेवर दुसऱ्या एखाद्या कादंबरीकाराने उर्मिलेवर श्रीधरने चुंबनाचा वर्षाव केल्याचे दाखवले असते. स्त्रीमुक्तीचा कट्टर कैवार घेणाऱ्या एखाद्या लेखिकेने उर्मिलेनेही श्रीधरची असंख्य चुंबने घेतल्याचे वर्णन केले असते. पण सीमा सोनवणे यांचा जीवनविषयक व प्रेममूल्यासंबंधीचा दृष्टिकोन उथळ नाही. म्हणून तर त्यानी शरीरी प्रेमभावनेच्या कृतीशील आविष्काराला प्रमाण न मानता, प्रेमाच्या निष्ठेला व अविचल अभंग नात्याला निर्णायक महत्त्व दिलेय. व्यक्तीचे स्वातंत्र्य आणि प्रेमाची मूल्यात्मकता, हेच मानवी जीवनाचे मुख्य अधिष्ठान आहे. श्रीधर आणि उर्मिला यांनी त्यांच्या पालकांच्या व समाजाच्या जुन्या कर्मठ रूढी-परंपरांच्या गुलामीला बाजूला सारून, व्यक्तिस्वातंत्र्य सिद्ध केले आणि जीवनाला सर्वार्थाचे साफल्य देणारे प्रेमाचे नाते, विवाहाच्या मंगल कृतीतून पूर्ण केले.

कादंबरीकार सीमा सोनवणे यांच्या चित्रणाचे सामर्थ्य नोंदताना अनेक साक्षी मदतीला येतात. रितेशजीच्या हार्ट ॲटकनंतर उर्मिला वडिलांना भेटून परत पुण्याला कॉलेजमध्ये येते. त्यानंतरच्या श्रीधरच्या भेटीत तिला वडिलांच्या संकटाने अश्रू आवरता येत नाहीत. त्यावेळी 'स्वत:च्या हाताने तिचे अश्रू पुसावेत' असा विचार श्रीधरच्या मनात आला. पण उर्मिलेला स्पर्श करण्याची हिंमत त्याला झाली नाही, असे वर्णन लेखिकेने केलेय. अर्थात उर्मिला-श्रीधर

प्रेमाचा हा पूर्वार्ध होता आणि या अवस्थेत ते स्वाभाविकच म्हटले पाहिजे.

सीमा सोनवणे यांची स्त्री-पुरुष संबंधाकडे पाहण्याची ही सुसंस्कृत सभ्यता, कलाक्षेत्रातील अभिरुची संदर्भात आणि एकूणच मानवी समाजाच्या नैतिक उत्थानात महत्त्वाची मानली पाहिजे. कलेच्या नावाने भरलेल्या वर्तमान बाजारात, सीमा सोनवणे सारख्या अव्वल व सभ्य, प्रतिभा दुर्मीळ आहेत. जीवनाची परिपक्व जाणीव उथळ, बटबटीत शरीर वर्णनात आणि अश्लीलतेच्या नागड्या चित्रणात मिळत नसते.

श्रीधर-उर्मिला यांचे प्रेम-संवाद, स्त्री-पुरुषांच्या हजारो वर्षांच्या सांस्कृतिक संचितांचे मूल्य स्वीकारूनच अभिव्यक्त होतात. या दोघांनीही आपल्या आई-वडिलांना दूषणे न देता आपापले स्वातंत्र्य व प्रेम रुजवलेय आणि शेवटी दोन्ही पक्षातील विसंवाद विवेकपूर्ण वागण्या-बोलण्यातून मिटवले. विवेकपूर्ण जीवनचिंतन व प्रगल्भ जाणिवेचा प्रवास, अंतिमत: मंगलमयच होतो. तेच या कथानकात घडते. उर्मिलेला मुलगी होणे आणि दरम्यानच्या काळात तिच्या आई-वडिलांची मानसिकता बदलून, मनात वात्सल्य दाटून येते. उर्मिलेची प्रकाशित पुस्तके आई-वडिलांच्या तुटलेल्या संवादाला जोडण्यासाठी उपयोगी ठरतात. अर्थात ही किमया लेखिकेचीच आहे. फोनवर उर्मिला आणि रितेशजी-निताताई यांचा संवाद होतो आणि बाळंत झालेल्या उर्मिलेला माहेरी आणायला आई-वडील निघतात. असा या कादंबरीचा नाट्यपूर्ण व सुखद शेवट करण्यात आलाय.

कादंबरीच्या प्रारंभी शिवापूरच्या परिसरातील रितेशजीच्या दुकानदारीच्या उधारीचा भला मोठा तपशील आलाय. त्यातील संजय पाटील, दौंडकर या साध्या सरळ व्यक्तिरेखा सोबतच आनंद शेठ या बेरकी व्यक्तित्वाचे दर्शन घडते. कृषीव्यवस्थेतील बी-बियाणे, औषधे, पिकांचे प्रकार, शेतमालाचा भाव, दुष्काळ, अडी-अडचणी, शेतकऱ्यांचा कर्जबाजारीपणा, त्यांची इमानदारी, बेरकीपणा या सर्वांचा सीमा सोनवणे यांचा अभ्यास कमालीचा आश्चर्यकारक आहे. त्याच प्रमाणे एमबीबीएसच्या अभ्यासक्रमातील विषय, प्रयोगशाळा, साधने, औषधे, अँजिओप्लास्टी टाळण्यासाठी 'किलेशन थेरपींचा' उपचार, अशा असंख्य विषयांचे लेखिकेचे ज्ञान तोंडात बोट घालायला लावते. मुख्यत: समाज व संस्कृतीचे शास्त्रीय ज्ञान आणि माणसांच्या मनाचा लेखिकेचा अभ्यास, वस्तुनिष्ठ सत्यावर आधारित असण्याच्या असंख्य खुणा, कादंबरीभर विखुरल्या आहेत. लेखिकेची धर्माबरोबरच मानवी मूल्यांवर असणारी श्रद्धा, शेतकऱ्यांच्या कैवारात शब्दबद्ध होताना दिसते. मानवी जीवनाचे शांत सुंदर दर्शन घडविताना, सीमा सोनवणे

यांची प्रतिभा रंगून जाते.

मराठी कादंबरीच्या इतिहासात स्त्री कादंबरीकारांचे योगदान महत्त्वपूर्ण ठरले आहे. खानदेशच्या सांस्कृतिक इतिहासात मात्र स्त्री कादंबरीकाराची संख्या नगण्य आहे. सीमा सोनवणे यांच्या यापूर्वीही काही कादंबऱ्या प्रसिद्ध झाल्या आहेत. 'लव्ह मॅरेज' ही त्यांची कादंबरी कलात्मक सौंदर्यांच्या निकषावर खरी उतरण्याची वास्तवता समजून घ्यावी लागेल.

या कादंबरींचा आकृतीबंध बंदिस्त आहे. प्रारंभ आकर्षक आहे तर शेवट नाट्यपूर्ण आहे.

ग्रामीण जीवनाचे असंख्य संदर्भ पचवून ही कादंबरी कृषी संस्कृतीचा कैवार पेरते. खेड्यातील स्त्री-पुरुषांची जिवंत चित्रे, कर्जबाजारी संजय पाटील, वृद्ध आई इ. व्यक्तिरेखांच्या माध्यमातून साकारली जातात. तर पुण्यासारख्या शहरी संस्कृतीचे वैभव, कॉलेज आणि होस्टेलच्या विद्यार्थी-विद्यार्थिनींच्या माध्यमातून चित्रित केले जाते.

तरुणाईच्या आधुनिक संकल्पना, जुन्या-नव्या पिढीतील संवाद-विसंवाद, तरुण प्रियकर-प्रेयसीचे उत्कट प्रेम आणि पालकांचे वात्सल्यपूर्ण नाते यामधील अंतस्थ संघर्ष अशा आडव्या-उभ्या ताण-तणावांचा कलात्मक गोफ सीमा सोनवणे यांनी या कादंबरीत समर्थपणे गुंफला आहे.

कादंबरीतील पात्रसृष्टी एवढी सात्त्विक सरळ स्वभावाचीच आहे. जुन्या-पिढ्यांची परंपरावादी जातनिष्ठा आणि नव्या पिढीची प्रेमनिष्ठा यांच्या संघर्ष सूत्रावर या कादंबरीच्या कथेचा डोलारा उभा आहे.

आंतरजातीय प्रेमविवाह प्रतिकूलतेवर मात करून यशस्वी होऊ शकतो, ही आश्वासक वास्तवता सीमा सोनवणे यांनी कादंबरीत नोंदवून, येणाऱ्या सर्व नव्या पिढ्यांना समतावादी दिलासा दिलाय. जातीयवाद नष्ट करण्यासाठीचे ५० कायदे आणि ४००० भाषणांपेक्षा लव्ह मॅरेजसारख्या एकाच कादंबरीचा समाजमनावर होणारा परिणाम श्रेष्ठच आहे. कारण हे कलामाध्यम लेखिकेने निर्दोष विचारबीजाच्या पेरणीतून जन्माला घातलेय!

उर्मिलेच्या पोटी जन्माला आलेली मुलगी आंतरजातीय विवाहाचे सुंदर फलित आहे. ही उमलती कळी उद्याच्या भारताची आश्वासक पिढी आहे. नव्या युगाची, नव्या मानवी समाजाची, नव्या जीवन जाणिवांची साक्ष म्हणजे उर्मिलेची मुलगी. तिच्या जन्माचा संदर्भ स्त्रीमुक्तीच्या संचितांशी भिडतो. हुंडाबंदी, स्त्री-पुरुष समता आणि अत्याचारमुक्त स्त्रीचा बंधमुक्त ध्येयवाद या मुलीच्या जन्माने

उजळून निघालाय. या मुलीचा जन्मसोहळा हा संस्कृतीचाच आनंदसोहळा आहे. कारण ती विषमतामुक्त नव्या समाज रचनेची नांदी आहे. स्त्रीमुक्ती व मानवमुक्तीचा संदर्भ या मुलीच्या जन्माशी जुळला आहे. एवढे उदात्त, भव्यदिव्य, सांस्कृतिक संचित उर्मिलेच्या मुलीच्या जन्माशी जोडले गेलेय. सीमा सोनवणे यांना या व्यापक संचिताची कल्पना असो वा नसो, त्यांनी उर्मिलेच्या पोटी मुलगी जन्माला घालून, मराठी कादंबरीविश्वासह राष्ट्रीय परिप्रेक्षही ढवळून काढला. कारण बलात्कारित स्त्रियांची वेदना भोगणारा आपला देश होरपळून निघताना, स्त्री स्वातंत्र्य व स्त्री पुरुष समतेचा संदेश ही कलाकृती देत आहे. म्हणूनच या कलाकृतीचे ऐतिहासिक सांस्कृतिक मूल्य व योगदान अधोरेखित करणे आवश्यक आहे.

सीमा सोनवणे यांनी आंतरजातीय विवाहाचा प्रचार करण्यासाठी ही कादंबरी वापरलेली नाही. उलट कलात्मकतेचे सर्व संस्कार व कादंबरीच्या घाटाबाबतच्या सर्व संकल्पना लेखिकेने वाङ्मयाने गुणासह वापरल्याने या साहित्यकृतीचे सौंदर्यमूल्य वाढले. म्हणूनच खानदेशकन्या सीमा सोनवणे यांचा गौरव अपरिहार्य आहे. कारण त्या खानदेशच्या अव्वल स्त्रीकादंबरीकार ठरतात.

प्रेमविवाह आणि आंतरजातीय विवाह ही नव्या काळाची, नव्या समाजाची सर्वार्थाची गरज आहे. सांस्कृतिक लोकशाहीची पूर्वअट अशा प्रेमविवाहातून व आंतरजातीय विवाहातून सिद्धीस जाते. म्हणूनच एकवेळ मराठी आणि महाराष्ट्राच्याच नव्हे तर एकूण देशाच्या सांस्कृतिक परिप्रेक्षात 'लव्ह मॅरेज' या कादंबरीचे कला व जीवनमूल्य श्रेष्ठ दर्जाचे आहे. या पार्श्वभूमीवर सीमा सोनवणे या प्रतिभावंत लेखिकेचे अभिनंदन करून त्यांना शुभेच्छा देणे माझे सांस्कृतिक कर्तव्य आहे. माझ्या आयुष्यातील ही पन्नासावी प्रस्तावना असल्याने मला आनंद होणे स्वाभाविक आहे.

- डॉ. श्रीपाल सबनीस

मनोगत

मायाळूपणा हा जीवनाचा मूलाधार आहे. ज्याच्या हृदयात प्रेम असते तो सगळ्यांशी प्रेमाने, विनयाने आणि सदाचाराने वागतो. प्रेमाचा पाझर नसलेले हृदय म्हणजे नुसताच हाडांचा सांगाडा होय. प्रेमळ हृदय नसलेली माणसे क्रोधिष्ठ आणि ताठर असतात.

प्रेमाने सर्व काही जिंकता येते. नातेसंबंध पोषक बनविण्यासाठी, चांगली माणसे जोडण्यासाठी आणि भूतदयेसाठी प्रेमळ माणसांकडे असलेले प्रेम हे टॉनिकस्वरूप असते. नात्यापरत्वे प्रेमाचे स्वरूप बदलत जाते. ते रक्ताच्या नात्यात अधिक गहिरे होत जाते व जोडलेल्या नात्यात अधिक दृढ होत जाते.

जन्मत:च प्रत्येकाच्या हृदयात प्रेमाचा पाझर असतोच. परंतु युवा अवस्थेत हृदयात जागृत झालेल्या प्रेमाचा अविष्कार हा बहुधा आपला जीवनसाथी निवडण्यास कारणीभूत ठरत असतो. काहीवेळा समंजसपणे तर काहीवेळा असंमजसपणे प्रेमाच्या गुत्यांत हा युवावर्ग अडकत जातो. काहीजण शिक्षण आणि आपल्या करिअरचा आधी विचार करून ते यशस्वीरीत्या पूर्ण करतात आणि नंतर आपल्या करिअरला पोषक असणाऱ्या जोडीदाराचा शोध घेतात. अशा प्रेमसंबंधात जाणीवपूर्वक निवड केलेली असल्याने प्रेमविवाहात फार कमी अडथळे येतात आणि असे प्रेमविवाह यशस्वीसुद्धा होतात. परंतु फक्त आकर्षणातून असमंजसपणे केलेले प्रेम व जबाबदाऱ्यांनी झुकलेले प्रेम यात तफावत असल्याने काही प्रेमप्रकरणे लग्नाआधीच फिसकटतात. तर काही प्रेमाविवाहानंतरही फिसकटतात. ज्या प्रेमात एकमेकांसाठी तडजोड करण्याची तयारी असते तेच चिरंतन टिकते.

सतरा

काही प्रेमप्रकरणे क्लेशदायक ठरतात व त्याचे पडसाद समाजात तीव्रपणे उमटतात. अर्थात ही तीव्रता त्या त्या प्रदेशात राहणाऱ्या माणसांच्या सामाजिकतेतून घडलेल्या मनाच्या ठेवणीनुसार कमी अधिक असते. समाजव्यवस्थेने आखून दिलेल्या नियमावलींच्या अदृश्य भिंती भेदून जाणारे प्रेमविवाह असतील तर त्यांना घरातून आणि समाजातून विरोध होतो. परंतु प्रेमास विरोध करणे म्हणजे हिरव्या वृक्षाला छाटण्यासारखेच आहे. वृक्ष छाटला की तो नवीन धुमारे घेऊन, अधिकच बहरून डेरेदार होतो. तसेच प्रेमाला विरोध झाला तर त्यातील गोडी अधिक वाढून प्रेम गहिरे होत जाते.

आजच्या बदलत्या जीवनशैलीत प्रेमप्रकरणांची संख्याही झपाट्याने वाढली आहे. एकतर्फी प्रेमातून झालेल्या हत्या किंवा कुटुंबातून विरोध झाल्यामुळे फुलण्याआधीच प्रेमीयुगलाने संपविलेल्या जीवनप्रवासाच्या बातम्या आपण वाचत असतो. बघत असतो. प्रेमविवाह यशस्वी होण्यासाठी, मनपसंत जोडीदार मिळविण्यासाठी कुठेतरी तडजोड करून मनातले काही गमवावेही लागते. तेव्हाच प्रेमातील माधुर्य अनुभवता येते. समाजव्यवस्था आणि दोन पिढ्यातील जनरेशन गॅपमुळे या प्रकरणाकडे बघण्याचे युवावर्ग आणि ज्येष्ठ पालक या दोघांचा दृष्टिकोन वेगवेगळा असल्याने क्लेश निर्माण होऊन कौटुंबिक स्वास्थ्य बिघडते. प्रत्येकजण आपआपल्या तत्त्वाशी घट्ट चिकटून राहिल्याने काही वेळा त्याचे विपरीत परिणाम घडतात. चौकटीबाहेर जाऊन प्रेमविवाह करणाऱ्या प्रेमी युगलांना अनेक संकटांना सामोरे जावे लागते. तशी त्यांची मानसिक तयारी असेल तर प्रेमविवाह यशस्वी होतात. नाहीतर त्यांचा शेवट वाईट होऊ शकतो. त्यामुळे या प्रकरणात पडणाऱ्यांनी पूर्णपणे विचार करूनच पाय ठेवलेला बरा!

'लव्ह मॅरेज' या छोट्या साहित्यकृतीतून समाजात घडणाऱ्या प्रेमविवाहात जर जातीधर्माचा विचार केला गेला नसेल तर ते प्रेमविवाह यशस्वी होण्यासाठी कराव्या लागणाऱ्या तडजोडी आणि त्यासाठी कुटुंबातील प्रत्येकाला आपआपली भूमिका निभावताना होणारा मनस्ताप यांचे चिंतन करण्याचा अल्पसा प्रयत्न आपल्याला नक्कीच आवडेल असा विश्वास वाटतो.

- सौ. सीमा सोनवणे

- एक -

गिरणामाईच्या ओलसर काठावर वसलेले शिवापूर हे नाशिक जिल्ह्यातले मध्यम लोकवस्तीचे छोटे शहर. शहराच्या उत्तरेला गिरणामाईच्या गारव्यात जुळ्या भावंडासारखी वाटणारी भगवान शिवशंकर आणि झुलेलालची दोन मंदिरे. नवसाला पावणारी म्हणून दोघांची ख्याती. दिवसभर दोन्ही मंदिरात श्रद्धाळूंची वर्दळ.

आसपासच्या खेड्यांना जोडलेलं शिवापूर या खेड्यांची राजधानीच. खेड्यांच्या सगळ्या गरजा शिवापूरला पूर्ण होतात. खेड्यांशी नाळ जोडलेले व शहराच्या विशालतेचे वेध लागलेले शिवापूर फार प्रगत नाही, तसे ते मागासलेलेही नाही. श्रद्धा आणि संस्कृती जोपासणारे शहर. सगळ्या जातीधर्मांची माणसं गुण्यागोविंदाने सांभाळणारे शहर. गिरणामाईच्या सोबतीत शांततेने पुढचा प्रवास करणारे. पुढे चालताना मागच्या संस्कृतीला जोपासणारे. एकमेकांच्या सुखदुःखात सामील होणारे छोटे शहर.

शिवापुरात रितेश गिलाणी या सिंधी व्यावसायिकाचे बी-बियाणे, रासायनिक खते व कीटकनाशकांचे रिटेल व होलसेल विक्रीचे 'निसर्ग ॲग्रो सर्व्हिसेस' हे दुकान. आसपासच्या खेड्यातली इतर कृषी सेवा केंद्रे आणि शेतकरी बी-बियाणे, खते आणि औषधे याच दुकानात खरेदी करतात. पैसे असतील तर रोख, नाहीतर उधार. शेतीचे उत्पन्न निघाले की दुकानावर जाऊन उधारी देऊन येणार. रोखीचे गिऱ्हाईक कमी, उधारीचे जास्त. पण प्रामाणिकपणे मागचे बिल देऊन पुढचे सामान पुन्हा उधारीत खरेदी करणारे शेतकरी आहेत. रितेशजींना या सगळ्यांची सवय झाली आहे. रितेशजी MBA असूनही त्यांच्या आजीच्या इच्छेखातर गावातच व्यवसाय करतात.

रितेशजी, पत्नी नीता आणि उर्मिला व किरण या दोन मुलांसोबत राहतात. त्यांच्याजवळ तसा पैसाअडका आहे. वडिलोपार्जित मोठा बंगला आहे. गाडी आहे. त्यांचा जास्तीत जास्त वेळ दुकानाच्या कामात जातो.

आठवड्यातून एक दिवस ते दुकानाला सुट्टी घेतात. सुट्टी असली तरी आलेले गिऱ्हाईक परत जाऊ देत नाहीत. कधी उधाऱ्या जमा करण्यासाठी खेड्यांवर जावे लागते. शेतकऱ्यांच्या घरी जावे लागते. किरणला शाळेला सुट्टी असेल तर तो दुकानात थोडीफार मदत करतो. रितेशजींचा दुकानाच्या कामात पूर्ण वेळ जातो. घरी मुलांकडे लक्ष द्यायला त्यांना वेळ असतोच कुठे? मुलांच्या संगोपनाची सर्व जबाबदारी नीताताईंवरच असते. मुलांचा अभ्यास घेणे, त्यांचे हट्ट पुरवणे, त्यांचे सुखदुःख बघणे याकडे नीताताईंना लक्ष द्यावे लागते. शिवाय रितेशजी घरी आल्यावर त्यांचाही मूड सांभाळावा लागतो.

सुट्टीच्या दिवशी रितेशजी मुलाबाळात रमतात. आज दुकानाला सुट्टी होती. सुट्टी असली तरी शरीराला पडून राहण्याची सवय नाही. ते नेहमीप्रमाणे सकाळी लवकर उठले. अंघोळ आटोपली. घराशेजारच्या परसबागेत आले. बागेत अंजिर, चिकू, आंबा, पेरूची फळझाडे आहेत. मोगरा, चमेली, गुलाबाची फुलझाडेही आहेत.

देवपूजेला फुले घेण्यासाठी रितेशजी बागेत आले. बागेतला गारवा त्यांना फार आवडतो. सकाळी सकाळी हा गारवा अंगावर घेत ते बागेत रमतात. झाडांवर फळे आणि मधूरस चाखण्यासाठी येणाऱ्या पक्ष्यांचे निरीक्षण करणे, त्यांचा आवाज ऐकणे यात ते वेळ घालवतात.

झाडावर अंजिरे पिकली की पिकलेल्या अंजिराचा गर खाण्यासाठी पक्षी येतात. झाडावरच्या किडे, कीटक, अळ्या धुंडाळत फिरणारा छोटासा चिमणीसारखा लहान आकाराचा चष्मेवाला आपल्या जोडीदारासह सतत झाडांवरच वास्तव्य करून असतो. त्याचा चिरचिरा पण मंजूळ आवाज ऐकणे रितेशजींना आवडते. रितेशजी बागेत आले. छोटा चष्मेवाला आंब्याच्या आणि अंजिराच्या झाडावर उड्या मारताना दिसला. त्याच्या हालचालींकडे ते किती वेळ पाहात राहिले. विशिष्ट ठेवणीच्या चोचीतून मधूरस चाखताना त्याच्या डोळ्याभोवतीची पांढरी कडा चष्मा लावल्यासारखी वाटत होती.

चष्मेवाल्याच्या क्रीडा बघता बघता त्यांनी मोगऱ्याची टपोरी पांढरीशुभ्र फुलांची परडी भरून घेतली. नाकाला बिलगणारा फुलांचा सुगंध त्यांना फार आवडतो. मोगऱ्याच्या फुलांच्या सुगंधात धुंद होत ते तसेच बागेत फिरत राहिले.

आंब्याच्या झाडावरचे दयाळ पक्ष्याने सोडून दिलेले रिकामे घरटे त्यांना दिसले. काड्याकुड्यांचे साधं पण कलाकुसरीने विणलेले ते वाटीसारखे छोटे घरटे किती दिवसांपासून रिकामे होते.

विजेच्या तारेवर बसून शेपटीला हिसके देत उत्कटतेने, तन्मयतेने शीळ घालणाऱ्या छोट्या दयाळ पक्ष्याने आंब्याच्या टोकाच्या फांदीवर दाट हिरव्या पानात काड्याकुड्याचे एक छोटेसे घरटे बनविले होते. दयाळचे रिकामे घरटे पाहून रितेशजींना कसेसेच झाले. रिकाम्या घरट्याकडे पाहून त्यांना दयाळ पक्ष्याचे मागचे क्षण आठवले.

फेब्रुवारीचा महिना असावा. काळ्यापांढऱ्या रंगाचा छोटा दयाळ पक्षी एके दिवशी बागेत दिसला. त्यानंतर तो शेजारच्या विजेच्या तारांवर येऊन बसू लागला. त्याची सुरेल शीळ ऐकताना खूप मधुर वाटायचे. दयाळची शीळ ऐकू आली की सगळे एकमेकांना हाका मारून त्याच्या पक्षीसुलभ क्रीडा बघण्यासाठी खिडकीत येऊन बसायचे. शीळ घालता घालता तो दुसऱ्या पक्ष्यांच्या आवाजाची नक्कल करे. तो आवाज ऐकताना गंमत वाटायची.

बहुधा तो दयाळचा विणीचा हंगाम असावा. तारेवर बसून शीळ घालता घालता शेपटीला हिसका द्यायचा. शेपटीला हिसके देता देता शेपूट वाकवायचा. उलटी करून शेपूट डोक्याला भिडवायचा. क्षणार्धात पंख पसरून जमिनीवर झेप घ्यायचा. पुन्हा तारेवर बसून सुरेल शीळ घालायचा. हळूहळू दोनचार दिवसांनी दयाळसोबत त्याची मैत्रीण दिसू लागली. हो! दयाळचे हे प्रियाराधन प्रदर्शनच होते.

हळूहळू दोघांनी मिळून आंब्याच्या झाडाच्या फांदीच्या टोकावर, गर्द हिरव्या पानात एक एक काडी गोळा करून, काड्याकुड्यांचे छोटेसे, सुरेख वाटीसारखे घरटे विणून तयार केले. तयार केलेल्या घरट्यात दोघे आळीपाळीने बसत. बहुधा तिने अंडी घातली असावीत.

हो! अंदाज खरा होता. थोड्या दिवसात त्या घरट्यात कुजबूज झाली. कोवळी त्वचा असलेली नाजूक पिवळ्या चोचीची दोन पिल्ले घरट्यात दिसली. दोन्ही दयाळ आळीपाळीने चोचीत किडे, अळ्या पकडून आणत. हे दोन कोवळे जीव आवाज करीत चोच उघडून मान वर करीत. दयाळ चोचीतले अन्न त्या कोवळ्या जीवांच्या चोचीत भरवत असे. दयाळचे पिल्लांना अन्न भरवणे खिडकीतून सगळेजण बघत राहायचे. हळूहळू पिल्ले थोडी मोठी झाली. पण स्वत: उडण्याइतकी बलवान नाहीच.

दोन्ही पिल्लांचे दयाळ किती प्रेमाने संगोपन करीत होते. दयाळ आणि त्याच्या पिलांवर सगळ्यांचे लक्ष असायचे. त्यांच्या सर्व हालचाली बारकाईने बघण्याचा सर्वांना छंदच लागला.

एके दिवशी सकाळी जोडीतला एक दयाळ पिल्लांना अन्न भरवण्यासाठी किडे, अळ्या शोधण्यासाठी गेला. दुसरा दयाळ घरट्यात पिल्लांवर लक्ष ठेवून होता. सर्वजण खिडकीत बसून पिलांची गंमत बघत होतो.

तेवढ्यात भरभर पंख हलवीत, अतिशय वेगाने चपळ हालचाली करीत एक मोठा मांसभक्षक पक्षी झपकन खाली आला. शिक्रापक्षी होता तो. अत्यंत चपळाईने झडप घालून घरट्यातील ते कोवळं पिलू चोचीत पकडून क्षणार्धात आकाशात झेप घेऊन दिसेनासा झाला. डोळ्यांची पापणी लवते न लवते तेवढ्यात ही सगळी घटना घडली. खिडकीतून मुले हळहळत होती. छोट्या दयाळने त्या मोठ्या पक्ष्याचा पाठलाग करण्याचा अयशस्वी प्रयत्न केला. घरट्यात दुसरे पिलू होते. तो चिवचिवाट करीत मागे फिरला. हवेत पंखाची फडफड करीत तिथल्या तिथे फांदीवर उड्या मारत होता. त्याच्या आवाजाने दुसरा दयाळ घरट्याकडे आला. दोघेही फांद्यावरून घरट्यात, घरट्यातून आकाशात, कमी अंतरावर घिरट्या घालत आक्रोश करीत होती.

सर्वांच्या नजरेसमोर हे सारे घडले. त्या दिवसापासून ते दोघे दयाळ दिसले नाहीत. झाडावरचे रिकामे घरटे पाहिले की, आजही कसेसेच होते. किती कमी दिवसांचा सहवास, तरीही दयाळ पक्ष्यात जीव गुंतला होता. आजही दयाळ पक्षी व त्याच्या पिलांच्या आठवणीने डोळ्यांच्या कडा ओलावतात.

"पप्पाऽऽऽ" घरातून उर्मिलाने आवाज दिला.

उर्मिलाच्या हाकेने रितेशजी दयाळच्या आठवणीतून बाहेर आले. हातातल्या परडीतली फुले दुसऱ्या हाताने चाळत ते घरात आले.

"अगं उर्मिला, दयाळचे रिकामे घरटे पाहिले की कसेतरीच होते बघ" देवघरात जाता जाता रितेशजी म्हणाले.

"हो ना, पपा, किती सुंदर होते ते. कुठे गेले असतील ते? परत घरट्यात येणार नाहीत का?" रितेशजींच्या मागे मागे जात उर्मिलाने विचारले.

"अगं, पक्षी आहेत ते. एकदा घरटे सोडले की परत त्या घरट्यात येत नाहीत. नव्या विणीला नवे घरटे बनवतात. दयाळ पक्षी एका हंगामात दोनदा वीण घालतात. अर्थात घरटे तेच असते. या घरट्यातून त्यांचे पिलू गेले म्हणून परत या घरट्यात येणार नाहीत बघ." देव्हाऱ्यापुढे बसत रितेशजींनी सांगितले.

"उर्मिला, देवपूजेसाठी पाण्याचा तांब्या भरून दे गं."

"आणते पप्पा." उर्मिला पूजेसाठी हवी ती मदत करीत पप्पांशी बोलत होती.

"पप्पा, पक्ष्यांचे लाईफ किती क्यूट असते ना?"

"कसे काय?"

"किती स्वातंत्र्य असते पक्ष्यांना, पाहिजे त्या झाडावर बसायचे. आवडतील ती फळे खायची, मोकळ्या आकाशात स्वच्छंद विहार करायचा. ना कशाचा लोभ, ना कसली स्पर्धा."

"त्यांना कुठले संरक्षण असते गं, कोण केव्हा शिकार करेल याचा नेम नाही. अन्नाच्या शोधासाठी फिरावे लागते. झाडांवर बाराही महिने खाण्यायोग्य फळे असतील असे नाही. उन्हाळ्यात अन्न पाणी लवकर सापडत नाही. चोचभर- पाण्यासाठी जीव जातो पक्ष्यांचा. कडाक्याची थंडी किंवा कडक उन्हाळा काही पक्ष्यांना मानवत नाही. लांब लांब उडत जाऊन मानवेल अशा ठिकाणी काही पक्षी स्थलांतर करतात. एखाद्या वर्षी दुष्काळी परिस्थिती असली तर चित्रबलाकसारखे पक्षी त्या वर्षी वीण घालायचे सोडून देतात. दिसते ते सगळे क्यूट नसते उर्मिला. सगळे निरखून पारखून अनुभवायचे असते. समजून उमजून मते बनवायची असतात."

"हो पप्पा. हे मी लक्षात घेतलेच नाही." बोलत उर्मिला बैठकीत आली.

रितेशजींनी देवपूजा केली. झुलेलालला फुले वाहून अगरबत्ती लावली. प्रसाद ठेवला. हात जोडून वंदन केले.

देवताटातले पाणी तुळशीवृंदावनात टाकण्यासाठी हातात ताट घेऊन बाहेर आले. तुळशीला पाणी टाकले. नमस्कार केला. सूर्याला नमस्कार केला. ते घरात वळणार तोच वळवाडीचे आबा पाटील गेट उघडून आत येताना दिसले.

"राम...राम...शेटजी." आबा पाटलांनी आत येत रामराम केला.

"राम-राम...या...एवढ्या सकाळी काय काम काढले?"

"काय काम असणार शेठजी. शेतात कोबी लावली आहे. लई त्रास दिला बघा या कोबीने...जमिनीतून पानं वरती आल्यापासून सारखे फवारे चालू आहेत. मावा पडला तेव्हा मेलॉथिऑन फवारले. माव्याचा बंदोबस्त केला तेव्हा गड्डे चांगले तयार झाले. हे पोसलेत बघा शेठ. आज सकाळी शेतात गेलो. उठल्या उठल्या पिकाला गरका घालावा लागतो. शेतात गेलो तर, कोबीच्या गड्ड्यांवर भोके पडलेली दिसली. नीट पाहिले तर कोबीवर हे एवढी अळई..." हाताच्या बोटाने आकार दाखवत आबा पाटील बोलत होते. "आता काय करणार? हाताशी आलेले पीक सोडून देता येत नाही. आज सायंकाळी ऑझिन्फॉस फवारून बघतो. पीक शेतात आहे तोवर काळजी घ्यायची."

"हो, पिकून आले की कोऱ्या नोटा मोजायच्या." बोलत बोलत दोघे

घरात आले. "बसा...पाटील बसा..."

आबा पाटील सोफ्यावर बसता बसता म्हणाले

"पिकवणं आपल्या हातात आहे. विकणं काही आपल्या हातात नाही. व्यापारी देतील तो भाव आपला. शेवटी जुगारच तो. खूप पिकलं तर भाव येत नाही आणि भाव असतो तेव्हा चांगलं उत्पन्न येत नाही. शेतकऱ्याची शेतं अशी निसर्गाच्या हातात. गाडा चालला तर चालला. शेठजी, शेतकऱ्याचं जिणं माहीत असून चेष्टा करता व्हय?"

"ये चहा आण गं." रितेशजींनी घरात आवाज दिला.

"चहाचं राहू द्या शेठ. बरीच कामे आहेत. तेवढं दुकानातून ऑझिन्फॉसचा पाचशे ग्रॅमचा डबा काढून द्या."

"अहो पाटील, आज सुट्टीचा दिवस आहे."

"असू द्या सुट्टी, घरचेच दुकान आहे. सरकारी नोकरी थोडीच आहे?"

"आता तुम्ही म्हणताय तर काढून देतो. आधी चहा तर घ्या." निताताईंनी चहा आणून दिला.

चहा घेऊन दोघे दुकानावर आले. शेठजींनी दुकान उघडले. ऑझिन्फॉसचा पाचशे ग्रॅमचा डबा पाटलांकडे देत म्हणाले,

"पाटीलसाहेब, याबरोबर कोबीला चिलमिक्स कॉम्बी द्या."

"आता हे चिलमिक्स कॉम्बी कशासाठी?"

रितेशजींनी चिलमिक्स कॉम्बीचा डबा रॅकवरून काढला. आबा पाटलांना दाखवत ते म्हणाले,

"कोबीवर सारखा रोगाचा प्रादुर्भाव होतो ना म्हणून...ठिबकमधून किंवा फवारणी करून दोनशे लिटर पाण्यात दोनशे पन्नास ग्रॅम चिलमिक्स कॉम्बी दिल्यास फायदेशीर राहील. त्यामुळे पिकाची प्रतिकारशक्ती वाढून सतत पडणाऱ्या रोगापासून पिकाचा बचाव होईल." रितेशजींनी समजावले.

"काय असते यात?" आबा पाटीलांना सगळे समजवून घ्यायचे होते.

"हे ना? ॲमिनो ॲसिडवर आधारित सूक्ष्म अन्नद्रव्ययुक्त खत आहे. त्यामुळे पिकाची प्रतिकारशक्ती वाढते. वापरून तर बघा."

"शेठजी, तुमचा सल्ला नेहमी फायदेशीर असतो." डबा न्याहाळत पाटील बोलले, "द्या एक चिलमिक्सचा डबा वापरून तर बघतो."

"कसे वापरायचे याची माहिती मध्ये दिली आहे. वापरण्यापूर्वी पुन्हा एकदा नीट वाचून घ्या." म्हणत रितेशजींनी दोन्ही डबे पाटलांच्या हातात दिले.

“शेठजी, उधारी लिहून घ्या.”

“अहो पाटील, मागचीच उधारी बाकी आहे.”

“कोबी विकली की देऊन जाईन सगळी उधारी.” दोन्ही डबे हाताने सावरत आबा पाटील दुकानाच्या बाहेर पडले.

“अहो, सकाळी सकाळी बोहणी तर करा.” रितेशजी जरा कडक बोलले.

“ठीक आहे. धंद्याची सुरुवात उधारीने करू नये. हे घ्या शंभर रुपये.”

रितेशजींचा सुट्टीचा दिवस असला तरी औषधे घेण्यासाठी आलेल्या शेतकऱ्यांना ते परत पाठवीत नाहीत. खेड्यापाड्यातून गावकरी कामानिमित्त शिवापूरला येतात. ते कामात काम करून घेतात. आपला व्यवसाय शेतकऱ्यांवरच आहे. गिऱ्हाईक टिकलं पाहिजे. औषधे, बियाणे उधारीवर नेतात. माल विकला गेला की पैसे देऊन जातात. काही शेतकऱ्यांकडे उधारी वसूल करण्यासाठी तगादाही लावावा लागतो.

नोंदवहीत आबा पाटलांच्या खात्यावर उधारीची नोंद केली. सुट्टीचा दिवस असल्याने ते आज उधाऱ्या जमा करायला जाणार होते. आबा पाटलांच्या खात्यावर पाच हजार रुपये. वळवाडीच्याच दौलत पाटलांकडे खत गोण्यांचे वीस हजार रुपये. त्याच रस्त्याला वाडीच्या संजय पाटलांकडे बावीस हजार रुपये. शिंदखेडच्या सहकार कृषी सेवा केंद्रच्या आनंदा शेठकडे पन्नास हजार रुपये. उधारीचा आकडा त्यांनी नावापुढे लिहून घेतला. आज उधाऱ्या जमा करूनच आणतो असा विचार करीत रितेशजींनी दुकान वाढविले.

आजच्या कामाचा विचार करीत ते घरी आले.

“ओ पप्पा, उर्मिलाला काही सांगा ना!” पप्पांना दारात बघताच किरणने उर्मिलाची तक्रार केली.

“काय झाले?” दोघांकडे पाहत रितेशजींनी विचारले.

“मला बालहनुमान बघायचा आहे. ती चैनल बदलत नाही. तिला सांगा ना काही?” किरण वेडावाकडा होत हाताला झटका देत उर्मिलाच्या हातातला रिमोट हिसकावण्याचा प्रयत्न करीत बोलला. उर्मिला हात बाजूला नेत किरणला चकवत होती. रिमोट किरणच्या हाती लागू नये म्हणून प्रयत्न करीत ती बोलली,

“पप्पा, बालहनुमान ही मालिका टी. व्ही. वर पुन्हा लागेल. याला समजवाना...पप्पा सह्याद्रीवर आजपासून अमीरखानची ‘सत्यमेव जयते’ ही मालिका चालू झाली. स्त्री भ्रूणहत्येवर आधारीत ही मालिका आहे. आपल्याच उदरात वाढलेल्या आपल्याच रक्तामांसाचा गोळा गर्भात असतानाच कसा कुरतडून

फेकून देतात याचे वास्तव चित्रण या मालिकेत दाखविले आहे. बघा ना पप्पा, टी. व्ही. वर त्या महिलांची मुलाखत चालू आहे. मुलीला जन्म दिला म्हणून किंवा पोटात मुलीचा गर्भ वाढतो आहे म्हणून त्यांना त्यांच्या नवऱ्याने, कुणाच्या सासूने कसा त्रास दिला त्याचे वास्तव चित्रण दाखवले जात आहे. अतिशय संवेदनशील आणि वर्तमान स्थितीत अतिशय महत्त्वपूर्ण असलेल्या विषयावर काळजाचा ठाव घेणारा गंभीर कार्यक्रम चालू आहे. तुम्ही पण बघा ना पप्पा ही मालिका.''

''उर्मिला, तुला काय वाटते अशा कार्यक्रमातून स्त्री भ्रूण हत्या रोखली जाईल?'' रितेशजी उर्मिलाची मते नेहमीच अजमावून बघत. अशा चर्चेतून तिला दिशा देत. अधिक माहिती पुरवत. आत्ताही त्यांनी या निमित्ताने उर्मिलाला बोलते केले.

''पप्पा, जोपर्यंत डॉक्टरांचे गर्भलिंग तपासणीचे कारखाने चोरीछुपे चालू आहेत तोपर्यंत तरी ही भ्रूणहत्या पूर्णपणे रोखता येणे अशक्य आहे. जेव्हा कालांतराने मुलांसाठी मुली मिळणार नाहीत, एकेका घरात पांचाली नांदू लागली की मग हा समाज झोपेतून जागा होईल. तेव्हा मुलींचे महत्त्व कळेल आणि मग स्त्री जन्मोत्सव धडाक्यात साजरा करतील. आज समाजपरिवर्तन होत आहे. परंतु त्याला पाहिजे तशी गती मिळालेली नाही अजून.''

''तो काळ काही फार दूर नाही उर्मिला. आजच्या स्थितीलासुद्धा मुलांसाठी अनुरूप मुलगी मिळणे कठीण झालंय. बरं, तू मालिका बघ...मी येतो. मला जरा काम आहे.''

''पप्पा, तुम्हाला ना कधीच वेळ नसतो.'' उर्मिलाने तक्रार केली.

''अग आज सुट्टी आहे. उधाऱ्या जमा करून आणतो. गिऱ्हाईकांचे उंबरे झिजवल्याशिवाय वसुली होत नाही. तुमची मम्मी आहे ना तुमच्यासाठी वेळ द्यायला. पाहिजे त्या वस्तू वेळेवर घेऊन देतो ना...की...ती पण तक्रार आहे?''

''नाही हो पप्पा पाहिजे तेवढे पैसे देतात तुम्ही. कध्धी हिशोब पण विचारीत नाहीत. पण कधी कधी वाटते तुमच्याबरोबर लंगरला जावे, सायंकाळी फिरायला जावे. शाळेच्या कार्यक्रमांना आणि सभांना कधीतरी तुम्हीसुद्धा यावे. पण तुम्ही ना पप्पा, दुकान आणि तुम्ही. बस्स.'' उर्मिलाच्या बोलण्याकडे कानाडोळा करीत रितेशजी मधल्या रूमकडे जाता जाता म्हणाले,

''अगं, जाहिराती संपल्या. पुढचा कार्यक्रम चालू झाला बघ.''

'ओ पप्पा, 'बालहनुमान' लावायला सांगा ना....!'' किरण दोन्ही हातांनी

उर्मिलाच्या हातातला रिमोट बळ करून ओढत होता.

"तुला समजत नाही का? शांत बस पाहू!"

दोघांची झटपट चालू झाली. त्यांच्या ओरडण्याने नितातार्ई स्वयंपाकघरातून बैठकीत आल्या. किरणची समजूत घालून गप्प केले. "तुम्ही नेहमी उर्मिलाचेच ऐकतात." डोळे मुठीने चोळत किरण बाजूला झाला.

"अरे हो...पण...पप्पा आत्ताच घरात आले ना...शांतता ठेवा...नाहीतर पप्पा चिडतील बरं."

किरण तसाच मुसमुसत 'सत्यमेव जयते' संपायची वाट पाहात सोफ्यावर बसला.

रितेशजींनी बाहेर जायची तयारी केली तोपर्यंत नितातार्ईनी नाश्ता तयार केला. मुलांना नाश्त्याच्या डिश टी. व्ही. पुढेच आणून दिल्या. "अहो, नाश्ता घ्या." वाफाळणाऱ्या नाश्त्याची डिश पुढे करीत त्या म्हणाल्या. नोंदवहीतून डोके वरती करून त्यांनी नितातार्ईच्या हातातली डिश घेतली. "हल्ली ना तुमचं कशात लक्ष नसतं."

"काय करणार. उधाऱ्या वाढल्या आहेत. अलीकडे शेतकरी लोक सर्रास उधार मागतात. रोख गिऱ्हाईक कमी आणि उधारीचेच जास्त झालेत. हे बघ" नोंदवलेली टिपणं पुढे करीत रितेशजी बोलले, "वळवाडीच्या आबा पाटलांकडे वीस हजार. वळवाडीच्याच संजय पाटलांकडे बावीस हजार. दौलत पाटलांकडे वीस हजार. शिंदखेडच्या कृषी सेवा केन्द्रच्या आनंदाशेठकडे पन्नास हजार. अंबिका फर्टिलायझर्सच्या नवनाथ दौंडाकडे साठ हजार. कृषी सेवा केंद्रवाल्याने ज्वारीच्या एस. पी. व्ही. - ४३२ वाणाच्या पन्नास पिशव्या आणि भुईमुगाचे जेएल-२४ वाणाच्या पन्नास पिशव्या आणि सुपर फॉस्फेटच्या शंभर गोणी नेल्या आहेत आणि त्या अंबिकावाल्याने ट्रकभर युरिया नेला. लगेच बिल देतो म्हणाले, त्यांच्या दारात गेल्याशिवाय लवकर मिळणार नाहीत."

"तुम्ही उधारीत का देतात? किती वेळा सांगितले. धंदा कमी करा पण रोखीत करा. आमचं ऐकतं कोण?" नाश्ता करता करता चर्चा चालू होती.

"अगं, ते ही शेतकरी. आधी मातीत ओततात. राबराब राबून पिकं घेतात. पीक विकल्यावर पैसे आले की, प्रामाणिकपणे उधारी देऊन जातात. म्हणून मीही देतो ना..."

"म्हणून काय, एवढ्या उधाऱ्या थकवायच्या?"

'अगं, आपला व्यवसाय असा. शेतकऱ्यांवर आधारित. त्यांना रोखीत

घेणे जमत नाही. उधार दिले नाही तर दुसऱ्या दुकानातून माल घेतात. कुठेही जा. फर्टिलायझरचा व्यवसाय असाच चालतो. दरवर्षी लगेचच उधारी जमा होत होती. या वर्षी शेतकऱ्यांनी खूप कांदा पिकवला पण निर्यातबंदी झाल्याने कांद्याला योग्य भाव मिळाला नाही. या वर्षी पाऊसही जेमतेम पडला. शेतात पिकले तर उधाऱ्या वेळेवर वसूल होतील ना! जाऊ दे. माल तर दिला गेला. आता उधाऱ्या वसूल करायच्या कामाला लागतो.''

''तुमची तर मला घरात काहीच मदत होत नाही. सुट्टीच्या दिवशी तरी मुलांचा अभ्यास बघत जा.''

''मुले करतात ना अभ्यास! तू उगीच त्यांचं अभ्यासाचं टेन्शन घेतेस.''

''उर्मिला करत असते न सांगता अभ्यास. किरणला सारखे अभ्यासाला बस म्हणून सांगावे लागते. एकदाच वाचतो. सगळे लक्षात ठेवतो. पण पाहिजे तशी बैठक नाही ना! हुशार असून काय उपयोग?''

''असू दे गं. किरण सांभाळेल दुकान. उर्मिलाला आपण डॉक्टर बनवू. तिचा तसा ॲटीट्यूड पण आहे.''

''डॉक्टर बनवायचे तर लक्ष द्यायला नको का?''

''तू आहेस ना लक्ष द्यायला.''

''हो, मी तर आहेच. तुम्हालाही वेळ मिळाला असता तर, अधिक चांगले.''

''अगं, कोचिंग क्लासेस लावून दिलेत ना त्यांना. कशाला उगीच टेन्शन घेते.'' रिकामी झालेली डिश टेबलावर ठेवत रितेशजी बोलले.

''चल, चहा दे पटकन. वळवाडीला जाऊन येतो.''

''जा पण...जेवायला वेळेत घरी या. मुले वाट बघतात. तुम्हाला यायला उशीर झाला की उर्मिलाचे सारखे चालू होते, 'सांग ना मम्मी पप्पा केव्हा येतील.' ''

''हो. तिची ही लहानपणापासनूची सवय लक्षात आहे माझ्या.''

रितेशजी बोलत बोलत बाईकची चावी घेऊन घराबाहेर निघाले.

''पप्पा, टाटा.'' किरणने हात हलवून टाटा केला.

''पप्पा, लवकर या बरं का! सायंकाळी लंगरला बरोबर जाऊ आपण.'' किरणच्या बोलण्याकडे रितेशजींचे लक्ष नव्हते. बाईक स्टार्ट करीत ते किरणला म्हणाले.

''अरे, अभ्यास कर आणि मम्मीला जास्त त्रास देऊ नकोस हं.''

वळवाडीला जाताना आधी कन्हेरी गाव लागते. कन्हेरीच्या 'अंबिका फर्टिलायझर्सच्या' नवनाथ दौंडकरांकडे आधी जावे. असा विचार करून त्यांनी कन्हेरीच्या दिशेने बाईक वळवली. अंबिका फर्टिलायझर्सने आठवड्यापूर्वी ट्रकभर युरिया गोणी नेला आहे. बघू किती वसूल होतात ते असा विचार करीत फर्टिलायझरच्या समोर येऊन गाडी थांबवली. नवनाथ दौंडकर फर्टिलायझर्समध्ये खुर्चीवर आरामशीर बसले होते. रितेशजींची गाडी बघताच खुर्चीवरून उठत पुढे आले. त्यांना हात जोडून नमस्कार केला.

"या...या...गिलाणीशेठ. नमस्ते."

"नमस्ते. काय एकटेच बसलात दुकानात?" दुकानाच्या पायऱ्या चढत दौंडकरांचा हात हातात घेत रितेशजी बोलले.

"काय करणार? धंद्याचा सीझन नाही. रिकामे बसून राहावे लागते दुकानात. दरवर्षी पाऊस चांगला पडायचा. विहिरींना पाणी राहायचे, त्यामुळे रब्बी पिके चांगली होत होती. धंदाही चांगला होता. उधारीत कमी शेतकरी घेत. रोखीत धंदा व्हायचा. दोन वर्षापासून पाऊस चांगला पडला नाही. विहिरींनाही पाणी नाही. त्यामुळे उधाऱ्या वाढल्या. पैसे वेळेवर वसूल होत नाहीत. 'शेतात पिकू दे, मग उधारी न सांगता देऊन जातो' हेच सगळ्यांच्या तोंडी. धंद्याचे काही खरं राहीलं नाही बघा शेठ."

"धंद्याला चिकाटी असावी लागते दौंडकर. कोणताही व्यवसाय करायचा तर चोवीस तास व्यवसायाला वाहून घ्यावे लागते. धंदा म्हणजे काही सहा तासांची सरकारी नोकरी नाही. वेळ संपला की काम संपले. व्यावसायिक चोवीस तास बांधलेला असतो. इथे वेळेचे काही बंधन नाही. रिकामे बसण्यापेक्षा अधूनमधून शेतकऱ्यांकडे जाऊन उधारी वसूल करून आणायची. दुकानात बसून कशी काय वसुली होईल? मुलाला दुकानात बसवून तुम्ही जरा फिरून यायचे ना!"

"तसे मी जाऊन येतो. पुन्हा पुन्हा जायला लाज वाटते. फर्टिलायझरच्या धंद्याचं काही खरं राहिलं नाही बघा शेठ. काही शेतकऱ्यांकडे पैसे असले तरी पूर्ण उधारी देत नाहीत. काहीही अडचणी सांगतात. अलीकडे शेतकरी फार बनेल झाला. सगळे दुकान उधारीवर."

"चालायचंच."

"कधी कधी वाटते, दुकान बंद करून टाकावे."

"असा टोकाचा विचार करून कसे चालेल? व्यवसाय आहे. चिकाटीने

करायचा. तसे व्यवसायाला फार वाईट दिवस नाही आलेले दौंडकर, जरा हुशारीने व्यवसाय करायचा. नाहीतर हे उधारीवाले आपल्याला संपवतील बघा.''

''अहो, हे शेतकरी इतके बनलेले- उधारीत माल दिला तर ठीक, नाहीतर चालले दुसऱ्या दुकानात. इथे नाही तर दुसऱ्या दुकानात माल खरेदी करतात. धंद्यातही स्पर्धा वाढली. गिऱ्हाईक टिकविण्यासाठी उधारीत माल द्यावाच लागतो आणि हे ओळखीचे शेतकरी किंवा नातेवाईक आहेत ना...त्यांच्यापुढे तर डोके काही काम करेनासे होते. सरळ म्हणतात, नातेवाईक असून काय उपयोग? जसा काय हा सर्व माल माझ्या घरी तयार होतो. पावसाळ्यात तुमच्याकडून आणलेला लाख रुपयाचा ट्रकभर युरिया गोणी चार दिवसात संपला. लाख रुपयातले फक्त तीस हजार रुपये हातात आले. बाकी धंदा उधारीत झाला. तुम्हाला परत परत फिरविणे मलाही बरे वाटत नाही बघा शेठ.''

''दौंडकर, मलाही कंपनीला बिल अदा करावे लागते. तुमची जी व्यथा तीच माझी कथा. तुमच्याकडे साठ हजार रुपये बाकी आहेत. मला कंपनीचे बिल द्यायचे आहे तेव्हा...बघा...सगळे पैसे देऊन टाका.''

''सध्या हे वीस हजार घ्या. तुमच्यासाठी बाजूला काढूनच ठेवले होते. उद्याकडे द्यायला दुकानावर येणारच होतो. शिवापूरला काम आहे थोडे. यायचेच आहे. बाकी चाळीस हजार रुपये येऊन देऊन जाईन. तुमच्या पैशांची मला काळजी आहे शेठ.'' ड्रॉवरच्या लॉकरमधून वीस हजारांचे बंडल काढून रितेशजींच्या हातात देत दौंडकर म्हणाले.

''काय दौंडकर, सगळी रक्कम देऊन टाका. मला कंपनीचे बिल द्यायचे आहे. मलाही अडचणी आहेत.'' पैसे मोजता मोजता रितेशजींनी सांगितले.

''दोन दिवस सांभाळून घ्या शेठ. वसुली झाली की, उद्या परवा दुकानावर येऊन देऊन जाईन.''

''किती सांभाळायचे दौंडकर? तुमच्यामुळे माझाही धंदा उधारीत चालला. मी तुमच्या सगळ्या अडचणी ऐकून घेतो. समजून घेतो. कंपनीवाले असे समजून घेतात का? त्यांना त्यांच्या मुदतीत बिले पाहिजे असतात. जरा आमचाही विचार करा. असे दुकानात नुसते बसून उधाऱ्या जमा होतील काय?''

''काय सांगावे आता?''

''काही सांगू नका. दोन दिवसात दुकानावर येऊन तेवढी उरलेली रक्कम देऊन जा.'' रितेशजी दुकानाच्या पायऱ्या उतरताना दौंडकरांना बजावून गेले.

रितेशजी बाईक घेऊन पुढच्या गिऱ्हाईकाच्या रस्त्याला निघाले. त्यांच्या

पाठमोऱ्या आकृतीकडे बघत उधारी कशी जमा करायची याचा विचार करीत दौंडकर खुर्चीवर येऊन बसले.

रितेशजींची बाईक संजय पाटलांच्या घरापुढे येऊन थांबली. संजय पाटील लिंबाच्या झाडाखाली खाट टाकून निवांत बसले होते. मोठ्या कौलारू घरापुढच्या मोकळ्या जागेत लिंबाची मोठी मोठी झाडे होती. झाडांची सावली आणि येणारा थंडगार वारा अंगाला चाटून जाताना प्रसन्न वाटत होते. जनावरांच्या गोठ्यावरही झाडांची सावली पसरली होती. गोठ्यात दोन बैल, दोन म्हशी, एक पारडू बांधलेले. गव्हाणीतला सुका कडबा खाऊन जनावरे रवंथ करीत होती. गोठ्याच्या आडव्या बाजूला कांद्याची मोठी पत्र्यांची चाळ. चाळीत लालचुटुक कांदा तटतटून साठवलेला, घरासमोरून जाणारी छोटी पायवाट. पायवाटेपासून फर्लांगभर अंतरावर संजय पाटलांचं शेत. पायवाटेच्या कडेला सिमेंटच्या कंगाऱ्यांची बांधीव विहीर. शेतात साधारण दोन एकर क्षेत्रात डाळिंबांची हिरवीगार बाग. बागेत सरळ रेषेत ठिबकसिंचनच्या नळ्या पडलेल्या. बाकी शेत नांगरून काळी ढेकळं विखुरलेली. शेतातच थोड्या अंतरावर मोठ्ठा चौकोनी खड्डा. खड्ड्याच्या बांधावर जाळीचे कंपाउंड दिसत होते. बहुतेक ते शेततळे असावे. एका दृष्टीक्षेपात संजय पाटलांचे घर, परिसर आणि शेतीसुद्धा दिसत होती. निसर्गरम्य टुमदार कौलारू बंगला आणि परिसर सुंदर वाटत होता.

रितेशजींची गाडी घरापुढे येताच संजय पाटील खाटेवर सावरून बसले.

"या. या. गिलाणीशेठ...राम राम...या बसा..." म्हणत रितेशजींना खाटेवरच बसायचा इशारा केला.

"सायली, पाणी आण गं." त्यांनी मुलीला घरात ऐकू जाईल असा मोठ्ठ्याने आवाज दिला.

पाण्याचा तांब्या ग्लास घेऊन संजय पाटलांची आई बाहेर खाटेजवळ आली. रितेशजींना पाण्याचा ग्लास देता देता तिने पाटलांना विचारले,

"संजू, पाव्हनं कोन हाय रे?"

"अगं आई, शिवापूरचे गिलाणीशेठ आहेत ते. सगळं बी-बियाणं, खते औषधे यांच्याकडूनच आणतो मी. मोठ्ठं दुकान आहे त्यांचे. चहा ठेवायला सांग घरात."

दोघांना पाण्याचे ग्लास देऊन म्हातारी खाटेजवळच बसली. हाताने डोक्यावरचा पदर सावरत बसता बसता नातीला हाक मारली. "सायले, पाव्हणं आलं. चहा ठिव. आन बाहेरच घिउन ये."

''आज फार निवांत बसलात.'' खाटेवर बसत रितेशजींनी पाटलांना विचारले. ''कौलारू घरात गरम होते. इथे झाडाखाली लिंबाच्या थंडगार सावलीत बरे वाटते. उष्णतेने घरात जिवाची लाही होते. ऊन वाढले की बसतो झाडाखाली खाट टाकून. ढोरागुरांवर लक्ष राहते इथून.'' पाटलांनी सांगितले.

''सध्या निवांतच हाये. शेतात कामं नाहीत. बसायचंच काम आहे. हातपाय आवरून. पाणी पाऊस असला तर येळ मिळत न्हाई. आन् पाणी नसलं त् येळ जात न्हाई. तो वरचा ठेवील तसं राहायचं, दुसरं काय?'' म्हातारी आभाळाकडे हाताने इशारा करीत म्हणाली.

म्हातारीचा मूड बघून रितेशजी जरा शांत बसले. समोरच डाळिंबांची हिरवी बाग दिसत होती. बागेकडे बघून रितेशजींनी विचारले.

''बाग फार जोरात दिसतो पाटील. चांगली फुलं, कळ्या लागली आहेत. वीस-पंचवीस लाख सहज देऊन जाईल.''

''हां, बाग चांगला आहे. मागच्या उन्हाळ्यात शेततळे खोदून घेतले म्हणून बरे झाले. ठिबकने पाणी पुरवून निदान बाग तरी धरता आला. बाकी शेत नांगरून काळी ढेकळं पडलीत बघा शेतात. ह्या वर्षी फक्त डाळिंबाचा बाग आहे. बाकी शेत कोरडेच आहे. शेततळे केले म्हणून जनावरांना पाणी आणि बाग आहे.''

''शेततळे कधी खोदले?'' काहीतरी बोलायचे म्हणून रितेशजी बोलले.

''मागच्या वर्षी खोदले बघा शेठ. एक लाख वीस हजार रुपये लागले. त्यातले सत्तर टक्के अनुदान सरकार देते. आधी खर्च आपल्याला करावा लागतो.''

''सायेब, सगळं सारखंच पडतं बगा. शेततळे खोदलं, ते पावसाच्या पाण्यानं काही भरलं नाही. तेवढा पाऊस पडला नाही. कसं भरंल ते तरी? पण पावसाळ्यात विहिरींना भरपूर पाणी उतरतं. विहिरीचं पाणी मोटारीनं उपसून शेततळ्यात टाकायचं. काही पाणी टँकरनं वाहून आणलं. आन् शेततळ्यात टाकलं तवा ते भरलं. विहिरीचं पाणी उपसून टाकायचं म्हणजी पुन्हा लाईट बिल वाढतं. ह्या खेपेला लई लाईट बिल आलं होतं. किती रे संजू...? सरकारचं काय एका हाताने द्यायचं आन् दुसऱ्या हातानं घ्यायचं. शेततळ्याला सरकार पैसे देतं म्हणं. पण कधी देणार? तोपर्यंत घरातूनच पैसा टाकावा लागतो ना.'' म्हातारी चर्चेत सामील झाली. ''पैसे मिळतील गं आई. इतर शेतकऱ्यांना मिळाले. आपण प्रकरण उशिरा केले म्हणून वेळ लागला. पण शेततळ्याचे बरे झाले

बुवा...डाळिंब बाग धरता आला. गोठ्यातल्या जनावरांना चारा करता आला. नाहीतर उन्हाळ्यात पाण्याचे फार हाल होतात. जनावरांना पाजायला पाणी राहत नाही. पिके तर पाण्याअभावी सोडून द्यावी लागतात. घरातही हात आखडता घ्यावा लागतो. सरकारी योजना आहे म्हणून शेततळे करता आले. शेतकऱ्यांसाठीच्या सरकारी योजना खूप चांगल्या आहेत. त्यांचा लाभ घेता आला पाहिजे.''

''सरकारी योजना हिताच्याच असतात, लाभ घ्यायलाच पाहिजे.''

''ह्या कांदाचाळीलाबी सरकारी अनुदान मिळालं व्हतं सायेब. तवा कुठं ही चाळ उभी राहिली. नाहीतर शेतकऱ्याला काही शक्य होत नाही. मातीचा पैसा करायचा आन् परत तो मातीतच ओतायचा. लई उनंतानं सोसावं लागतं. मातीत खुरडावं लागतं. मातीमधी घुशीसारखं जलमभर कोरत बसायचं. इळ्यानं शेत निंदून ह्या बोटांची टोकं बधिर झाली. दाना मातीत टाकल्यापासून घरात येईपर्यंत चार चार येळा परतेक झाडाला हात लावावा लागतो. आधी झाडाच्या मुळाशी जीव गाडायचा, तवा त्या झाडाला दाणा लटकतो. मातीला येडं बळ दाखवावं लागतं सायेब. शेतीचा धंदा काही खरा नाही. ह्या डाळिंब बागाला किती येळा फवारा मारला तवा तो डोळ्याला चांगला दिसतो. फवाऱ्याच्या नळ्या वढून वढून हे दंड जाम व्हवून जात्यात.'' हाताने दंड दाबत म्हातारी सांगत होती.

''पाटील, कांद्याची चाळ अजून भरलेली आहे.'' म्हातारीकडे लक्ष न देता रितेशजींनी विचारले.

''कांद्याचं पीक लई येड्यावाणी झालं बघा. पण कांद्याला भाव नाही. कांद्याला भाव आला की मग काढू...चाळ हवेशीर आहे म्हणून टिकतो कांदा दोन दिवस जास्त. तरीही त्यात किती कांदे सडतील, वजनात किती घट होईल, भाव काय मिळेल अन् पदरात काय पडेल, ते आज काही सांगता येणार नाही. भाव वाढला म्हणजे काढून टाकू चाळ. तुमची पण उधारी द्यायची आहे. माझ्या लक्षात आहे.''

''देऊन टाका. उधारी घ्यायलाच आलो मी.''

''कांदा विकू द्या. मग लगेच देऊन टाकतो.''

''माझ्याकडे पण कंपनी मालकाने तगादा लावला आहे. त्याचे बिल द्यायचे आहे. मलाही फार अडचणी आहेत...''

रितेशजींचे वाक्य मध्येच तोडत सरसावून बसत म्हातारी बोलली,

''आवो सायेब, काय सांगावा तुमाला. मागंच्या आठवड्याला विहीर उकरली, गाळ काढला. शेतीच्या कामाला लई पैसा लागतो. वक्ताला कोठून

आणायचा पैसा? आयत्या वेळेला काहीबी परसंग पुढे येऊन उभा राहतो बघा. सालदाराकडे पंधरा हजार रुपये घेणे हाय. गेला तो पळून. कुठं शोधायचा त्याला. सापडला तरी तो पैसं देणार न्हाई. आन ते बगा, ते गोठ्यात ल्हानं पारडू दिसतं ना!'' गोठ्याकडे हात दाखवत म्हातारी बोलत होती, ''त्याची माय जनता जनता मेली. लय अवकळा झाल्या तिच्या. डॉक्टरबी आणला पण म्हैस काही हाती लागली न्हाई. नव्वद हजाराची काठेवाडी म्हैस व्हती. आसं नुकसान होतं, कोणाला सांगणार?''

तेवढ्यात सायली हातात चहाचा ट्रे घेऊन आली.

''सायेब, च्या घ्या.'' सायलीने सगळ्यांना चहा दिला.

''सायेब, घ्या एवढ्या वक्ताला सांभाळून. कांदे इकले का पैसे मिळून जातील. आमी कुठं जाते, पळते हाय.'' चहाचा कप तसाच हातात ठेवून म्हातारी बोलली.

''आजी, मला पण अडचण आहे. कंपनीचे पैसे द्यायचे आहेत...'' रितेशजी.

''शेठजी तुमचे पैसे कधी बुडवले आहेत का? ह्या वर्षी पाणी पाऊस चांगला झाला नाही म्हणून पिकांना पाण्याची टाच बसली. विहिरीच्या पाण्यावर बी मातीत टाकले तर बेमोसमी पावसाने पिकावर रोग पडला. पाऊस आला तो बी असा अधीमधीच. पिकांचे नुकसान करायला किती फवारे मारले तरी बदलत्या हवामानामुळे हातापदराशी आलेले पीक रोगामुळे घटले. आता हा बाग आहे तेवढा. बघू, त्याचे किती पैसे होतात. त्याआधी हे कांदे विकले की लगेच पैसे देतो तुम्हाला.''

काय बोलावे रितेशजींना सुचत नव्हते. ''अहो, बघा जरा बँकेत पैसे असतील.''

''शेतकऱ्यांचे पैसे बँकेत किती राहणार सायेब? आन् शिल्लक तरी किती हाये. शेतीच्या धंद्याला रोजचा पैसा मातीत घालावा लागतो. आन हा मजूर शेतकऱ्याला वरती येऊ देत नाही. एका दिवसाच्या कामाचे दोनशे रुपये घेतात. तरीबी लई रावण्या कराव्या लागतात. मजूर मिळत न्हाई. लांबून लांबून माणसं आणावी लागतात. त्यांची तलफ पुरवावी लागते. लई मुजोर झालाय मजूर. काम केलं न्हाई तरी लई नमून बोलावं लागतं धन्याला. आमचं दुःख तुम्हाला नाय समजायचं सायेब. आमचा पैसा मातीत असतो. मातीची मशागत करून परत मिळवायचा असतो. बँकेत कशाचा पैसा? पाऊस न्हाई म्हणून हाताला काम

नाय. सगळी आबाळ झाली. नायतर आमाला कुठं येळ हायं आसं रिकामं बसायला.''

''ते खरं आहे आजी. माझाही धंदा तुमच्यासारखाच आहे. खूप उधाऱ्या थकल्या आहेत. कसं परवडेल? आम्हालाही पोटपाणी असतं ना आजी?''

''शेठजी, मी सांगतो ना तुम्हाला. थोड थांबा, कांदा विकला की लगेच देतो.''

रितेशजींचा आता नाईलाज झाला. दुपारची वेळ होत आली होती. उन्हं तापत होती. पोटात भूक लागली होती. अजून दोन ठिकाणी जायचे होते. जास्त वेळ न घालवता ते खाटेवरून उठले. जाता जाता परत संजू पाटलांना सांगितले.

''पाटील, बघा तेवढं. परत चक्कर मारायला लावू नका.''

''देतो...देतो...''

रितेशजी बाईक स्टार्ट करून जरा नाराजीनेच निघाले. इथून शिंदखेड साधारण सात आठ किलोमीटर. आधी 'सहकार कृषी सेवा'च्या आनंदाशेठकडे जावे. त्याच्याकडे पन्नास हजार घेणे आहेत. मग पुढचे पाहू. असा विचार करून रितेशजी शिंदखेडला 'सहकार कृषी सेवा'कडे निघाले.

दुपारचे बारा वाजत आले होते. उन्हाचा चटका असह्य होत होता. रखरखीत उन्हातून चालताना उन्हाच्या गरम झळा अंग शेकून काढीत होत्या. पांदीतल्या रस्त्याच्या शॉर्टकट घेऊन दगडमातीच्या ओबडधोबड कच्च्या रस्त्यावरून रितेशजी शिंदखेडच्या दिशेने निघाले.

शिंदखेड पूर्वी वतनदारांचे गाव. गावात दगडी जाड भिंती असलेली मोठी मोठी घरे. गावात प्रवेश करण्यासाठी पूर्वीच्या काळात बांधलेले घडीव दगडी पाट्यांचे भक्कम प्रवेशद्वार. प्रवेशद्वाराच्या कमानीवर लाकडात कोरीव काम केलेले मोठे खांब. जाड फळ्यांचा दरवाजा. दरवाज्यावर पितळी खिळ्यात कोरीव काम केलेल्या मोठ्या फिरक्या. अतिशय जड असणारा हा दरवाजा एकट्या माणसाच्याने उघडला जात नाही. हल्ली दरवाजा नेहमीच उघडा असतो. समोरचे रामेश्वराचे जागृत देवस्थान. या प्रवेशद्वारातून सगळ्यांचे लक्ष वेधून घेतो. देवस्थानच्या डाव्या बाजूला आनंदशेठचे 'सहकार कृषी सेवा केंद्र.'

शिंदखेडच्या प्रवेशद्वारात रितेशजींनी प्रवेश करताच त्यांच्या ओळखीचा दत्तू शेलार दरवाजातून बाहेर पडताना त्यांना दिसला. रितेशजींना बघून दत्तू शेलार थांबला. रितेशजींची गाडी थांबवत नमस्कार केला. रितेशजींनी गाडी बंद न करता थांबवली. त्यांनीही दत्तूला हात उंचावून नमस्कार केला.

"वसुलीला निघाले काय गिलाणीशेठ?"

"हां, यावे म्हटले चक्कर टाकून."

"या..ना...मग चला. घरी जाऊन चहा घेऊ."

"नका...नका...चहाचे राहू द्या. उन होत आले. घरी जायचे आहे. घरी वाट बघत असतील."

"तुमची इच्छा...पण पुढच्या वेळेला नक्की या हं."

"हो...हो...नक्की येईन. बाकी काय मजेत ना?"

"हो...मजाच म्हणायचे. आपण मानले तसे असते बघा. मजेत आहे सगळं."

"येतो मग..." म्हणत रितेशजींनी गाडीची मूठ पिळली.

प्रवेशद्वारात रितेशजी दत्तू शेलारशी बोलताना आनंदशेठला दुकानातून दिसले. आनंदशेठचे दोन मजली घर. वरच्या मजल्यावर ते स्वत: राहातात. खाली रस्त्याकडे तोंड करून मोठा गाळा काढलेला. या गाळ्यात त्यांचे 'सहकार कृषी सेवा केंद्र' आहे. गाळ्याला जोडून मागच्या बाजूला गोठा. हे त्यांचे गोडाऊन. खताच्या गोण्या ते इथेच साठवतात. दुकानाचा गाळा आणि गोडाऊनच्या मध्ये असणाऱ्या स्पेसमध्ये वरच्या मजल्यावर जाण्यासाठी जिना.

रितेशजी प्रवेशद्वारात थांबलेले दिसताच आनंदशेठ भरभर जिना चढून वरती गेले. मुलाला हाक मारली.

"वैभव, रितेश सेठ उधारीचे पैसे घ्यायला इकडेच येत आहेत. तू दुकानात जाऊन बस. ते आले की मला विचारतील. मी गावाला गेल्याचे सांग. कळलं? तू ओळखतो ना त्यांना?"

"हो. पप्पा ते नेहमी आपल्याकडे येतातना. मी ओळखतो त्यांना."

"ठीक आहे, जा आणि सांगितलेले लक्षात ठेव."

"यस पप्पा." म्हणत चौदा वर्षाचा आठवीत शिकणारा वैभव एका फलांगीत दोन दोन पायऱ्या करीत जिना उतरला. काऊंटवर येऊन तिथे ठेवलेल्या कॉम्प्युटरवर गेम खेळत बसला.

दुकानाच्या पायरीजवळ गाडी लावून रितेशजी दुकानाच्या पायऱ्या चढून दुकानात आले. उन्हातून आल्याने अंगाची लाही झाली होती. अंगातून निघणाऱ्या घामाच्या बारीक बिंदूंनी चेहरा ओलसर झाला. खिशातून रुमाल काढून चेहऱ्यावरचा घाम पुसला. पंख्याच्या हवेच्या झोतात उभे राहत घाम पुसता पुसता ते वैभवला म्हणाले.

"काय वैभव, काय चालले?"

"गेम खेळतोय अंकल." नजर न हलवता वैभवने उत्तर दिले.

"अभ्यास काय म्हणतो?"

"चालू आहे." बेफीकीरपणे कॉम्प्युटरवर गाड्यांची धडक देत वैभवने सांगितले.

"पप्पा काय करताहेत?"

"अंकल, पप्पा सकाळीच गावाला गेलेत."

"कोणत्या गावाला? काय काम होते?"

"मला नाही सांगता येणार अंकल, मी क्लासला गेलो होतो." वैभव थोडेही विचलित न होता खोटे बोलला.

"केव्हा येतील?" असे विचारीत रितेशजींनी खिशातून मोबाईल काढला. नंबर फिरवून फोन लावला.

"हॅलो."

"हॅलो, नमस्कार शेठ." पलीकडून आवाज आला.

"कुठे आहात?"

"काय नाही, आज जरा उंबर्ठीला काम होते. नातेवाईकाकडे आलोय. बोला, काय आठवण केली?"

"मी दुकानात आलो आहे. 'सहकार कृषी सेवा'मध्येच उभा आहे."

"केव्हा...आत्ता आलेत का? चहा वगैरे घ्या. मग जा. मी फोन करून सांगतो तिला."

"चहा नको शेठ. मी उधारी घ्यायला आलोय. तुम्ही केव्हा येताहेत ते सांगा."

"मला यायला उशीर होईल. सायंकाळ तरी होईल. शेठ, तुम्ही पैशांची चिंता करू नका. उद्या, परवाकडे दुकानात येऊन देऊन जाईन."

"नक्की?"

"हो...हो...नक्की. मी पैसे कधी ठेवलेत का शेठ? मला जास्त दिवस कुणाचे पैसे ठेवायला आवडत नाही. तुम्ही निश्चिंत राहा. मी उद्या परवा येऊन देऊन जातो."

मोबाईल बंद करून रितेशजी आल्या पावली परत निघाले. वैभव गालातल्या गालात हसत त्यांच्याकडे बघत राहिला.

●●●

"चल...ताट कर बघू...खूप भूक लागली आहे." ओले हात पाय टॉवेलने पुसत रितेशजी डायनिंगवर येऊन बसले.

"उर्मिला...किरण...अरे जेवायला चला." रितेशजींनी पोरांना हाक मारली.

"अहो...किरण जेवण करून क्लासला गेला आहे. उर्मिलाची सायंकाळी काव्यलेखन स्पर्धा आहे. वरच्या रूममध्ये कवितेच्या ओळी जुळवत बसलिये. तुम्हाला यायला उशीर झाला. वाट पाहिली. मग दिले पोरांना जेवू घालून." डायनिंगवर दोन ताटे मांडत नीताताईंनी सांगितले.

"उर्मिलाची कसली स्पर्धा आहे?"

"साहित्यायन, साहित्य मंडळाने स्वलिखित काव्यलेखन स्पर्धा आयोजित केल्या आहेत. आज सायंकाळी पाच वाचता स्पर्धा आहेत. ती स्पर्धेसाठी नवीन कविता लिहिते आहे. कसले वेड ह्या पोरीला काही कळत नाही. बोलता बोलता काव्यपंक्ती तयार करते." जेवता जेवता श्री व सौ. गिलाणी चर्चा करत होते.

"अगं...लिहू दे...तिच्यात आहे ना तेवढी प्रतिभाशक्ती, सृजनशीलता. हा फार चांगला छंद आहे. लेखनामुळे शब्दसंपत्ती वाढते. विचारांना दिशा मिळते. योग्य विचार करण्याची सवय लागते. माणूस सतत चांगल्या विचारात रमतो. मुख्य म्हणजे लेखनामुळे वाचन वाढते. वाचन म्हणजेच ज्ञान समृद्धी. असते एकएकाला आवड. तिच्या कल्पनाशक्तीचा अविष्कार करू दे तिला."

"हो, पण एखादा शब्द अडला तर माझे किती डोके खाते. तुम्हाला तर काय वेळच नाही. पोरांच्या प्रश्नांची उत्तरे देताना मलाही अपडेट राहावे लागते. माझी काय तारांबळ होते ते तुम्हाला काय कळणार?"

"मला वेळ नसतो. तू तर लक्ष देते ना..."

"हो...पण माझ्यासाठी तरी कुठे असतो तुमच्याकडे वेळ?" नीताताईंनी बरोबर संधी साधली.

"अगं, आपण आत्ता बरोबर जेवण घेत आहोत. गप्पा करीत आहोत. आत्ता ह्या क्षणी मी तुझाच आहे ना...? उगीच खोटं काहीतरी..." नीताताईंच्या नजरेत रोखून पाहत जेवता जेवता रितेशजी बोलले. "हे बघ, आतासुद्धा माझ्या डोळ्यात तूच दिसते की नाही, बघ तर."

"चला...तुम्ही ऐकून घेतलंय का कधी." ताटात भाजी-पोळी वाढता वाढता गप्पा आणि जेवणं चालली.

जेवणं आटोपली तेव्हा दुपारचे दोन वाजत आले. जेवण करून रितेशजी बैठकीत सोफ्यावर येऊन बसले. टीपॉयवर वर्तमानपत्र पडलेले होते. वर्तमानपत्र

हातात घेऊन वाचता वाचता त्यांना थोडं झोपावसं वाटलं. पेपर तसाच बाजूला ठेवून ते सोफ्यावर लोळणार तेवढ्यात उर्मिला कवितांचे कागद हातात घेऊन हॉलमध्ये आली. कागद रितेशजींकडे देत ती उत्साहाने म्हणाली,

"पप्पा...पप्पा...यातली कोणती कविता चांगली आहे? सांगा ना."

"का...गं...आज काय कविता लिहायचा मूड आला?"

"पप्पा, आमच्या शाळेत की नई 'साहित्यायन' या साहित्यिक संस्थेमार्फत स्वलिखित काव्यवाचन स्पर्धा आहे. साहित्यायनचे अध्यक्ष माजगांवकर दादा, प्राचार्य दिलीप धोंडगे, प्राध्यापक श. क. कापडणीस सगळे येणार आहेत. पप्पा, तुम्ही पण या बरं का. स्पर्धेत बक्षीसं पण आहेत. मी ८ वी ते १२ वी च्या मोठ्या गटात भाग घेतला आहे. पप्पा, बघा ना. कोणती कविता चांगली वाटते?" कवितेचे कागद पुढे करीत उर्मिला रितेशजींजवळ बसली.

रितेशजींनी दोन्ही कविता वाचून बघितल्या. एक पावसाची आणि दुसरी बहुधा तिच्यावरच असावी.

"अगं...पाऊस काय, कॉमन विषय आहे."

"पप्पा...मग ही दुसरी कविता कशी वाटते?"

"तूच वाचून दाखव पाहू."

रितेशजींच्या जवळ बसत तिने कागदावरची कविता वाचायला सुरुवात केली.

"पप्पा, ऐका हं, कवितेचं शीर्षक आहे 'मी'."

" 'मी' म्हणजे तुझ्यावरच लिहिली की काय?"

"पप्पा, कवी जे लिहितो ते अनुभव असतात. ते सगळं लेखन स्वत:वरच असते असे नाही. मला सहज सुचले म्हणून लिहिते. बस्स. फक्त एक कविता म्हणून तुम्ही तिच्याकडे पहा. कवितेत मला शोधू नका." उर्मिलाच्या बोलण्याकडे रितेशजी कौतुकाने पाहत होते उर्मिला कविता वाचू लागली.

तुम्हीच पेरली स्वप्ने सगळी
रंगही भरले वेळोवेळी
माझ्यातील 'मी'पण आता
उडते आहे निळ्या नभाळी
नील अंबरी शब्द चांदणे
लुकलुकणारे सूर तराणे
शब्दांचेही होऊन रावे
चोचीमधले सुरेल गाणे

राव्यांची मैफल सजते
तेजाळीत ज्ञानाच्या वाती
ज्योतीसम 'मी'पण झिजते
उजळून अंधाराच्या राती
कधी झिजावे कधी विझावे
अशी ना 'मी' पणती
अन्यायाच्या गाभाऱ्यातून
उजळू दे तेजोमय वाती ।

"उर्मिला, छान लिहितेस हं. तुझं सादरीकरणही चांगले आहे."

"तुम्हीच तर अगदी लहान असल्यापासून मार्गदर्शन केले. म्हणून माझ्यातील प्रतिभेला योग्य दिशा मिळाली. पप्पा, तुम्ही खरचं ग्रेट आहात बरं का...तुम्हाला आणखी वेळ मिळाला असता ना...काय...काय शिकून घेतले असते मी तुमच्याकडून." उर्मिला अभिमानाने सांगत होती.

"मी जास्त लक्ष घातले असते ना तर तू ऐतोबा झाली असतीस. सगळं माझ्याकडून करून घेतले असते." उर्मिलाचा गाल पकडून रितेशजींनी पोरीचं कौतुक केले. "स्वप्रयत्नातून अधिक शिकतो माणूस. तू प्रयत्न करते म्हणून तुला जमते. कळले?"

"पप्पा, तुम्ही सायंकाळी याल ना....कार्यक्रमाला?"

"मम्मीला घेऊन जा बेटा...मला थोडं काम आहे."

"पप्पा, तुम्ही कधीच येत नाहीत बरं का. शिक्षक-पालक मेळाव्यालासुद्धा तुम्ही आले नाहीत. तुमचं आपलं एकच उत्तर- मला वेळ नाही. ते काही नाही पप्पा- पुढच्या महिन्यात आमचे फेस्टिवल आहे. तेव्हा तुम्हाला यावंच लागेल हं."

"ठीक आहे बेटा...आता स्पर्धेची तयारी कर. मला थोडा आराम करू दे."

रितेशजी उठून बेडरूममध्ये गेले. उर्मिला कवितेचे कागद घेऊन वरच्या रूममध्ये आली. कविता एक दोन वेळा प्रकटपणे वेगवेगळ्या पद्धतीने ती वाचून पाहात होती.

□□

- दोन -

फाल्गुन महिना संपत आला होता. उद्यापासून चैत्र महिना सुरू होणार. चैत्र शुद्ध प्रतिपदा म्हणजे गुढीपाडवा. मराठी वर्षारंभ. गुढीपाडवाच्या दुसऱ्या दिवशी सिंधी लोकांचा चैत्रीचंद्रचा सण. शिवापुरात दरवर्षी चैत्रीचंद्रचा सण मोठ्या उत्साहात साजरा होतो. सायंकाळी शहरातून झुलेलालची वाजत गाजत मिरवणूक निघते. वाद्याच्या तालावर आबालवृद्ध मुले-मुली सगळेच खुशीने नाचतात. मिरवणुकीनंतर सगळे लंगरच्या कार्यक्रमात महाप्रसादाचा आस्वाद घेतात.

चैत्रीचंद्रच्या तयारीसाठी रितेशजींनी दोन दिवस दुकान वाढवून घेतले. उत्सवासाठी वर्गणी जमा करण्यासाठी मित्रांसोबत शहरातून वर्गणीच्या पावत्या फाडत वर्गणी जमा केली. सायंकाळी कार्यक्रमाचे नियोजन व कामात मदत केली. दुसऱ्या दिवशी सगळ्यांनी मिळून झुलेलालच्या मंदिराची साफसफाई केली. नवीन पताका, माळा, पुष्पगुच्छ लावून सजावट केली. विद्युत रोषणाईने मंदिर सुशोभित केले. नेहमीपेक्षा मंदिर आज खूपच मनोहारी वाटत होते. सायंकाळी उर्मिला आणि किरणही मम्मीसोबत लंगरसाठी मंदिरात आले.

लंगरच्या कार्यक्रमानंतर उर्मिला व किरण मम्मी पप्पांबरोबर घरी परतताना खूप मजेत होते. आज घरून निघतानाच पप्पांकडून सणासाठी नवीन कपडे आणि वस्तूंची खरेदी करण्याचा बेत त्यांनी आखला होता.

मंदिरातून परतताना मुलांनी रितेशजींकडे कपडे घेण्याची इच्छा व्यक्त केली. "ठीक आहे. चला दुकानात जाऊ." मुलांना घेऊन रितेशजी दुकानात गेले. त्यांना आवडतील ते कपडे आणि इतर वस्तू घेऊन दिल्या. उर्मिलाने दोन ड्रेस घेतले. प्रत्येक ड्रेसवर मॅचिंग वस्तू घेतल्या. मेंदीचा कोन, नेलपॉलिश आणखी बारीकसारीक वस्तू खरेदी केल्या.

उर्मिलाला टापटीप राहायला खूप आवडते. तिची वस्तूंची निवडही चांगली आहे. सण, उत्सव किंवा शाळेत सांस्कृतिक कार्यक्रमात सजायला खूप आवडते. तिला लांब वेणी आणि वेणीत गजरा माळायलाही आवडतो.

सौंदर्य तर देवाने दिले आहेच. खूप रेखीव चेहरा आहे आणि चाल अशी रुबाबदार आहे की बस्स. उर्मिला थोडीशी शब्द राखून बोलते त्यामुळे काहींना शिष्टही वाटते. परंतु तिच्यात असणारा आत्मविश्वास आणि समयसूचकता, खंबीर पण संयमी वृत्ती, अभ्यासू आणि हुशार या गुणांमुळे ती सर्व शिक्षकांनाही आवडते. मैत्रिणींनाही आवडते.

उद्या चैत्रीचंद्र असल्याने झोपायच्या आधी तिने मोना व जया या मैत्रिणींच्या मदतीने हातावर मेंदी काढली. मम्मीच्या हातांवरही मेंदी काढली.

दुसऱ्या दिवशी उर्मिला सकाळी लवकर उठली. अंघोळ केली. मैद्याचा छोटा दिवा बनवला. दिव्यावर हातानेच कलाकुसर करून सजावट केली. त्याच मैद्याच्या गोळ्याचे छोटे छोटे पेढे बनवले. पूजेचे ताट तयार केले. ताटात अगरबत्ती, हळदी कुंकवाचा करंडा ठेवला. मैद्याचे पेढे ठेवले. दिव्यात तेलवात घालून दिवा पेटवला. नंतर बागेत जाऊन फुले तोडून आणली. देवपूजेसाठी काही फुले ठेवून बाकी फुलांचे गजरे बनवले. केसात लांब वेणीवर लांब लांब गजऱ्याच्या वेण्या माळल्या.

रितेशजी देवघरात देवपूजा करायला बसले. नीताताईंची स्वयंपाकाची गडबड सुरू होती. "मम्मी, दालपकवान बनव बरं का. मी विहिरीवरून पूजा करून आले की मग तुला स्वयंपाकात मदत करीन." पूजेची तयारी करता करता तिच्या आवडीचा पदार्थ बनवायला सांगितला.

"दालपकवान किती आवडतो गं तुला." हातातले काम आवरत निताताई बोलल्या.

"मम्मी, तू रोज दालपकवान खाऊ घालशील ना, तरी मला कंटाळा येणार नाही हं."

"हो...गं...मला माहीत आहे ते. मी स्वयंपाक बनवून घेईन. तू मोना आणि जयाला फोन कर. अजून कशा आल्या नाहीत त्या?"

"हो...हो...आत्ता थोड्यावेळापूर्वीच फोन केला होता. त्या दोघी घरून निघाल्याच आहेत."

तेवढ्यात मोना आणि जया दुरून येताना खिडकीतून दिसल्या. त्यासुद्धा खूप सजून आल्या.

"त्या बघ, मम्मी, त्या दोघी आल्याच." खिडकीतून त्यांच्याकडे बोट दाखवीत उर्मिलाने सांगितले.

पूजेचे ताट घेऊन उर्मिला गेटबाहेर आली. तिघीजणी गप्पा मारत जवळच्या

विहिरीवर आल्या. इतरही बायका तिथे आधीच जमलेल्या होत्या. विहिरीच्या पाईपातून खळखळ पाणी वाहत होते. सगळ्यांनी हळदीकुंकू, फुले वाहून पाण्याची, विहिरीची पूजा केली. आणलेले मैद्याचे पेढे प्रसाद म्हणून ठेवले.

पूजा करून परतताना तिघी मैत्रिणी सायंकाळी झुलेलालच्या मिरवणुकीत कोणता ड्रेस घालायचा यावर चर्चा करीत होत्या.

आज दिवसभर रितेशजी आणि किरण मंदिरातच होते. मिरवणुकीसाठी झुलेलालची पालखी सुशोभित करण्यासाठी इतरांना मदत करीत होते.

बरोबर चार वाजता विविध रंगांच्या फुलांनी, माळांनी सजवलेल्या पालखीत झुलेलालची सुशोभित केलेली मूर्ती ठेवली. पालखी आळीपाळीने सर्वजण खांद्यावर घेत होते. वाद्यांच्या सुरावटीवर नाचत होते. वाजत गाजत झुलेलालची मिरवणूक शहरातून निघाली.

झुलेलालची पालखी दारासमोर येताच सुवासिनी पूजा करीत होत्या. झुलेलालचा प्रसादही त्याच वेळेला वाटला जात होता. चौकाचौकात. गल्ली-गल्लीत झुलेलालची पूजा होत होती.

मिरवणुकीतून सारे मनसोक्त नाचत होते. वाद्यांच्या तालावर नाचताना मजा वाटत होती. उर्मिला, मोना आणि जया तर न थकता नाचत होत्या.

मिरवणूक वाजत गाजत नदीपात्राच्या दिशेने निघाली. मिरवणूक नदीपर्यंत आली तेव्हा अंधार पडायला लागला. सुवासिनींनी नदीच्या पाण्याची पूजा करून नदीपात्रात मैद्याचे पेटते दिवे सोडले. मंद अंधारात पाण्यावर तरंगणारे दिवे नभांगण पाण्यात उतरल्यासारखे लुकलुकणाऱ्या प्रखर तेजाने चकाकू लागले. पाण्यावर तरंगणाऱ्या, हळूहळू सरकणाऱ्या चमचमत्या चांदण्या बघताना डोळे सुखावत होते. ते नदीपात्राचे विलोभनीय सौंदर्य खरोखर डोळ्यात साठवून ठेवण्यासारखे होते.

सुवासिनींनी कुटुंबासाठी, समस्त मानवजातीच्या कल्याणासाठी त्या तेजाळणाऱ्या प्रकाशाकडे आणि संथपणे वाहणाऱ्या शीतल पाण्याकडे हात जोडून प्रार्थना केली. मिरवणूक पुन्हा मंदिरापर्यंत आली.

मंदिरात झुलेलालची मूर्ती परत जागेवर स्थानापन्न करून आरती झाली. लंगरचा कार्यक्रम आटोपून सर्वजण उत्साहात आपआपल्या घरी परतले.

□□

- तीन -

दिवस हळूहळू पुढे सरकत होते. रितेशजी त्यांच्या व्यवसायात पूर्णपणे गुरफटलेले असत. दुकानात मालाच्या ऑर्डरी स्वीकारणे, कंपनीची बिले सादर करणे, गिऱ्हाईक करणे, उधारी जमा करणे यातच सारा वेळ जाई. प्रपंच आणि मुलांची जबाबदारी पूर्णपणे नीताताई सांभाळीत.

उर्मिला आता बारावी सायन्सला गेली तर किरण आठवीत गेला. रितेशजींनी दोघांना कोचिंग क्लासेस लावून दिले. त्यांना पाहिजे ते साहित्य पुरवीत, परंतु त्यांच्या शालेय मीटिंगला किंवा शालेय कार्यक्रमांना जाणे शक्य होत नसे. बारावीचे वर्ष असूनही पप्पांना लक्ष द्यायला फार वेळ मिळत नाही म्हणून उर्मिला केव्हा केव्हा नाराजही होत होती.

होता होता उर्मिलाची बारावीची परीक्षा संपली. तिने सीईटीची चांगली तयारी केली. तिला बारावीत आणि सीईटीला चांगले मार्क्स मिळाले. नेटवरून आणि मित्रमैत्रिणींकडून तिने एम. बी. बी. एस. कॉलेजेसबद्दल सर्व माहिती जमा केली. रितेशजी आणि उर्मिलाने चर्चा करून एम. बी. बी. एस.चे प्रवेश अर्ज भरले.

एके दिवशी इंटरनेटवर प्रवेश यादी जाहीर झाली. उर्मिलाचा पुण्याच्या गव्हर्नमेंट कॉलेजला नंबर लागला. तिला हवे ते कॉलेज मिळाल्याने आनंद झाला. मित्रमैत्रिणींना फोन करून कुणाला कोणते कॉलेज मिळाले, कोणती शाखा मिळाली यावरच दिवसभर फोनवरून चर्चा होत होती

•••

नेहमीप्रमाणे सायंकाळी जेवणासाठी सगळेजण एकत्र जमले. उर्मिलाने पोस्टमनने दिलेले टपाल रितेशजींना दाखवले.

"अगं उर्मिला, हे तर एम. बी. बी. एस. कॉलेजचे लेटर आहे. प्रवेश घ्यायला बोलावले आहे बघ."

"हो नं...पप्पा, अ‍ॅडमिशन घ्यायला जावे लागेल."

अ‍ॅडमिशन घ्यायला सगळेच जाऊ आपण कॉलेजही बघून येता

येईल.

"अगं, लगेचच हॉस्टेलचीही ॲडमिशन घेऊन टाकू."

"पप्पा, होस्टेल म्हटलं की, मला कसेतरीच होते बघा."

"का गं?"

"होस्टेलला म्हणे मोठ्या मुली दादागिरी करतात. रॅगिंग पण करतात. पप्पा, मला ना काही वेळा भीती वाटते. तुम्हाला सगळ्यांना सोडून तिथे राहायचे. समजा, होस्टेलवर काही वाईट प्रसंग माझ्यावर आलाच तर मी काय करू पप्पा? तिथे तुम्ही थोडेच असणार? म्हणूनच मला एकटीला पुण्याला जायचे या विचारांनीच वाईट वाटते." उर्मिलाची भीती दूर घालविण्यासाठी आणि तिचा आत्मविश्वास वाढविण्यासाठी रितेशजींनी तिला समजूतदारपणे सांगायला सुरुवात केली,

"उर्मिला, आयुष्यात स्वत:चा रस्ता स्वत:च चालायचा असतो. कुणी सोबत असले तरी ती फक्त साक्ष असते. जीवनाला दिशा देणारा तो सहप्रवासी असतो. प्रत्येकाला आपला रस्ता आपल्या पायांनीच चालावा लागतो. आयुष्याच्या वाटेवर चालताना अनेक प्रसंग येतात. बऱ्या-वाईट प्रसंगातून माणूस घडतो. जगण्यासाठी अनुभव आवश्यक असतात. ती शिदोरी असते. सुखाच्या प्रसंगांना आपण जसे स्वीकारतो तसेच क्लेशकारक प्रसंगातही विचलित न होता स्थितप्रज्ञ राहून स्वीकारायचे असते. दु:खात रडणे आणि आनंदात हसणे सोपे असते. परंतु जो आनंदात रडतो आणि दु:खात हासतो त्याला जीवनाची खोली कळते. प्रत्येकाच्या अंत:करणात एक विसाव्याचा थांबा असतो. तिथे सर्व गुणअवगुण सुप्तावस्थेत थांबलेले असतात. कुणाला केव्हा लिफ्ट द्यायची हे आपण ठरवायचे असते. सद्‌गुणांची सोबत घेतली तर जीवन सुख, समृद्धी, आनंद, वैभव यांनी भरून जाते. स्वत:बद्दल प्रत्येक क्षणी सकारात्मक विचार केला तर आपण जी स्वप्ने उरात बाळगलेली असतात ती सत्यात येण्यासाठी काही क्षणच लागतात आणि नकारात्मक विचार केला तर आपण दु:खी होतो. आपला मूड खराब होतो. एखादे संकट आले तर रडत बसू नको. प्रसन्न करणारा सुगंध प्रत्येकात दडलेला असतो. अंधाराला जाळणारा एक सूर्य प्रत्येक मानवी मनात लपलेला आहे. त्या सूर्याला आवाहन केले, की तो लक्ष लक्ष किरणांचे तेजस्वी बाण घेऊन आपल्या आयुष्यात येतो. एक नवे क्षितिज घेऊन. मग आपल्यात दडलेला सुगंध मंदपणे दरवळत राहतो, प्रसन्नता घेऊन."

रितेशजींचे बोलणे सगळेजण शांत होऊन ऐकत होते. त्यांचे अनुभव ते

नेहमीच मुलांशी शेअर करीत असत. त्यातून मुलांना योग्य दिशा मिळत होती.

"पप्पा, तसे मी सगळे व्यवस्थित सांभाळून वागेन. पण तुम्हा सगळ्यांची मला सारखी आठवण येईल."

'अगं, मोबाईल आहेत की. आठवण आली की सायंकाळी फोन करत जा. त्यात काय एवढे? शिक्षणासाठी बाहेर जावेच लागणार."

"पप्पा, मी घाबरत नाही, पण मला वाटले म्हणून सांगितले."

"ठीक आहे."

बोलता बोलता जेवणे आटोपली.

"उर्मिला, दोनदा पुण्याला जाण्यापेक्षा आपण प्रवेश घ्यायला जाऊ तेव्हा लगेच तुला सोडून येतो. फोनवरून मी कॉलेजवर कॉन्टॅक्ट केला. एक ऑगस्टपासून कॉलेज सुरू होत आहे. मी सर्व कागदपत्रांची जमवाजमव करतो. तुला ज्या वस्तू लागतील त्या मम्मीला सांग. दोघीजणी दुकानात जाऊन लागतील त्या वस्तू घेऊन या."

"चालेल पप्पा."

प्रवेशासाठी आवश्यक असणाऱ्या कागदपत्रांची फाईल पंधरा दिवस धावपळ करून रितेशजींनी पूर्ण केली. उत्पन्नाचा दाखला, नॉन क्रीमीलेअर सर्टिफिकेट, लिव्हिंग सर्टिफिकेट, कॉलेजचे माहिती पत्रक आणि बरेच काही. या कागदपत्रांची पूर्तता करताना त्यांना पुन्हा पुन्हा तहसील कार्यालयात जावे लागत होते. दुकान सांभाळून कागदपत्रे जमवताना त्यांची खूप धावपळ झाली. शिक्षणपद्धतीत झालेला आमूलाग्र बदल त्यांना जाणवत होता. मुलेही दिवसभर क्लास आणि कॉलेज करून थकताना ते बघत होते.

सायंकाळी ते जेव्हा बागेतल्या झोपाळ्यावर निवांत बसले तेव्हा मनाशीच बोलत होते, "आमच्या वेळेस शिक्षणात अशी जीवघेणी स्पर्धा कधीच नव्हती. पाहिजे त्या शाखेच्या शिक्षणासाठी कोणत्याही कॉलेजला प्रवेश मिळत असे. आपल्या आवडीचे शिक्षण सहज घेता येत होते. प्रवेश घेण्यासाठी शाळा सोडल्याचा दाखला आणि मार्कशीट असले तरी पुरेसे होई.

"फर्स्ट क्लास मिळविणारा विद्यार्थी खूप हुशार समजला जाई. क्लासेस आणि क्रॅश कोर्स असली थेरं नव्हती. सीईटी प्रवेशपरीक्षा तर कुणाच्या कल्पनेतही नव्हती. प्राध्यापकांचे संप, निषेध, बहिष्कार, मोर्चे असे प्रकार नव्हते. शिक्षण देण्याचे अन् घेण्याचे काम मनापासून होई. आजकाल मुलांमध्ये मार्कांसाठी गुराढोरासारखी झुंज लावतात. विद्यार्थ्यांना अजाणत्या वयापासून शर्यतीच्या

गाड्याला जुंपतात. त्यांचे बालपण हिरावून घेतले. या शिक्षणाच्या शर्यतीत मुले आकसून, सुरकतून गेली.''

''पप्पा, काय विचार चाललाय?'' उर्मिलाच्या आवाजाने रितेशजी सावरून बसले.

''नाही गं, बसलो निवांत. सायंकाळी या टपोऱ्या मोगऱ्याच्या फुलांचा सुगंध येतो ना, खूप छान वाटतो. कळ्या उमलून फुले होताना किती सुगंध येतो बघ. अशा सुगंधी वातावरणातला सायंकाळचा प्रसन्न गारवा अंगावर झेलत बसून राहावेसे वाटते.''

''पप्पा, मला पण ह्या गारव्यातला मंद सुगंध खूप आवडतो. पप्पा, माझ्या काही सवयी तुमच्यासारख्याच आहेत.'' रितेशजींजवळ बसत उर्मिलाने सांगितले.

'हा निसर्ग बघ किती किमयागार आहे. कसा हा सुगंध, रंग, रस भरत असेल ह्या पानाफुलात. आपण विज्ञानाच्या दृष्टीने बघितले, जीन्सचा खोलवर अभ्यास केला तरी या विश्वात एक अदृश्य, अद्‌भुत, दिव्य शक्ती असतेच असे वाटायला लागते. त्याशिवाय का माझी मुलगी माझ्यासारखीच आहे?'' उर्मिलाचा हात हातात घेत रितेशजी बोलत होते. ''बरं, ते जाऊ दे. तुझी तयारी झाली का? सगळे सामान घेतले ना व्यवस्थित, का काही बाकी आहे? अडचण असेल तर सांग.''

''नाही हो पप्पा, काही अडचण नाही. मम्मीने सगळी तयारी करून दिली. तुम्ही सगळी कागदपत्रं पूर्ण केली ना?''

''हो...हो...ओरिजिनल कागदपत्रे, फाईलमध्ये ठेवली आहेत. त्या लाल कलरच्या फाईलमध्ये सगळ्या दोन दोन झेरॉक्स आहेत. काही पासपोर्ट साईज फोटो बरोबर ठेव. मूळ कागदपत्रे कुणाला देऊ नकोस. मूळ कागदपत्रे परत मिळवताना तहसील ऑफिसला खूप हेलपाटे मारावे लागतात. दिवसभर रांगेत उभे राहावे लागते. कुठे काही अडचण आली तर लगेच मला फोन करीत जा. आणि कॉलेजचा तुझा ॲटीट्यूड सुरुवातीपासून चांगला ठेव. सुरुवातीपासून अभ्यासात लक्ष घाल.''

''हो ना पप्पा...ही काय मला सांगायची गोष्ट आहे का?''

''हो...तेवढा विश्वास आहे माझ्या चिमणीवर.'' उर्मिलाच्या नाकाचा शेंडा ओढत रितेशजी कौतुकाने बोलले.

''पप्पा, चला, मम्मी वाट बघेल.''

"चल बेटा." दोघे उठून घरात आले.

"संतोष, आज आपल्याला पुण्याला जायचे आहे. नऊ वाजेपर्यंत गाडी तयार ठेव." रितेशजींनी गाडी ड्रायव्हरला सूचना केली.

"होय सायेब."

नीताताईंनी सकाळी लवकर उठून स्वयंपाक बनवला. सगळ्यांना गरमा-गरम पिझ्झा खाऊ घातला. उर्मिलाने कपडे, वह्या-पुस्तके, बारीक-सारीक सामानाच्या तीन-चार बॅगा भरल्या. गार पाण्याची वॉटरबॅग बरोबर घेतली. आठवणीने सारे सामान गाडीत नेऊन ठेवले.

किरणला मात्र आपली बहीण डॉक्टर होणार याचेच मोठे अप्रूप. कोणकोणत्या आजाराचे कसे रुग्ण येणार, त्यांची कशी सेवा करावी लागणार यावरून तो उर्मिलाला मुद्दाम चिडवीत होता. एरवी उर्मिलाच्या सतत खोड्या करणारा किरण, ती शिक्षणासाठी लांब जाणार म्हणून तिच्याशी प्रेमाने वागत होता.

सगळे सामान गाडीत ठेवून चौघेही गाडीत येऊन बसले. गाडी सुरू झाली. नीताताईंना मात्र सारखी उर्मिलाची काळजी लागून राहिली होती. त्या मनाशीच विचार करीत होत्या, "उर्मिला अजून अल्लड आहे. मला सोडून कधी कुणाकडे रात्रभरही राहिलेली नाही. तिच्या पप्पांशिवाय तर तिचे पान हालत नाही. इतके पाच-सहा वर्ष हॉस्टेलला राहायचे, कशी राहील कुणास ठाऊक? जेवायचे तर किती नखरे असतात. ही भाजी नको. ती भाजी नको. तिथे जे ताटात वाढून आले ते खावे लागेल. कसे होईल या पोरीचे...मुले लहान असतात तोपर्यंतच ठीक. मुले मोठी होतात तसे व्याप वाढतात. चिंता वाढते...तिच्याशिवाय घर नुसते खायला उठेल. तिच्या पप्पांना तर मुळीच करमणार नाही. किरणलाही एकटे एकटे वाटेल. आणि मला...मला तर तिची किती सवय झाली आहे..." नकळत नीताताईंचे डोळे डबडबून आले. डोळ्यांचे बांध ओलांडून टप टप थेंब सरकन ओघळले. सगळ्यांच्या नकळत खिडकीतून बाहेर बघत असल्यासारखे करून नीताताईंनी अश्रू पुसून स्वत:ला सावरले.

गाडी चौपदरी रस्त्यावरून सुसाट वेगाने धावत होती. दुभाजकांच्यामध्ये लावलेली क्रोटन, कण्हेर, बोगनवेलीची रंगीबेरंगी फुलांनी नटलेली झाडेही गाडीच्या वेगात पळाल्यासारखी वाटत होती. डोळ्यांना सुखावणारे रंगीबेरंगी फुलांचे ताटवे उर्मिलाच्या मनातही फुलले होते. कॉलेजजीवनाबद्दल तिने खूप खूप ऐकलेले होते. प्रत्यक्ष कॉलेजजीवन अनुभवायला मिळणार या विचारांनीच ती हुरळून गेली होती.

चार तासांचा प्रवास करून गाडी पुण्याच्या एम. बी. बी. एस. कॉलेजच्या भव्य आवारात आली. गाडी कॉलेज गेट मध्ये येताच उर्मिलाने उत्सुकतेने इमारतीकडे बघितले. मोठ्या आवारात पसरलेली कॉलेजची तीन मजली इमारत दिमाखदार दिसत होती. कॉलेजचा कॅम्पस आणि इमारत बघून उर्मिला आनंदी झाली. तिच्या चेहऱ्यावरून आनंद ओसंडताना ती रितेशजींना पटकन बोलून गेली.

"पप्पा, कॉलेज कॅम्पस कित्ती छान आहे ना! इमारतसुद्धा खूपच छान आहे. छान कन्स्ट्रक्शन आहे. मला हा एरिया आवडला पप्पा."

"कन्स्ट्रक्शन कसे का असेना, तिथले प्राध्यापक तळमळीचे असले पाहिजेत."

"कन्स्ट्रक्शनवरून त्या कॉलेजची प्रत कळते पप्पा. मला असेच कॉलेज मिळावे अशी अपेक्षा होती." उर्मिला खूप आनंदी दिसत होती.

"हो बाई, सारे मनासारखे झाले आहे. चांगला अभ्यास कर. सगळे विषय वेळच्या वेळी सुटायला हवेत. एखादा विषय मागे राहिला की पुढचे पाऊल मागच्यात अडकते. अभ्यासाचा भार वाढतो. मग आपोआप ताण पडतो. वेळच्या वेळी अभ्यास केलेला केव्हाही चांगला असतो. आणि हो, कॉलेज नवीन आहे. प्राध्यापक, मित्रमैत्रिणी सगळे नवीन. प्राध्यापकांशी नम्रतेने वाग. अडचणी असल्या तर विचारून घेत जा आणि मैत्रिणी जमवताना निरखून, पारखून खात्री करून घे." नीताताई काळजीने बोलत होत्या.

"हो गं. मम्मी, मला तेवढे समजते ना...तू उगीच टेन्शन घेतेस बघ."

"अगं...मम्मी आहे तुझी...काळजी वाटणारच." रितेशजींनी अभिप्राय दिला.

हळूहळू गाडी गर्द झाडांच्या सावलीत दगडमाती, फुलझाडे आणि हिरवळीने सजविलेल्या मोठ्या पटांगणात पार्किंग झोनमध्ये येऊन थांबली. लगबगीने सगळे गाडीतून खाली उतरले. लांबच्या प्रवासाने पाय आखडले होते.

"उर्मिला, फक्त ती कागदपत्रांची फाईल बरोबर घे. बाकी सामान गाडीतच राहू दे." गाडीतून उतरताना रितेशजींनी सांगितले.

"हो. पप्पा...ही पहा...हीच फाईल ना?"

"हो...हो...तीच फाईल."

कॉलेजच्या परिसराकडे औत्सुक्याने पाहात सगळे इमारतीच्या दिशेने निघाले. गेटवरच्या गार्डला ऑफिस कोठे आहे ते विचारून ऑफिसच्या दिशेने

सगळे निघाले.

कॉलेजच्या आवारात पुष्कळसे नवखे विद्यार्थी आपआपल्या पालकांसह दिसत होते. मुख्य इमारतीच्या बाजूला असलेल्या तळमजल्याच्या पायऱ्या चढून सगळे वरच्या मजल्यावर आले. वेगवेगळ्या दालनांवर वेगवेगळ्या पदांच्या आणि नावांच्या पाट्या लावलेल्या दिसल्या. तरीही तिथे असलेल्या शिपायाला ऑफिस कोणते आहे ते विचारून घेतले. त्याने हाताने दिशा दाखवून ऑफिस दाखवले. प्रशस्त इमारतीचे काचेचे दरवाजे उघडे होते. पुढे चालताना वेगवेगळ्या केबिन दिसत होत्या. प्रत्येक केबिनचे झळाळते पडदे आणि केबिनच्या वरती लावलेल्या प्राचार्य, उपप्राचार्यांच्या पाट्या वाचूनही दडपण आल्यासारखे वाटले. नावात काय असते, असे आपण म्हणतो. इथे नावाच्या पाट्यातही खूप काही होते. दोन्ही केबिनच्या समोर मोठ्ठे ऑफीस. बरेच लिपिक ओळीने बसून कागदपत्रे पाहात होते. पालकांशी हितगुज करीत होते. माहिती पुरवित होते. सगळी कागदपत्रे आणि आर्थिक व्यवहार पूर्ण करून प्रवेश घेतल्याची पावती देत होते.

रितेशजींनी लिपिकांकडे चौकशी केली. त्यांनी सांगितल्याप्रमाणे प्रवेशासाठी आवश्यक कागदपत्रे देऊन प्रवेश फॉर्म भरून दिला. कॉलेजविषयी काही माहिती जाणून घेतली.

"हॉस्टेलची ॲडमिशन इथेच घ्यायची का?" रितेशजींनी विचारून घेतले.

"हॉस्टेल कॉलेजच्या बाजूला आहे. मुलींसाठी सर्व व्यवस्था चांगली आहे. हॉस्टेलच्या पहिल्या मजल्यावर, जिन्याच्या बाजूला ऑफीस आहे. तिथे एक लेडीज सुपरिटेंडेंट असेल. तिथे ॲडमिशन घ्या. मेस बाजूलाच आहे. मेसचे वेगळे बिल द्यावे लागेल."

"प्राचार्यांना भेटता येईल का?" रितेशजींनी विचारू घेतले.

"हो...हो...प्राचार्यांची केबिन समोरच आहे. आत्ता ते केबिनमध्येच असतील." लिपिकाने माहिती पुरविली.

प्रवेश घेतल्याची पावती उर्मिलाच्या हातात देत. "पावती सांभाळून ठेव, पुढे ओ. बी. सी. स्कॉलरशिपच्या वेळेस लागेल. वाटल्यास एक झेरॉक्स काढून ठेव." बोलत बोलत सगळे प्राचार्यांच्या केबिनजवळ आले. केबिनचा झगमगता पडदा बाजूला करून उर्मिलाने विचारले.

"प्लीज, मे आय कम इन सर?"

"एस...कम...इन..." प्राचार्य.

“गुड आफ्टरनूर सर.” उर्मिला.

“गुड आफ्टरनून, हॅव अ सीट.” प्राचार्य.

सगळेजण प्राचार्यांच्या पुढील टेबलाजवळच्या खुर्चीवर बसले.

“सर, आय ॲम उर्मिला रितेश गिलाणी फ्रॉम नाशिक.”

“गुड, हॅव यू टेकन ॲडमिशन?”

“एस सर.”

“ओ. के. व्हाय यू हॅव टेकन ॲडमिशन फॉर एम. बी. बी. एस?”

“बिकॉज आय वॉन्ट टू डू समथिंग फॉर सोसायटी सर, इट विल बी ग्रेट प्लेजर टू ट्रीट द पुअर पीपल. इट वॉज माय ड्रीम टू बी अ वेलनोन डॉक्टर.”

“ओह, दॅटस रिअली गुड.”

“सो. हाऊ यू फाइंड दी कॉलेज? यू लाईक इट?”

“इटस् माय फर्स्ट डे सर, कॉलेज इज रिअली सो गुड. आय लव्ह इट. आय ॲम सो एक्साइटेड टू बी द पार्ट ऑफ इट, सर.”

“दॅटस् ग्रेट...देअर इज लायब्ररी ऑन द फर्स्ट फ्लोअर. यू विल गेट ऑल द बुक्स देअर. ॲज वेल यू कॅन स्टडी देअर...ओके...अवर कॉलेज इज गुड वेल नोन.”

“थँक्स सर, इटस् नाईस टू मीट यू.”

“माय प्लेजर. आर दीज युअर पॅरेन्टस्.”

“येस सर.”

“डोन्ट वरी अबाऊट युवर चाईल्ड मिस्टर. शी विल बी हॅपी हिअर...वी विल मेक हर द बेस्ट डॉक्टर.”

“ओके. थँक्स सर...इटस् माय प्लेजर टू मीट यू...बाय...”

प्राचार्यांना भेटून सगळे बाहेर पडले. वऱ्हांड्यात बरेच पालक आणि विद्यार्थी रेंगाळत होते. एकमेकांची विचारपूस करीत इस्तत: विखुरले होते.

“उर्मिला, चल, तुला कॉलेजची इमारत दाखवून आणतो. तुझ्या मम्मीलाही दाखवून आणले की तिची चिंता कमी होईल.”

“हो...ना पप्पा, चला...” म्हणत किरण पुढेच निघाला.

कॉलेज अजून सुरू झालेले नव्हते. पुष्कळसे हॉल बंद होते. भिंतीवर प्रत्येक डिपार्टमेंटच्या ठिकाणी लावलेल्या पाट्या बोलक्या होत्या. हॉलच्या पाट्या वाचत एक एक जिना चढत चर्चा करीत सगळे पुढे सरकत होते. एका डिपार्टमेंटजवळ ‘ॲनॉटॉमी डिपार्टमेंट’ अशी पाटी होती. हॉलचा दरवाजा उघडा

होता. किरण आणि उर्मिला हॉलमध्ये डोकावले. रॅकवर आणि भिंतीला वेगवेगळ्या प्रकारची हाडे ठेवलेली होती. वेगवेगळ्या आकाराच्या काचेच्या जारमध्ये फॉरमॅलिनच्या द्रावणात वेगवेगळे मानवी अवयव रॅकवर ठेवलेले दिसले. समोरच एका मोठ्या काचेच्या टँकमध्ये उंदरांनी कुरतडून डोचरे पाडावीत तशी मध्येमध्ये खखटलेली मानवी डेडबॉडी फॉरमॅलिनमध्ये निपचित पडली होती, एवढ्या जवळून डेडबॉडी बघून किरण आणि उर्मिला दचकले. ई...ई...करीत पटकन बाहेर पडले.

"उर्मिला, अशा मेलेल्या माणसांचे डिसेक्शन करावे लागते बरे का?"

उर्मिलाचा हात धरून किरण तिला चिडवित होता.

"मला माहीत आहे, तू काही चिंता करू नको."

"उर्मिला, कॉलेजचे हॉस्पिटल बघून यायचे का?" रितेशजींनी विचारले,

"हो ना...पप्पा. चला पाहून तर येऊ."

कॉलेजच्याच इमारतीत कॉलेजचे मोठे हॉस्पिटल होते. रुग्णांची दिवसभर वर्दळ चालू असते. सगळे हॉस्पिटलच्या दिशेने निघाले.

हॉस्पिटलच्या वेटिंग रूममध्ये बरेचसे रुग्ण वेदनांनी मलूल होऊन बसले होते. त्यांच्यासोबत असलेले नातेवाईक ताटकळून कंटाळल्यासारखे वाटत होते, तर काही चिंतेत गुपचूप बाकावर बसले होते. वेटींगरूमच्या आतल्या बाजूला 'डॉक्टर' अशी पाटी होती. दुसऱ्या एका केबिनवर 'ऑपरेशन थिएटर' अशी पाटी दिसली. ऑपरेशन थिएटरमध्ये अद्यावत यंत्रणा जागोजागी स्थानापन्न झालेल्या दिसत होत्या. पांढऱ्या एप्रनमधून देवदूत वेदनांमध्ये आनंद पेरत फिरताना लगबग करीत आपआपले काम करीत होते. वॉर्डावॉर्डात एक रोगिष्ट शांतता पसरली होती. वातावरणात गंभीर शांतता होती. उर्मिलाला चिडवायची संधी किरणने आत्ताही सोडली नाही.

"बघितलेस ना, कसे रुग्ण असतात ते. या साऱ्यांची तुला सुश्रूषा करावी लागणार. त्यांचे अश्रू पुसावे लागणार. त्यांच्या जखमा पुसाव्या लागतील."

"तुला काय वाटते? मला हे माहीत नाही? वैद्यकीय व्यवसाय हा व्यवसाय नसून व्रत आहे. कोणतेही व्रत स्वीकारले की मोह सोडायचा असतो. या बाबतीत बाबा आमटे आणि मेधा पाटकर माझे आयडियल आहेत. बाबा आमटेंनी कुष्ठरोग्यांच्या जीवनात नंदनवन फुलविले. त्यांचा सगळा परिवार त्यांचा आदर्श घेऊन रोग्यांची सेवा करतात. भामरागडला जाऊन ये एकदा, म्हणजे व्रत काय असते ते कळेल तुला, आणि त्या मेधा पाटकर आदिवासींच्या कल्याणासाठी, त्यांच्या समस्या सोडविण्यासाठी सगळे पाश तोडून रात्रंदिवस

खपतातच ना! मलाही रुग्णसेवा करायला आवडेल. त्यांच्या जखमा धुवायला, अश्रू पुसायला आवडेल. तू बघत रहा. मी नुसता डॉक्टर नाही तर सेवेचे व्रत स्वीकारलेली व्रतस्थ डॉक्टर होणार आहे.'' उर्मिला किरणच्या प्रत्येक प्रश्नावर षट्कार मारीत होती.

''अरे, ती तुला बोलू देणार आहे का? कशाला चिडवतोस तिला? वादविवादात तिच्या पप्पांवर गेली आहे ती. कधी कुणाला जिंकू दिले आहे का तिने? तिचा निर्णय ठाम असतो. आपण माघार घेतलेली बरी.'' दोघांच्या मस्करीत मम्मीने तिच्या स्वभावातले पैलू लक्षात आणून दिले.

बोलत बोलत सारे मुख्य इमारतीच्या मागे असलेल्या हॉस्टेलच्या इमारतीकडे आले.

मुलांच्या आणि मुलींच्या हॉस्टेलच्या इमारती अतिशय कमी अंतर ठेवून उभ्या होत्या. दोन्ही इमारतींच्या बाजूला मेसचा चपटा हॉल. कॉलेज अजून सुरू न झाल्याने मेस थंड होती. उद्यापासून मेसमधला किणकिणाट आणि चिवचिवाट वाढणार होता. पप्पांनी स्वत: जाऊन मेसचे स्वयंपाकघर पाहून घेतले. कर्मचाऱ्यांकडून स्वयंपाकाबद्दल जाणून घेतले. मम्मी तर तिला पुन्हा पुन्हा बजावत होती,

''पोटभर जेवण करीत जा. स्वयंपाक एखाद्या दिवशी आवडला नाही तर काही बाहेरून मागवून घेत जा. उपाशी राहू नकोस. जेवण व्यवस्थित असले तर अभ्यासात लक्ष लागते. पाच सहा वर्ष आत्ता निघून जातील.'' उर्मिला फक्त मानेनेच होकार देत होती. हॉस्टेलची इमारत आणि मेस बघून तिचा मूड गेला. ह्या हॉस्टेलच्या इमारतीत मला एकटीला सोडून हे निघून जाणार या विचारांनीच तिला वाईट वाटले.

सगळे परत होस्टेलच्या इमारतीकडे आले. गेटवर खाकी वर्दीतली लेडीगार्ड बघून होस्टेल म्हणजे तुरुंग असा विचारही तिच्या मनात डोकावून गेला. रितेशजींनी तळमजल्यावरच्या ऑफीसमध्ये जाऊन होस्टेलचे ॲडमिशन घेतले.

किरण आणि रितेशजींना होस्टेलमध्ये प्रवेश करण्यास मनाई केल्याने ते दोघे गेटवरच थांबले. उर्मिला मम्मीसोबत होस्टेलची इमारत पाहात तिला दिलेल्या नंबरची रूम शोधत निघाली. होस्टेलच्या व्हरांड्यातली अस्वच्छता बघून तिला कसेसेच वाटले. एखाद्या रूममधून एखादी मुलगी दिसत होती. बाकी सगळी शांतता. प्रत्येक रूममध्ये आडवे उभे पसरलेल्या कॉट बघून तिला हॉस्पिटलमध्ये दाखल झाल्यासारखे वाटले. उर्मिलाची नाराजी चेहऱ्यावर स्पष्ट उमटली.

नीताताईंनादेखील होस्टेलच्या इमारतीतून फिरताना मुलीला इथेच सोडून

जाणार म्हणून मनातून वाईटही वाटत होते. रूम शोधत त्या रूममध्ये आल्या. साफसफाई करून रूम स्वच्छ केली. स्वच्छतेबाबत कितीतरी टिप्स उर्मिलेला दिल्या.

किरणने गाडीतून सामान काढून संतोषच्या मदतीने गेटपर्यंत वाहून दिले. उर्मिलाने रूममध्ये सामान ठेवले. तिथल्या मुलींशी मम्मीने ओळख करून घेतली. त्यांची विचारपूस केली. उर्मिलेला मात्र मुलीशी ओळख करून घेण्याची घाई नव्हती.

उर्मिलाचे सगळे काही व्यवस्थित करून सारे जण गाडीजवळ आले. उगीचच रेंगाळले. सगळ्यांची पावले जड झाली होती. आपणही गाडीत जाऊन बसावे असे उर्मिलाला वाटले. पण क्षण दोन क्षणच. तिने स्वत:ला सावरले. हात उंचावून किरणला बाय केला. पुन्हा मम्मीजवळ आली. मम्मीने तिला बाहूत घेतले. एक हलकेसे चुंबन घेऊन डबडबत्या डोळ्यांनी तिला शुभेच्छा दिल्या. पप्पांनी तिला जवळ घेतले. हातात हात घेऊन काहीही न बोलता भावना व्यक्त केल्या. उर्मिलाला पप्पांविषयी खूप अभिमान होता. त्यांच्या स्पर्शानेही तिला परीसस्पर्श होत असे. तिचा आत्मविश्वास दुणावत असे. पप्पा तिच्यासाठी सारे काही होते. पप्पांचा निरोप घेताना तिचेही डोळे पाणावले. मम्मी-पप्पांना वाईट वाटेल म्हणून ती खोटेखोटेच आनंदली.

मागे पुढे होत गाडी हळूहळू सरकली. साऱ्यांचेच हात उंचावून हालले. गाडी दृष्टीआड होईपर्यंत उर्मिला जागच्या जागी खिळून होती. गाडी अदृश्य होताच तिला एकएकटे वाटले. ती तशीच मागे परतली.

उर्मिलाला चांगले कॉलेज मिळाल्याचे समाधान रितेशजींना वाटत होते. "अरे किरण, बघितलेस ना कॉलेज, कसे वाटले तुला?"

"पप्पा, कॉलेज छानच आहे हो...मला खूप आवडले. परंतु ते होस्टेल पाहिले का तुम्ही? कसे वाटत होते. तिला आवडेल का होस्टेलवर राहायला?"

"होईल रे सवय? इतक्या सगळ्या लांबलांबहून आलेल्या मुली राहतातच ना तिथे. शिकायला लांब राहायचे तर होस्टेलशिवाय पर्याय नसतो बघ. निदान मुलींच्या बाबतीत तरी होस्टेल सुरक्षित वाटते."

रितेशजी आणि किरणच्या संवादात नीताताई नुसत्याच मुसमुसत होत्या.

□□

- चार -

उर्मिलाचा आज कॉलेजचा पहिला दिवस. ती सकाळी लवकर उठली. ब्रश करून आंघोळीला जाईपर्यंत बाथरूममध्ये मुलींचे नंबर लागले. आज पहिल्यांदाच गार पाण्याने अंघोळ करताना उर्मिलाला हुडहुडी भरली. तयारी करून मैत्रिणींबरोबर कॉलेजला गेली. सगळेच चेहरे नवीन दिसत होते. सगळे आपल्यातच मग्न. कुणी कुणाला भाव द्यायचाच नाही असे ठरविल्यासारखे चालत होते. उर्मिला क्लासमध्ये गेली. इथल्या वर्गरचनेतील फरक लगेचच लक्षात आला. अर्धवर्तुळाकार सलग बाकांची मागच्या बाजूने वरती चढण घेत जाणारी बाके आणि बाकांवर बसलेले सगळे नवे चेहरे. लेक्चररही नवे.

पहिल्या तासाला देशपांडे सरांचे मेडिसिनवर लेक्चर झाले. नंतर जोशी सर आले आणि शेवटी पंडित मॅडमने सर्जरी या विषयावर लेक्चर घेतले. पंडित मॅमचे व्यक्तिमत्त्व सगळ्यांनाच आवडले. कॉटनच्या साडीत त्या सुंदर दिसत होत्या. लेक्चर देताना त्यांचे उच्चार, शब्दफेक आणि विषयावरील आत्मविश्वासपूर्ण सादरीकरण सगळ्यांनाच आवडले. पंडित मॅमचे लेक्चर संपले तेव्हा एक वाजला होता. क्लासच्या बाहेर पडता पडता उर्मिलाने मॅमशी ओळख करून घेतली. तिला मॅमची पर्सनॅलिटी आवडली.

सुरुवातीला होस्टेल आणि मेसचे जेवण दोन्ही उर्मिलाला आवडत नसे. हळूहळू ती होस्टेलवर रुळली. मेसच्या जेवणाचीही सवय झाली. क्लासमधल्या मुलींशी, मुलांशी ओळखी झाल्या. एकमेकांच्या ओळखी करून घेताना बऱ्याच गमती जमती झाल्या.

रोजचे लेक्चर आणि प्रॅक्टिकलमध्ये खूप वेळ जात होता. सेमिनार, प्रॅक्टिकल, परीक्षा यात भरभर दिवस जात होते. सुरुवातीला कॉलेजचे सीनिअर्स आणि होस्टेलवरच्या सीनिअर्सचा वाटणारा ताण हळूहळू सैल झाला.

प्रत्यक्ष डेडबॉडीवरून विविध अवयवांचा अभ्यास करताना, प्रत्येक

बारीक- बारीक अवयवांची नावे लक्षात ठेवताला मुलांना जाड जाड पुस्तकांचाही अभ्यास करावा लागत होता. हळूहळू मुलामुलींमधील साखळी घट्ट झाली. कँटीन आणि मेसमधील टेबलांवरचा कलकलाट वाढला. आपआपसातील शेअरींग वाढले. एकमेकांना सहकार्य करण्याची तत्परता दाखविली जाऊ लागली. नोटीसबोर्डावरच्या नोटीस बारकाईने वाचल्या जाऊ लागल्या.

पहिल्याच वर्षी घरदार सोडून आलेल्या पहिल्या वर्षाच्या मुलांना अधूनमधून घरची आठवण होई. उर्मिलालाही मम्मी पप्पांची आठवण होई. रोज सायंकाळी ती फोनवरून मम्मी पप्पांशी बोलत होती. कॉलेजला काय चालले ते मम्मीला सांगे. आजही तिला मम्मी पप्पांची आठवण आली. तिने मम्मीला फोन लावला.

"हॅलो मम्मी."

"हां, बोल बेटा," पलीकडून आवाज आला. "काय करते आहेस?"

"आत्ता. मेसमध्ये जायचे आहे. अगं मम्मी, मेसमध्ये निघाले की ह्या सिनिअर मुली त्यांचा टिफिन घेऊन यायला सांगतात. 'मला आज अभ्यास आहे. मला कंटाळा आला.' काहीही कारणं सांगतात. त्यांचा टिफिन आणायचा कंटाळा येतो गं."

"चालायचयं, सांगितलेले काम ऐकून घ्यायचे. काम ऐकले नाही तर त्या तुला त्रास देतील."

"अगं पण मम्मी, यांचे किती ऐकायचे? सारखे सारखे पाण्याची बॉटल भरून आणायला सांगतात. कॅन्टीनवरून काही ना काही आणायला सांगतात. मला नाही आवडत गं मम्मी, त्यांची कामे करायला."

"थोडे दिवस सहन करायलाच हवे, काय करणार. बाकी रॅगिंग वगैरे प्रकार नाही ना तुमच्या कॉलेजला?" मम्मीने काळजीने विचारले.

"रॅगिंग वगैरे नाही गं. पण काल सायंकाळी आमच्या रूममधल्या मुली फर्स्ट इअरच्या मुलींना बोलावून नाव, गाव सगळी माहिती विचारीत होत्या."

"मग सांगायचे ना! ओळख करून घेत असतील त्या."

"तसे नाही गं मम्मी. त्यांच्यापुढे खाली मान करून उभे राहायचे आणि लहान मुलासारखे त्या विचारतील त्या प्रश्नांची उत्तरे नम्रपणे द्यायची. हलकासा रॅगिंगचाच हा प्रकार."

"मग तू तुझ्या लेक्चरर्सला सांगायचे ना."

"तसा काही त्रास नाही गं मम्मी. पंडित मॅम आहे ना, त्या तुझ्यासारख्याच आहेत बघ. मला खूप आवडतात त्या. तसे वाटले तर मी मॅमना सांगेनच. तू

काही काळजी करू नकोस.''

''हो, शक्य होईल तेवढे ॲडजेस्ट करून घ्यायचे.''

''सगळे ॲडजेस्ट करते गं मम्मी, पण ते सारखे सारखे हरकाम्या नोकरासारखी कामे करायला सांगितली की राग येतो. तसाच गिळावा लागतो. इच्छा नसतानाही त्यांची कामे करावी लागतात. असे वाटते ना कधी कधी, हे पहिले वर्ष संपून आपण कधी पुढच्या वर्षाला जाऊन सिनिअर होऊ.''

''उर्मिला, ज्या गोष्टी टाळता येण्यासारख्या नसतात, त्या गोष्टींचा सामना करताना नेहमी सकारात्मक दृष्टीने पहावे. दृष्टी सकारात्मक ठेवली की, कष्टाचा त्रास होत नाही. अन्यायाची तीव्रता कमी वाटते. महत्त्वाचे म्हणजे आपला मूड खराब होत नाही. मी इथे आणि तू तिथे...''

''मम्मी, तुला माहीत असावे म्हणून सांगितले. बाकी मी मजेत आहे. कॉलेज, प्रॅक्टिकल्स, होमवर्क करताना वेळ कसा जातो काही कळत नाही.''

''ठीक आहे बेटा...अभ्यासाकडे लक्ष दे.''

''ओके मम्मी...बाय...बाय...गुड नाईट.''

उर्मिलाने फोन ठेवला. मम्मीला सगळे सांगितल्याने तिला हलके हलके वाटले.

उर्मिलाचा अभ्यास नियमितपणे चालू होता. रोज सायंकाळी दोन तास लायब्ररीत बसून सेल्फस्टडी करीत असे. पुष्कळसे विद्यार्थी नियमितपणे लायब्ररीत बसून स्टडी करीत. त्यात श्रीधर सोळंकी, हर्षदा पाटील, चैतन्य खैरनार, रूपाली देवरे, उर्मिला ही सतत लायब्ररीत बसून असत. अभ्यास करताना उर्मिलाला अडचण आल्यास श्रीधर तिला मदत करायचा.

कॉलेजला गणपती, नवरात्र अशा उत्सवांच्या निमित्ताने विविध कार्यक्रम झाले. विविध स्पर्धा घेतल्या गेल्या. प्रत्येक स्पर्धेत उर्मिलाने सहभाग घेतला. डान्स कॉम्पिटीशनचे अँकरींगही केले. उर्मिलाचा सगळ्यांशी परिचय वाढला. प्राध्यापकांशी ती मोकळेपणाने बोलत असे.

हळूहळू सात आठ महिने निघून गेले. आता फर्स्ट इअरच्या मुलांना थोडे हलकेफुलके वाटू लागले. कॉलेज फेस्टिव्हल जवळ आल्याने मुलांची तयारी चालू झाली. कॉलेजच्या वार्षिक नियतकालिकासाठी मुलांनी लेख दिले. कविता दिल्या. उर्मिलानेही एक कथा आणि दोन कविता नियताकालिकासाठी दिल्या.

कॉलेज फेस्टिव्हलच्या निमित्ताने डान्सिंग, सिंगिंग, फाईन आर्टस्, स्पोर्टस् अशा विविध स्पर्धांचे आयोजन केले गेले. उर्मिलाने बास्केटबॉलमध्ये भाग घेतला. तिने थ्रो केलेला बॉल बरोबर जाळीत पडे. तिच्या जास्त उंचीचा फायदा

तिला बास्केटबॉल खेळताना झाला. प्रत्येक खेळांना आणि खेळाडूंना त्यांच्या सहकाऱ्याकडून चिअरअप होत होते. सिंगिग स्पर्धेत तर गाणाऱ्या स्पर्धकाच्या गाण्यावर सूर धरून सगळे गायले आणि डान्सिंग स्पर्धेतही सारा हॉल गाण्याच्या तालावर ठेका धरून नाचला.

कॉलेज फेस्टिव्हल सुरू झाल्यापासून कॉलेज परिसरात सळसळते चैतन्य भरून गेले. कोषातून बाहेर आलेल्या सुरवंटाने हिरव्याकंच निसर्गाचा मनमुराद आस्वाद घेऊन अधाशासारखे घेता येईल तेवढे टिच्चून घ्यावे, मन तृप्त तृप्त करावे तसे कॉलेजच्या तरुणाईचे झाले.

फाईन आर्टस्च्या प्रदर्शनांनी डोळ्यांची पारणे फेडली. विविध डे साजरे करताना विद्यार्थ्यांत असणाऱ्या मनोज्ञ आविष्कारांची अनुभूती आनंददायी वाटू लागली.

महिनाभर भरगच्च कार्यक्रमांची लूट अनुभवताना प्रत्येकाचा आत्मविश्वास वाढला. मैत्रीची वीण अधिक घट्ट झाली. सिनिअर्स, ज्युनिअर्समधली दरी कमी झाली. सगळे एकमेकांत मिसळले गेले.

कॉलेज कॅम्पसमध्ये महिनाभर संचारलेल्या मस्तीचा आज शेवटचा दिवस होता. उद्या बक्षीसवितरण होऊन कॉलेजफेस्टिव्हलच्या सळसळणाऱ्या उत्साहाचा शेवट होणार होता. आज शेवटची स्पर्धा होती. वक्तृत्व स्पर्धेत उर्मिलानेही भाग घेतला. वक्तृत्वाचा विषय होता 'मैत्री'.

मैत्रीवर बोलण्यासाठी अनेक विद्यार्थी उत्सुक होते. वक्तृत्व हे उर्मिलाचे खास कसब. लहानपणापासून कितीतरी वेळा वक्तृत्व स्पर्धेचे बक्षीस तिने पटकावले होते.

गौरवर्ण, रेखीव चेहरा, बोलके डोळे, कट करून शेप दिलेले अर्ध्या पाठीपर्यंत रुळणारे केस-आकर्षक बांध्याची उर्मिला खूप प्रसन्न वाटे. बोलताना समोरच्या व्यक्तीला खिळवून ठेवेल अशी देहबोली. तिच्याशी बोलायला सगळ्यांना आवडत होते. तिची डौलदार चाल मोहक वाटे. खंबीरपणे पाऊल उचलून चालताना तिच्यातील आत्मविश्वास ओसंडून वाही. निर्भीडवृत्ती आणि जबरदस्त हिंमत असल्याने ती आल्याआल्याच कॉलेजक्वीन होऊन गेली. 'रोझ डे' उर्मिलानेच जिंकला.

वक्तृत्व स्पर्धेची उर्मिलाने चांगली तयारी केली. बऱ्याचशा स्पर्धकांनी आपआपल्या दृष्टिकोनातून मैत्री उलगडून दाखवली. जिव्हाळ्याचा विषय असल्याने श्रोतेही समरस होऊन ऐकत होते. टाळ्या वाजवून प्रतिसाद देत होते. चिअरअप करीत होते. स्पर्धा चांगलीच रंगली, मधूनच उठणारे हास्याचे कारंजे वातावरणात

उत्साह पेरून जात.

अँकरने पुढच्या स्पर्धकाचे नाव पुकारले. 'मैत्रीची वीण गुंफण्यासाठी पुढची मैत्रीण येत आहे उर्मिला रितेश गिलाणी.'

उर्मिला आपल्या मोहक, डौलदार चालीने व्यासपीठाकडे आत्मविश्वासाने सरकू लागली. मैत्रीवर उर्मिला छान बोलणार याचा सर्वांनाच विश्वास होता. ती ओठावर हसू घेऊन व्यासपीठावर येताच प्रचंड टाळ्या आणि आरोळ्यांनी तिचे स्वागत झाले. स्वागताचा कोलाहल कमी होताच तिने बोलायला सुरुवात केली.

"हॅलो फ्रेन्डस...

"The Best friendship is the one...in which yesterday's fight doesn't stop today's communication."

"होय, मैत्री हे कम्युनिकेशनचे हक्काचे व्यासपीठ आहे. मैत्रीचे सुंदर धागे एकमेकात गुंफले जाऊन त्याचे सुंदर महावस्त्र तयार होते. जे आयुष्यभर आपली साथ देते...

"काय असते मैत्री? मनाची कवाडे उघडून जग दाखविणारी खिडकी, की हृदयाच्या तळघरात बंद केलेल्या आठवणींना उघडणारा दरवाजा...?

"असंख्य चुका सामावून घेणारा समुद्र, की रखरखत्या उन्हात पाऊस पडल्यानंतर हलकासा गारवा पेरणाऱ्या पावसाच्या धुंद सरी...परीघ व्यापून असलेले वर्तुळ, की परिघात सामावलेला केंद्रबिंदू...बासरीतून निघालेले मधुर स्वर ऐकण्यासाठी बावरलेली राधा म्हणजे मैत्री, की कृष्णाच्या प्रेमासाठी आसुसलेली मीरा म्हणजे मैत्री...काय असते या नात्यात...?

"रक्ताच्या किंवा इतर नात्यांमध्ये निवडीचे स्वातंत्र्य नसते. मैत्रीत आपली निवड महत्त्वाची. कोणत्याही वयात कुणाशीही मैत्री करता येते. कितीही मित्र आपल्याला जोडता येतात. जिव्हाळ्याचे, स्नेहाचे संबंध जोपासता येतात. आवडी-निवडी शेअर करता येतात. मनासारखे असले तर पाठीवर थाप देऊन कौतुक करता येते. चुकत असेल तर कान धरून कानउघडणी करता येते...कुणी मोडून पडलाच तर नव्याने आयुष्य उभारण्याची उमेद देता येते. आपल्या स्वभावाशी जुळणाऱ्या मैत्रीच्या आधाराने स्वतःच्या अस्तित्वाला योग्य पैलू पाडता येतात. भविष्यातील सुंदर स्वप्ने बघताना छोटेमोठे धोके सहज स्वीकारले जातात... आपल्या बॉयफ्रेंडबद्दल किंवा गर्लफ्रेंडबद्दल गॉसिप करता येतं...हृदयात पडलेल्या गाठी सोडताना इथं अनकम्फर्टेबल वाटत नाही...रुसव्या-फुगव्याचं आणि ट्रॅक सोडल्यास आपटण्याचे हे एक ठिकाण असते...बहरणाऱ्या मैत्रीच्या असंख्य

चिंब धारा अंगावर झेलत, तृप्ततेचा सुगंध पेरत बहरलेले कॉलेज जीवनातील मैत्रीचे धुंद क्षण, चांदण्यांच्या वर्षावातल्या धुंद आठवणी अविस्मरणीय असतात...

"कॉलेजचे मोरपंखी स्पर्शाचे इंद्रधनूच्या रंगाने शृंगारलेले दिवस आठवले तरी हृदयात शंभर सतारींचा मधुर स्वर निनादत उमटतो. स्वप्नाळलेल्या कोवळ्या दिवसांच्या, ध्येयाने गंधाळलेल्या आठवणी नभांगणातील तारकांचे तेज घेऊन लकाकू लागतात...

"मैत्रीतला शब्द शेवटचा असतो. तोच जास्त महत्त्वाचा असतो. या वयात मित्र निवडताना पारखून घेणे महत्त्वाचे. इंटरनेटच्या महाजालात भावनात्मक आणि आव्हानात्मक मोह टाळायलाच हवेत. चॅटिंग किंवा ऑर्कुटवर परात्पर मित्र निवडताना, स्वत:चे व्यक्तिगत जग खुले करताना खूप जागरूक राहायला हवे.

"मैत्री आनंदापलीकडचे विश्वासाचे नाते जोडते. म्हणून लांबवरची ध्येये शोधता येतात. मौजमजेपलीकडची विचारांची शिदोरी असेल तर प्रगल्भ व्यक्तिमत्त्व आकाराला येते. मैत्रीची दृढ वीण आयुष्याला वळण देण्यास कारणीभूत ठरते. सहवासाच्या खुणा आयुष्यात ठासून राहतात. हक्काची जाणीव, विश्वासाची पात्रता तीव्र असल्याने या वयात आशा आकांक्षाची, सोनेरी स्वप्नांची, आकाशाला गवसणी घालणाऱ्या ध्येयवेड्या नाजूक पंखाना पालवी फुटते आणि ती आयुष्यभर बहरत जाते. त्याचा वटवृक्ष होतो....तो आपल्याला आधार देतो.

"प्रत्येकाला खास मित्र असावेत. कारण या नात्यात विचार आणि अनुभवांशी एकरूप होता येतं....मनातले भाव शेअर करता येतात...हेच नाते आपल्याला समजून घेते."

उर्मिला कितीतरी वेळ बोलत होती. वेळ संपल्याची बेल वाजली तेव्हा ती भानावर आली. जाता जाता तिला एक शेर आठवला

"असा मित्र पाहिजे, जो मला माझे म्हणू शकेल
माझ्या सुखदु:खाला समजू शकेल
पडणाऱ्या पाऊस धारेतही अश्रूधारा ओळखून
अलगदपणे पुसू शकेल...!"
थँक यू!"

अतिशय आत्मविश्वासाने, सहज सुंदर, ओघवत्या परिणामकारक वाणीने अचूक संवादफेकीतून उर्मिलाने साऱ्यांना मोहित करून टाकले. मंत्रमुग्ध होऊन सगळा हॉल एक एक वाक्यावर खूश होत होता.

व्यासपीठावरून खाली उतरताना, ती एक एक पायरी उतरू लागली तसतसा टाळ्यांचा कडकडाट वाढतच गेला. ती पायऱ्या उतरून खाली येताच तिच्या सिनिअर्सनी तिचे अभिनंदन केले. मुलांचा एक घोळका उर्मिलाकडे आला. त्यांनी तिचे अभिनंदन करीत अक्षरश: खांद्यावर उचलून घेतले. तिचे भरभरून कौतुक केले. कितीतरी वेळ हॉल आरोळ्यांनी दणदणत होता.

एवढ्या कौतुकाने उर्मिला मोहरली. सगळ्या मित्र मैत्रिणीमध्ये मिसळली. त्यांचे आभार मानत मनमोकळे बोलली. तिच्या चेहऱ्यावर आत्मविश्वासाचे तेज झळकत होते. ती पुढच्या स्पर्धकांची भाषणे ऐकण्यासाठी चेअरवर येऊन बसली.

उर्मिलानंतर आणखी चार-पाच स्पर्धकांची भाषणे होऊन त्या दिवसाच्या स्पर्धा संपल्या. दुसऱ्या दिवशी सर्व स्पर्धांचे बक्षीस वितरण होणार होते.

स्पर्धा संपल्याबरोबर सगळे मेसच्या दिशेने निघाले. वक्तृत्वस्पर्धा संपवून हॉलच्या बाहेर पडताना मैत्रीवर चर्चा करीत होते. त्यातल्यात्यात उर्मिलाच्या वक्तव्यावर आणि तिने म्हटलेल्या शेरवर अधिक खल झाला. उर्मिला हॉलच्या बाहेर पडताना कुणीतरी मुलाने तो शेर तिला ऐकवला. न ऐकल्यासारखे करीत उर्मिला पुढे निघून गेली.

उर्मिला मैत्रिणींबरोबर चालताना तिच्या मागे मागे कुणीतरी चालत असल्यासारखेही वाटले. खरे तर प्रत्येकजण आपआपल्या गतीने निघाला होता. तिला उगीचच भास झाला. तिच्याकडे बघून मुले हसत असल्याचेही तिला जाणवत होते. कुणी मैत्रीसाठी सरळ मागणीही केली. सगळ्यांकडे दुर्लक्ष करीत उर्मिला मेसमध्ये आली.

मैत्रिणीसोबत ताटात वाढून घेताना मुलेही त्यांच्यासोबत होती. आज जेवताना मुले जास्तच अघळपघळ बोलल्याचे तिला वाटले. तिचे सिनिअर्स आज तिच्याशी जास्त मनमोकळेपणाने बोलत होते. तीही जरा भान ठेवून त्यांच्या गप्पात सहभागी झाली.

"उर्मिला, छान वक्तृत्व आहे तुझे, छान बोललीस, अभिनंदन बरं का."

"थँक्स."

"पहिले प्राईज तूच घेणार असे दिसते."

"प्राईझ काय, कोणते का मिळेना, स्पर्धेत सहभागी होणे महत्त्वाचे."

"तुझे वक्तृत्व छानच आहे, पण आज जास्तच छान बोललीस."

तिचे सिनिअर्स जेवण करता करता तिचे कौतुक करीत होते.

"ए उर्मिला, तो शेवटचा शेर काय बोललीस? एकदम फॅन्टॅस्टिक बर

का!''...हा...हा...हा...'' सगळेजण हासले. वक्तृत्वाचा विषयच असा होता की, सगळ्या मुलांना त्यांचे बालपणीचे मित्र आठवले. जेवताना भूतकाळात जाऊन लहानपणी केलेल्या गमती जमती आपोआप चर्चेत आल्या.

"अरे, माझ्या लहानपणीचा मित्र मन्या फार गमत्या करायचा. आम्ही दोघेही रोज गावातल्या महादेवाच्या मंदिरात जायचो बरं का. महादेवाला नमस्कार करून बाजूच्या मारुतीच्या मंदिरात जायचो. आम्ही दोघे मारुतीला नमस्कार करताना 'माकडा माकडा हुप हुप' करून त्याला चिडवायचो. शेंदूर फासलेला मारुती आतून बाहेरून तापून लाल झाल्यासारखा वाटे. मग मारुतीच्याच पुढे उभे राहायचो. दंडावरची बाही बाजूला करून दंड फुगवून डाव्या हाताने उजव्या दंडावर आणि मग उजव्या हाताने डाव्या दंडावर अशा थापट्या मारल्या की कुस्ती खेळायची पोझ घेऊन एकमेकांवर तुटून पडायचो. असे रोजचेच होते आमचे.

"एके दिवशी मन्या मंदिरात आलाच नाही. मी एकटाच गेलो. मारुतीला माकडा माकडा हुप् हुप् करून चिडवून घेतले. तो रागाने चांगला लाल झाल्यासारखा वाटला. त्याच्या हातातली उगारलेली गदा डोक्यात टाकतो की काय असेही वाटले. मंदिरात मी एकटाच असल्याने मारुतीला माकडासारख्या उड्याही मारून दाखविल्या. तो काहीच करीत नाही असे पाहून शर्टच्या बाह्या वरती केल्या. दंड थोपटले. तेवढ्यात माझी मानगूट कुणीतरी मागून पकडली. मारुती उठून आला की काय असाही विचार मनात चमकून गेला. पण तो तर समोर जागेवरच दिसत होता.

"हणुमानाशी कुस्ती लावतोस काय? हातपाय पाहिलेस का? हरिणाच्या पायासारख्या काटक्या नुसत्या!''

"अंग ओले व्हायला लागले होते. पाहिले तर आमच्या मास्तरांनी कुत्र्याने तोंडात कोंबडी धरून आणावी तसे माझे मानगूट पंजात पकडले होते. माझ्या ताकदीवर असलेल्या माझ्या गर्वाचा फालूदा करीत मला निरखत होते.

"अरे, हनुमान आहे तो....रावणाची लंका जाळणारा...''

"त्याने रावणाची लंकाच जाळली ना! रावणाला कुठे मारले?'' मीही हनुमानाची ताकद किती आहे ते गुरुजींच्या लक्षात आणून दिले.

"मग रावणाला कुणी मारले सांग पाहू तर?''

"रामाने मारले...''

"तेवढे तरी माहिती आहे म्हणायचे,'' रामाने जन्म कशासाठी घेतला होता सांग पाहू?'' मास्तरच ते! गप्प कसे बसणार?

गुरुजींच्या या प्रश्नाने मी मात्र बुचकळ्यात पडलो होतो. सगळ्यांचा

जन्म झाला तसा रामाचाही झाला असेल असा विचार करून गप्प होतो.

"सांग ना आता...अरे, राम हा असामान्य वृत्तीचा पुरुष होता. त्याने रावणाला मारण्यासाठीच जन्म घेतलेला होता. हे रामभक्त हनुमानाला माहीत होते. त्याने ठरविले असते तर एका फटक्यात रावणाला मारून टाकले असते. ज्याचे काम त्यानेच करावे हे हनुमानाला माहीत होते. रामाचे काम रामासाठी ठेवून त्याने फक्त लंका जाळण्याचे त्याचे काम केले. कळले? त्याने ठरविले तर तो तुलाही जाळून टाकेल. काय? आपल्या ताकदीचा अंदाज पाहून कुस्ती खेळावी, कळले काय? जा. पळ!" म्हणत गुरुजींनी मानगूट सोडली.

तेव्हापासून हनुमानाची आणि गुरुजींचीही मनात इतकी भीती वाटायला लागली की मी अजूनही त्या दोघांपुढे वर मान करून उभा राहत नाही." सारे हासत खेळत गप्पात सहभागी झाले.

गप्पांच्या ओघात सगळ्यांनी जेवणावर आडवा हात मारला. उर्मिला आज आनंदित होती. पाय मात्र जमिनीवर होते. पंख लावून हवेत उडणाऱ्यापैकी ती नव्हती. अंतर्मुख होऊन विचार करणारी, संयमी आणि समंजस होती. ज्ञानाच्या कक्षा रुंदावताना थोडी आत्मकेंद्रित झाली. थोडी अबोल झाली. कधी कधी मात्र मित्रमैत्रिणींशी तासन् तास गप्पा मारे. जुन्या मैत्रीला जपणे तिला आवडते. ती स्वाभिमानी आहे पण खडूस नाही. कुणालाही मदत करणे आवडते पण लोचटपणा आवडत नाही. काहीजण तिच्याशी फटकूनही वागत. तिला शिष्ट समजत. ज्यांना ती समजली होती त्यांना तिच्या सहवासात आनंद मिळत होता.

तिने काही खास मित्रही जोडले होते. त्यात मुले, मुली असा भेद ठेवला नाही. मैत्रीबद्दल तिचे स्वतःचे मत होते. जीवाला जीव देणारे, एकमेकांना समजूनघेणारे चुकले तर योग्य मार्गावर आणणारे मित्र तिने जोपासले. आज तिच्या वक्तृत्वाने प्रभावित होऊन तिच्याशी मैत्री करण्यासाठी कितीतरी मैत्रीचे हात पुढे आले.

आज बक्षीस वितरणाच्या कार्यक्रमाने फेस्टिव्हलचा समारोप होता. पुन्हा सगळे हॉलमध्ये जमा झाले. खुर्च्या सजल्या. खास तयारी करून अँकर व्यासपीठाच्या डायसवर हजर झाला. व्यासपीठावर हारतुऱ्यांनी प्रमुख अतिथींचे स्वागत झाले. प्रमुख पाहुणे, प्राचार्य व्यासपीठावरून मुलांच्या यशाचे गुणगौरव करीत होते. हळूहळू कार्यक्रम पुढे सरकत होता. टाळ्यांच्या गजरात बक्षीस वितरण चालू होते आणि अँकरने शेवटचे अॅवार्ड घोषित केले.

"फर्स्ट अॅवार्ड गोज टू उर्मिला रितेश गिलाणी."

पुन्हा एकदा टाळ्यांचा पाऊस झाला. व्यासपीठावर तिचे जल्लोशात

स्वागत झाले. प्रमुख पाहुणे आणि प्राचार्यांच्या हस्ते बुके, प्रशस्तीपत्र, ॲवार्ड स्वीकारताना ती खूप खूप खूश होती. मोबाईलमधून हे सारे क्षण बंदिस्त झाले. टाळ्यांच्या गजरात कार्यक्रम संपला.

उर्मिलाला आज प्रसन्न वाटत होते. कॉलेजला ॲडमिशन घेतल्यापासून सिनिअर्सचे सतत जाणवणारे दडपण कमी झाले. संधी मिळताच तिने स्वत:ला सिद्ध करून दाखविले. तिच्या यशात सगळे सहभागी झाल्याचा आनंद जास्त वाटत होता. आता ती कधीच मागे पडणार नव्हती. सगळ्यांशी हास्यविनोद करीत उर्मिला होस्टेलवर आली. आल्या आल्या मम्मीला फोन लावला.

"हॅलो, मम्मी."

"बोल बेटा...कशी आहेस?"

"मजेत आहे मम्मी. ऐक ना!" मम्मीशी बोलण्यासाठी ती आतुरली होती. ही बातमी केव्हा मम्मीला सांगेल असे झाले होते.

"काय? बोल."

"अगं, माझ्या कॉलेज फेस्टिव्हलचा आजचा शेवटचा दिवस होता. आज बक्षीस वितरण होते."

"मग..." मम्मीने अधीरतेने विचारले.

"अगं, मला बेस्ट स्टुडंटचे ॲवॉर्ड मिळाले."

"शाब्बास बेटा. अभिनंदन तुझे...अशीच प्रगती असू दे. पप्पा आले की लगेच त्यांना ही आनंदाची बातमी सांगते. आणि हो...आता परीक्षा जवळ आल्या आहेत, तेव्हा सगळे विसरून अभ्यासाला लाग."

"हो...मम्मी...आत्ता अभ्यासालाच बसते आहे."

"जेवण व्यवस्थित घेत जा." मम्मीला तिच्या जेवणाचीच जास्त काळजी वाटत असे.

"किरण काय करतो आहे?" उर्मिलाला किरणशी बोलायचे होते.

"तो क्लासला गेला आहे. दहावीचे वर्ष आहे ना! सतत अभ्यासात गुंतलेला असतो. तो आल्यावर फोन करायला सांगेन."

"ठीक आहे...फोन ठेवते मम्मी...बाय..."

उर्मिलाने फोन कट करून मोबाईल ठेवला. मैत्रिणींचा उत्साह अजून ओसरलेला नव्हता. अधूनमधून कुजबूज चालू होती. बेडशीट नीटनेटके करून उर्मिला कॉटवर येऊन बसली. दिवसातले काही क्षण आठवत ती तशीच बसून राहिली. कसे असतात ना जीवनातले काही क्षण...सतत हवेहवेसे वाटणारे.

जरा वेळाने उर्मिला उठली. टॉवेल घेऊन बाथरूममध्ये गेली. गार पाण्याचे हबके तोंडावर मारून मेकअप पुसून घेतला. तिला फ्रेश वाटले. सकाळी घाईत निघाल्याने पलंगावर पुस्तकांचा आणि इतर वस्तूंचा पसारा तसाच पडला होता. तिने सगळ्या वस्तू व्यवस्थित रचून ठेवल्या. दुपारी मिळालेले ॲवॉर्ड पुन्हा एकदा पाहून घेतले. टेबलावर पुस्तकांच्या बाजूला ठळक दिसेल अशा ठिकाणी ठेवले. झाडांच्या पानात गुलाबपुष्प खुलून दिसावे तसे ते लक्ष वेधून घेत होते.

कॉलेज फेस्टिव्हलच्या जल्लोषात अभ्यास मागे पडला. उर्मिला मनाशी पुटपुटत पुस्तकांच्या ढिगाऱ्यातून चाळाचाळ करीत हवे ते पुस्तक शोधत होती. 'परीक्षा जवळ आल्या आहेत. अभ्यास करायला पाहिजे. प्रत्येक विषयाच्या अभ्यासाचे वेळापत्रक उद्या तयार करून कपाटावर चिटकवून देते. एकेका विषयाची केवढी जाड पुस्तके! कसा वेळ पुरणार? अभ्यासाचे नियोजन करायला पाहिजे.' स्वत:शी बोलता बोलता ॲनाटॉमीचे जाडजूड पुस्तक हातात घेतले. मन एकाग्र करून वाचू लागली. वाचताना काही पॅराग्राफ्स पुन्हा पुन्हा तर, काही शब्द पुन्हा पुन्हा वाचत होती. क्लिष्ट शब्द किंवा व्याख्या लक्षात राहण्यासाठी ती ही पद्धत अवलंबत होती. काही मुद्दे मार्करने तिथेच रंगवून टाकले. काही प्रश्न उलटसुलट विचारून स्वत:च त्यांची उलटीसुलटी उत्तरे देत होती. तल्लीन होउन वाचता वाचता मनन, पठणही होत होते. दोन तास अभ्यासात गेले तरी तिला कळले नाही.

उघड्या खिडकीतून येणारा थंडगार वारा उर्मिलेच्या अंगाला झोंबत होता. जणू तोही आज तिच्याशी सलगी करीत होता. त्यालाही उर्मिलेचे कौतुक करावेसे वाटत असावे. थंडगार वाऱ्याच्या फटकाऱ्याने अंगावर उठणारे रोमांच उठत होते. सगळ्यांनीच उर्मिलेचे वर्चस्व एकदिलाने स्वीकारले असावे. थंडगार वाऱ्याच्या मऊशार स्पर्शाने हृदयात हलकेसे तरंग उठत. हातांची घडी आवळून ते अनामिक तरंग अंगावर मनसोक्त झेलत ती तश्शीच वाचत राहिली.

वाऱ्याच्या स्पर्शाने ती उल्हासित झाली होती. यशाच्या, गौरवाच्या क्षणांनी आनंद संचारला होता. मन आणि हृदय त्या हव्याहव्याशा क्षणातून बाहेर पडत नव्हते. वाचताना अधूनमधून काही क्षण मनात डोकावत होते. ते क्षण ती झटकण्याचा प्रयत्न करीत होती. काही क्षण असे असतात की, ते परत परत आठवत राहतात. त्या आठवणींवर आपण पूर्णपणे नियंत्रण ठेवू शकत नाही. आठवणी सावलीसारख्या असतात. जितक्या दूर लोटाव्या तितक्या जवळ येतात.

तशातच उर्मिलाच्या मोबाईलची मेसेज ट्यून वाजली. एरवी अभ्यासाला बसताना ती मोबाईल स्वीचऑफ करे. आज अभ्यासाला बसताना मोबाईल स्वीचऑफ करायला कशी विसरली कुणास ठाऊक. मनाशी पुटपुटत तिने मोबाईल उचलला. मेसेज रीडरवर फक्त नंबर होता. अनोळखी दिसतो. कुणाचा असेल कुणास ठाऊक? वाचता वाचता मोबाईलवर मेसेज ओपन करणे तिला जिवावर येऊन गेले. इच्छा नसली तरी उत्सुकता होती. तिने मेसेज ओपन केला.

''असा मित्र पाहिजे, जो मला माझे म्हणू शकेल

माझ्या सुखदु:खाला समजू शकेल

पडणाऱ्या पाऊस धारेतही अश्रुधारा ओळखून

अलगदपणे पुसू शकेल.''

तुझा डायलॉग खूप आवडला. छान विचार करतेस.

तुझ्या वक्तृत्वाला तर तोड नाही.

गुडइव्हिनिंग!

तिचाच डायलॉग वाचताना तिला तो नव्याने दिसत होता. दोनदा परत वाचला. अरे आपण असे बोललो? भाषणात असे काही बोलायचे असते का? ती मनात खजील झाली. मेसेजखाली नाव नव्हते. नंबरही ओळखीचा लागत नाही. कुणी मेसेज पाठविला असेल बरं? कोण असेल? ती विचारात पडली.

परत मेसेज पाठवावा काय? पाठविणार तर ओळखीचा दिसत नाही. जाऊ दे. उगीच गैरसमज होईल. नाही पाठविला तर माझा शिष्टपणा दिसेल. मोबाईल नंबर माहिती आहे म्हणजे परिचयाची व्यक्ती असणार. हो...नाही...करता तिने मोबाईल हातात घेतला. आजचा मूड बघता नकारात्मक निर्णय घेणे शक्यच नव्हते.

''आपण दिलेल्या अभिप्रायाबद्दल धन्यवाद.''

मेसेज टाइप करून पाठवून दिला. मोबाईल बाजूला ठेवून परत अभ्यासाला लागली. उघड्या खिडकीतून अंगावर येणारी मंद झुळूक अधिकच लगट करू लागली. पुस्तकाची पानेही हवेच्या झुळकीने फडफडत होती. उर्मिलाच्या मनाची पानेही सळसळत होती. तोच त्याच नंबरवरून पुन्हा मेसेज आला.

''तू छान लिहू शकशील. असा माझा विश्वास आहे. साहित्यिक होण्याची पात्रता तुझ्यात आहे.''

मेसेज ओपन करून वाचला. तोच नंबर. तीच पद्धत. खाली नाव नाही. बरे आहे. फुकटचा सल्लागार मिळाला म्हणत तिने मेसेज वाचला. आता मात्र

तिचे लक्ष पुस्तकातून उडाले. दुसरीच पिलावळ तिच्या डोक्यात घुसली.

कॉलेज फेस्टिव्हलसोबत दरवर्षी नियतकालिक प्रकाशित केले जाते. त्यात कॉलेजच्या प्रगतीचा वार्षिक अहवाल, छायाचित्रे, विद्यार्थ्यांचे लेख, कथा, कविताही प्रसिद्ध होतात. या वर्षाचेही नियतकालिक प्रकाशित झाले होते.

उर्मिलाला लहानपणापासून वाचनाची गोडी होती. निसर्गसौंदर्य डोळ्यात साठवण्याची आवड होती. समाजात घडणाऱ्या घटनांचे निरीक्षण करून त्यावर स्वत:चे मत मांडण्याची हुशारी होती. त्या घटनांचा प्रभाव पडणारे संवेदनशील मनही होते. व्यासपीठावरून प्रकट मते मांडण्याचा आत्मविश्वासही होता. भाषणे लिहिता लिहिता ती लेखनाकडे वळली होती. समाजातील वास्तव आणि अनिष्ट प्रथांवर कथा, कविता लिहू लागली होती.

कॉलेजच्या नियतकालिकातून उर्मिलाची कथा, कविता प्रसिद्ध झाली होती. सगळ्यांनी अभिप्रायही दिला. मेसेज पाठविणाऱ्याला माझे लेखन माहीत नसावे असा विचार करीत तिने त्या नंबरवर मेसेज टाइप करून पाठवून दिला.

"नियतकालिकातून प्रकाशित झालेली माझी कथा आणि कविता वाचली काय?" रात्री बऱ्याच उशीरा मेसेज आला.

"मी तुझी कविता वाचली, आता कथा वाचतो आहे."

दिवसभराच्या दगदगीने उर्मिलाला शिणल्यासारखे झाले. आज जास्त वेळ जागरण न करता ती लवकर झोपली.

पहाटे मोबाईलची अलार्मबेल वाजली. बेल ऐकल्याबरोबर डोळ्यात दाटलेल्या झोपेतून खडबडून उठली. डोळे मात्र झोपेला सोडायला तयार नव्हते. पाचच मिनिटात उठू असे म्हणत बंद डोळ्यांनीच अलार्म बंद केला. जाग आली तेव्हा बराच उशीर झाला होता. आता तिला घाई झाली. पांघरूण बाजूला सारून ती उठली.

"मला उठवायचे ना गं." म्हणून मैत्रिणीवर नाराजी व्यक्त केली.

ब्रशवर पेस्टचा लगदा ओतता ओतता मनात पुटपुटत होती. 'ह्या अस्सेच करतात नेहमी. झोपलेल्यांना खुश्शाल झोपू देतात. उठवले असते तर काय बिघडले असते? दुसऱ्याची फजिती पाहायला आवडते...' पुटपुटत दुसऱ्या हाताने अंघोळीचे कपडे घेऊन बाथरूमकडे पळाली. शर्यत लागल्यासारखी पटपट तयारी केली.

केस विंचरताना तिच्या मनासारखी केशरचना होत नव्हती. ती स्वत:शीच बोलत होती. 'घाई असली की या केसांनाही काय होते कुणास ठाऊक...लवकर

सेट होत नाहीत...' कंगव्यावर राग असल्यासारखी केसातून फिरवीत हाताने चापून केस बसविले.

वह्यांची चाळाचाळ करून त्यातल्या काही वह्या कॉलेजसॅकमध्ये कोंबल्या वह्या कोंबतानाच मोबाईलची मेसेज ट्यून वाजली.

''सकाळी सकाळी मेसेज पाठवायला कसा वेळ मिळतो कुणास ठाऊक?'' पुटपुटत तिने मोबाईल उचलला. मेसेज ओपन केला. तोच नंबर. तीच पद्धत खाली नाव नाहीच.

''एक होता उंदीर

*

*

*

*

बस्स, एकच होता.''

गुडमॉर्निंग उर्मिला.

मेसेज वाचता वाचता ती मोठ्याने हसली. ''आता हा उंदीर मोबाईल कुरतडणार वाटते.'' बोलता बोलता तिने सॅक पाठीवर लटकवली.

उर्मिलाचा कालचा मूड बदललेला नव्हता. यशाच्या धुंदीने सकारात्मकता वाढते. मन विशाल होते...प्रसन्नता वाढते. लवकर राग येत नाही...नकारात्मक बाबींकडे मन जास्त झुकत नाही. चेतनावस्थेची सकारात्मक कवाडे खुली होतात.

मेसेज अनोळखी व्यक्तीचा असला तरी नकारात्मक भूमिका घेण्याची तिची मनस्थिती नव्हती. त्यामुळे ती सहज बोलून गेली.

तिच्या मैत्रिणींनी सॅक भरता भरता तिच्याकडे पाहिले.

''अगं कुठे आहे उंदीर? आणि तो मोबाईल कसा कुरतडणार?'' मुलींनी आश्चर्याने विचारले.

''माझ्या मोबाईलमध्ये उंदीर घुसला आहे.'' उर्मिलाने मस्करीत सांगितले.

''अगं उर्मिले, रात्री झोप झाली की नाही? उंदराचे स्वप्न पाहात होतीस की काय?''

''कालची हवा उतरली नाही वाटते अजून?''

''उंदीर अन् मोबाईलमध्ये? तुझे डोके फिरले की काय?''

''तू पण ना...एकदम एडचाप दिसतेस बरं का?''

सगळ्या मुली वेगवेगळे प्रश्न उपस्थित करून हसू लागल्या. हसताहसता

तिची मस्करी करू लागल्या. उर्मिलाही हसत होती. मोबाईलमधला उंदीर तिच्याही नकळत तिच्या मनात घुसला. त्याची चाहूल मनाला सुखद वाटली.

"अरे बाबा...आप खुदही देख लो...मोबाईल के अंदर चूहा है।" मस्करीच्या मूडमध्ये उर्मिलाने मोबाईल पुढे केला.

"दिखाओ तो." म्हणत सगळ्या मोबाईलभोवती जमा झाल्या. उर्मिलाने मेसेज ओपन करून दाखविला. मेसेज वाचून सगळ्या वेगवेगळे आवाज काढून खळखळून हसल्या. त्यांच्या हास्यकारजांनी वातावरणात उत्साह संचारला.

हसता हसता एकमेकींमध्ये मिसळत, आपआपल्या सॅक सांभाळत सगळ्या कॉलेजच्या दिशेने निघाल्या.

"उर्मिला, खरं सांग हा उंदीर तुझ्या मोबाईलमध्ये कुठून आला?"

फार गांभीर्याने न घेता उर्मिला शांत राहिली.

"उंदीर आता नक्कीच मोबाईल कुरतडणार."

"उंदीर मोबाईलमध्ये घुसला...हा...हा...हा..."

"उर्मिले, सांभाळ गं बाई. तुलाही कुरतडणार हो. हा...हा...हा..."

हसत खिदळत सगळ्या कॉलेजच्या गेटमध्ये शिरल्या. त्यातल्या एकीने प्रश्न विचारला "उर्मिला, कुणी पाठवला गं हा मेसेज?"

खरे तर हा मेसेज पाठविणारा कोण आहे हे तिला माहीत नव्हते. या प्रश्नाचे उत्तर ती देऊ शकली नाही. प्रश्नाचे उत्तर देणे तिने टाळले. उर्मिला काहीच न बोलण्याने मैत्रिणींची जिज्ञासा वाढली. "उर्मिला, खरं सांग. हा मेसेज तुला कुणी पाठविला?"

"हा काय ह्या मोबाईलवर मेसेज आहे. मला काय माहीत कुणी पाठवला."

"उर्मिला, प्रश्नाचे उत्तर टाळू नको. खरं सांग, मेसेज कुणी पाठवला?"

"खरेंच, मला नाही माहीत."

"असे कसे होऊ शकते...? तुझ्या मोबाईलवर कोण मेसेज पाठविते? मोबाईलवरून तुझ्याशी कोण बोलते हे तुला कसे माहीत नसणार?"

"आम्हाला दुधखुळे समजतेस काय?" मुली ऐकायच्या मन:स्थितीत नव्हत्या.

"उर्मिला, तुला सांगावेच लागेल..." मुलींनी जवळजवळ दमच दिला.

कुणाचे नाव सांगावे...तिला काहीच सुचले नाही. ती अधिक गोंधळली. अनावधनाने झालेली चूक लक्षात आली. ओळख ना पाळख, उगीच रिस्पॉन्स दिला. आता झाली ना पंचाईत....कोण मेसेज पाठविते चौकशी करायला हवी.

उर्मिला काहीच बोलत नाही असे पाहून मुलींना आणखी जोश आला.

"उर्मिला, ही काय भानगड आहे? तू गप्प का? तुझ्या खामोशीतच उत्तर दडलेले आहे."

'उर्मिला आपल्यापासून काही दडवते आहे असे त्यांना वाटले. तिच्या गप्प राहण्याने त्यांचा संशय वाढला. उर्मिलाकडून वदवून घेण्याचा त्यांनी चंग बांधला. आत्तापर्यंत गंमत म्हणून चाललेले बोलणे सक्ती करू लागले. एका सिनिअरने तर्जनी उंचावत कणखर आवाजात उर्मिलाला सांगितले.

"उर्मिला, तुला नाव सांगावेच लागेल, नाहीतर....आजपासून आपली रूम स्वच्छ करायचे काम तुझे, समजले?"

उर्मिलाला टेन्शन आले. शब्द गोठले. अंग ओलसर झाल्याचे जाणवले. रुमालाने चेहरा पुसून घेतला. दीर्घ उसासा घेऊन चालत राहिली. उर्मिलाचा पडलेला चेहरा पाहून त्यांनी वॉर्निंग देऊन टाकली.

"जो पर्यंत नाव सांगणार नाहीस, तोपर्यंत आपल्या रूमची सगळी स्वच्छता तुला करावी लागेल." सगळ्या कॉलेजच्या आवारात शिरल्या.

कॉलेजच्या परिसरात मुले मुली दिसत होती. कुठे कुजबुजणारे दोघेतिघे तर कुठे मस्तीत खिदळणारे घोळके दिसत होते. मधूनच विमानासारख्या तुफान वेगाने बाईकवरून गिरक्या घेत सू--सू--करीत झपकन वेगाने पळणाऱ्या बाईकवरची मुले कळपातून उच्छृंखलपणे पळणाऱ्या हरिणासारखी वाटत होती. हवेतला मधाळ गारवा सकाळच्या सोनसळी पिवळ्या सूर्य किरणांना पूर्वेकडून ओढून वर खेचत होता. कोवळी सकाळ आनंदाची मुक्त उधळण करीत होती. सुखद क्षणांची साठवण करीत होती. लेक्चरर येताना दिसताच स्पेसमध्ये रेंगाळलेली पावले आपआपल्या डिपार्टमेंटमध्ये जाऊन बसली. उर्मिलाही निघाली. समोरून पंडित मॅडम जाताना दिसल्या. मॅडमशी बोलावेसे वाटले, पण जोशी सर तिच्या डिपार्टमेंटमध्ये येत होते. त्यामुळे मॅडमशी न बोलताच ती क्लासमध्ये येऊन बसली. क्लासमधली वक्राकार रचना असलेली बाके मागून पुढे भरत गेली. जोशी सरांनी नर्व्हस सिस्टिम शिकवायला सुरुवात केली.

सर शिकवित होते. उर्मिलाचे शिकविण्याकडे आज लक्ष नव्हते. प्रयत्न करूनही लक्ष लागले नाही. ग्लासबोर्डवर काढलेली नर्व्हस सिस्टिम पाने झडून गेलेल्या वाळक्या झाडासारखी दिसत होती. सरांचे आजचे पॉवरपॉईंट प्रेझेंटेशन सरांनाही कळत नसावे असे तिला वाटले. आज सरांचे शिकविणे डोक्यात का शिरत नाहीये...तिचा तिलाच प्रश्न पडला. जोशीसरांकडे बघण्यापेक्षा क्लासमधल्या

इतरांकडे पाहायला काय हरकत आहे? विचार करता करता तिने इतर बाकांवर नजर टाकली. तिच्या मनात आले, मलाच काय, कुणालाच जोशी सरांचे लेक्चर समजत नसावे. मागच्या बाकावरचे विद्यार्थी पुस्तकात लपविलेल्या मोबाईलवर चॅटींग करीत होते. तिने थोडी चुळबूळ केली. हाताचा कोपरा बेंचवर टेकवून हाताची बोटे दुमडून तयार झालेल्या हँडस्टँडवर गाल टेकवून बघत राहिली.

मोबाईलमधला उंदीर हळूहळू डोक्यात शिरला. मैत्रिणींनी मोठा प्रश्न पुढ्यात ठेवल्याने उंदराचा शोध घेणे आवश्यक होते. ती विचार करू लागली. मेसेज पाठविणाऱ्या व्यक्तीचा शोध घेतला पाहिजे. पण...शोध कसा लावणार...त्या नंबरवर कॉल करू का...? नको...नको...! मेसेज पाठवू का? नको...नको...तिला स्वत:चा राग आला. आपल्याला काय झाले? धड एक निर्णय घेता येत नाही. अशी विचित्र कोंडी कधीच झाली नव्हती.

तिने हळूच मोबाईल काढला. व्हायब्रेटरवर ठेऊन रुमालाच्या चौपदरी घडीत ठेवला. मेसेज बॉक्स ओपन केले. सकाळचा मेसेज वाचला.

''एक होता उंदीर...''

उंदीर या शब्दाचाही राग आला. तू खरोखरीच उंदीर असतात ना गड्या...अस्सा...मुंडी धरून दोन बोटांनी पिरगळला असता. अरे...हा तर मेसेज आहे. तिच्या लगेच लक्षात आले. मे सेज पाठविणारा आपला चाहता आहे. तिने त्या नंबरवरून आलेले मागचे मेसेज वाचले. उंदरावरचा राग थोडा कमी झाला. मेसेजच्या शब्दांवरच मन जडले. हृदयात हलकीशी छम्छम् झाली. मनाचे तरंग शरीरावरून लहरत गेले. पावसासारख्या बरसणाऱ्या भावनांना थांबवता येते का कधी? बांध घालता येतो का त्यांना...क्षणाक्षणात बदलणारे क्षण क्षणातच बदलून जातात. मंद हळव्या भावनांची अनुभूती घेत असतानाच रुमालाच्या घडीतला मोबाईल व्हायब्रेट झाला. त्याच क्षणी तिचे हृदयही तिला व्हायब्रेट झाल्यासारखे वाटले. तिने बघितले, त्याच नंबरवरून मेसेज होता. उत्सुकतेने मेसेज ओपन केला.

''मी कवी नाही परंतु कवितेतील बारकावे समजू शकतो.
कलाकाराची कला समजून घेणारा असेल तरच त्या
कलेला अर्थ प्राप्त होतो. अन्यथा कला व्यर्थ असते.
दृष्टी असेल तरच सौंदर्य अनुभवता येते. अन्यथा
डोळे असून आंधळे.
कविता छान लिहितेस. आणखी लेखन वाचायला मिळेल का?'' एक

प्रश्न ठेवून मेसेज संपवला होता. तिने मेसेज वाचला. मेसेजमधील शब्द तिला आवडले. अंत:करणातून उमटणारे शहारे सुखावून गेले. मनाचे धागे अदृश्यपणे मेसेजमध्ये जुळत होते.

कलेला कलेची आसक्ती असते. बरसणाऱ्या पावसाला जमिनीची ओढ असते. पावसात सापडलेल्या यात्रीने भिजायचे नाकारलेले नसते...धावणाऱ्या ढगांना गतीचे भय नसते...उधाणलेल्या वाऱ्याला व्याप्तीचा परीघ नसतो. अंत:करणात छेडल्या जाणाऱ्या सुरेल स्वरांचे स्पंदन तिने नाकारले नव्हते...बदललेला क्षण क्षणाक्षणात बदलत गेला.

मेसेजमधली शब्दसामर्थ्य, मांडणी, दाद देण्याची पद्धत तिला आवडली. या मेसेजला उत्तर द्यावे का? ती मनात विचार करीत होती. "तुझा शोध घ्यायचा आहे, नाहीतर रूम स्वच्छ करीत बसावे लागेल." विचार करून तिने झरझर बटणे दाबून मेसेज टाईप केला.

"पुस्तक तयार झाले की जरूर पाठवेन.

कृपया आपली ओळख?"

मेसेज पाठवून दिला. पुन्हा जोशीसरांचे लेक्चर ऐकू लागली.

लगेचच पुन्हा मोबाईल व्हायब्रेट झाला. मोबाईल अन् हृदयाची ट्यून जमली होती. मोबाईल व्हायब्रेट झाला की हृदयही व्हायब्रेट व्हायचे.

"मोहमंद रफीचे एक जुने गीत आठवले
मै जिंदगी का साथ निभाता चला गया
हर फिक्र को धुएँ मे उडाता चला गया ।
तुझी कथा अशीच काहीशी आहे
प्रेम आले परतूनी मी हसते आहे.
आयुष्य पुन्हा नव्याने जगते आहे."
असाच संदेश मिळतो."

उर्मिलाने मेसेज पुन्हा वाचला. तिच्या प्रश्नाचे उत्तर मेसेजमध्ये कुठेच नव्हते. त्याची ओळख विचारली तर त्याने कथेची ओळख सांगितली.

उर्मिला बेचैन झाली. वैताग आला नुसता...वर्गात आज लक्ष का लागत नाही. डोक्याला हलकासा झटका देऊन डोके शांत केले. कुणाच्या बोलण्याकडे तिचे लक्ष नव्हते. शरीरभर हुरहुरी भरून राहिली...मोबाईलची मेसेज ट्यून वाजली की हृदयात झंकार उठत. त्या झंकारांनी अंगावर रोमांच उभे राहत.

उर्मिलाने डोळे घट्ट मिटून घेतले. मनातला विचार ती झटकू पाहत होती.

वारुळावर चुकून पाय पडताच काही क्षणातच मुंग्यांनी पायाचा ताबा घेऊन पायाला गुदगुल्या करीत पायावर चढावे. त्या गुदगुल्यांनी पायाला हिसका देऊन पाय झटकावा. तरीही मुंग्याचे आक्रमण वाढत जाऊन त्यांच्या स्पर्शाने आपण बेचैन व्हावे तशी उर्मिला अनावधानाने वारुळात सापडून बैचेन झाली. डोक्यातील विचार झटकण्याचा तिचा प्रत्येक प्रयत्न असफल झाला. विचारांना आपण रोखू शकत नाही. नियंत्रण ठेवू शकतो. विचारांच्या गर्तेत उर्मिला बेचैन झाली. एका विचित्र अवस्थेची जाणीव तिला झाली. तिच्या मनात आले, काय आहे आज मनात माझ्या? कशाचा हा त्रागा? रोखून ठेवले श्वास जरी...धून कसली छेडते ऊरी...

मेसेजमधून उर्मिलाला उत्तर न मिळाल्याने तिने पुन्हा मेसेज टाईप केला. मेसेज टाइप करता करता मनात म्हणत होती, स्वत:ला काय समजतोस? मीही...तुझी ओळख मिळविल्याशिवाय गप्प बसणार नाही.

"माझे लेखन मन:पूर्वक वाचल्याबद्दल धन्यवाद!

कृपया आपली ओळख कळेल काय?"

मेसेज पाठवून ती शांत बसली. काही वेळाने मोबाईल व्हायब्रेट झाला. तिने मेसेज वाचला.

"माझ्यात काही दोष असतीलही. परंतु दोन गोष्टी नक्कीच चांगल्या आहेत. पहिली गोष्ट मला खोटे बोलता येत नाही. दुसरी गोष्ट मी प्रत्येक गोष्ट खरी खरी सांगून टाकतो. मी मनुष्यप्राणी आहे. जनावर नाही. प्राण्यांकडे माणसांसारखे हृदय व डोके नसते. मनुष्यप्राण्याकडे हृदय व मेंदू दोन्ही आहेत. कधी कधी मेंदूतली गोष्ट हृदयात लपलेली असते. मी तुझ्यासारख्या मैत्रिणीच्या शोधात होतो. माझ्याशी मैत्री करायला आवडेल?"

मेसेज वाचून तिचे बिलकूल समाधान झाले नाही. त्यात तिच्या प्रश्नाचे सरळ उत्तर नव्हते. उलट तिलाच प्रतिप्रश्न केला होता. तिनेही मैत्रीसाठी होकार न देता मेसेज टाईप केला.

"तुमच्या भावना चांगल्या आहेत. परंतु मी आपल्याशी मैत्री करू शकत नाही. प्लीज सॉरी."

पुन्हा पलीकडून मेसेज आला.

"विचार कर, स्वप्ने डोळ्यात नाही हृदयात साठवावी लागतात. डोळ्यातली स्वप्ने अश्रूतून वाहून जातात."

कॉलेजची वेळ संपली. मेसेजची देवाण घेवाण एक अनुत्तरित प्रश्न ठेवून

काही काळासाठी थांबली. लेक्चर संपताच इतकावेळ निद्रिस्त वाटणारी, आतून संजीवनी जपणारी कॉलेजची इमारत अलिबाबाच्या गुहेसारखी प्रत्येक डिपार्टमेंटमधून सळसळणारे चैतन्य घेऊन खुली झाली.

कॉलेज संपायला दुपारचा एक वाजला. खपाटलेल्या पोटात अन्न टाकण्यासाठी सगळ्यांनी मेसचा रस्ता धरला. एक एक करीत सगळे मेसमध्ये जमले. ताटांच्या किणकिण आवाजात मुलामुलींचा आवाज मिसळला. मुलामुलींनी ताटात वाढून घेतले. जेवणाबरोबर आपआपल्या ग्रुपमधून गप्पाही रंगल्या. प्रत्येक टेबलावर नवीन विषय. एकमेकांना आग्रह करीत जेवण चालू होते.

''उर्मिला, थोडा दाल चावल घेना...अजून.'' मुलींनी आग्रह केला. नको...नको...म्हणत असतानाही मुलींनी ताटात भात वाढला. वाढताना ''का गं...भूक नाहीये वाटते.'' म्हणून तिला चिडवित होत्या.

''अगं उर्मिला, भरपूर जेवून घे, रूम आवरायची आहे ना...आज?''

मुलींनी पुन्हा एकदा सकाळच्या प्रश्नाची आठवण करून दिली. सगळ्या मोठ्याने एकदम हसल्या. मुलींच्या हसण्याने सगळ्यांचे लक्ष त्यांच्याकडे गेले. उर्मिला हासल्यासारखे करीत त्यांच्यात सामील झाली. मनात मात्र कुढत होती.

'या बायांना कुणाचे नाव सांगावे? इथे मलाच काही माहिती नाही. खरे सांगूनही यांचा विश्वास बसत नाही. पण मी म्हणते...कुणाचा का मेसेज असेना त्याने एवढा काय फरक पडणार आहे. म्हणे रूम आवरायची आहे. वाट पाहत बसा म्हणावं आणि तो मेसेजवालाही केवढा शहाणा म्हणायचा. चार वेळा मेसेज करूनही नाव सांगायला तयार नाही. नाव विचारले तर म्हणे माझ्याशी मैत्री करायला आवडेल का...ज्याचे नावगाव माहीत नाही त्याच्याशी कोण आणि कशी मैत्री करणार...धड एका मेसेजचे सरळ उत्तर नाही. मलाच प्रश्न विचारून बुचकळ्यात टाकले. त्याच्यामुळे आजच्या एकाही लेक्चरकडे लक्ष देता आले नाही. पण मी सुद्धा आता माघार घेणार नाही त्याचे नाव माहीत झाल्याशिवाय गप्प बसणार नाही. समजतो काय स्वत:ला.' उर्मिला जेवता जेवता निर्धार करीत होती.

जेवणं आटोपून मेसमधली पावले होस्टेलच्या दिशेने वळली. वारा शांत झाल्याने वातावरणात उष्णता दाटल्यासारखे वाटत होते. रखरखीत उन्हातून चालताना तिला पाय जड वाटू लागले. रस्ता व इमारती सामसूम वाटत होत्या.

''उर्मिला, नाव सांगतेस की रूम आवरतेस?'' सकाळी उठल्या उठल्या मुलींनी उर्मिलाला विचारले.

नाव सांगितल्याशिवाय उर्मिलाला सुट्टी द्यायची नाही हे त्यांनी पक्के करून घेतले होते.

"ए प्लीज...तुमची शपथ, मला खरोखर नाव माहीत नाही." गळ्याला हाताची चिमटी घेऊन उर्मिला बोलली.

"तुला माहीत आहे की नाही, ते आम्हाला काहीही सांगू नकोस आणि शपथ बिपथ काही घेऊ नकोस. कशाचाच उपयोग होणार नाही." मुलींनी तिला ठामपणे सांगितले.

"अगं, प्लीज...प्लीज. माझ्यावर विश्वास ठेवा गं बायांनो." उर्मिला गयावया करीत म्हणाली.

"त्यापेक्षा तू नाव का नाही सांगत? अगं, नाव सांगायला इतके लाजायचे असते का?"

"ती लाजत नाही गं, भाव खाते आहे."

"बघू या. किती भाव खाते ते."

मुलींनी तिची मस्करी केली. आरडाओरडा करीत तिला राजी करीत होत्या. आता मात्र उर्मिलेला कसेतरीच व्हायला लागले. तिचे गोरे गोरे गाल गुलाबी झाले '...ए प्लीज...प्लीज...' करीत मुलींच्या विनवण्या केल्या.

"प्लीज...अगं, मी तुम्हाला उद्या नक्की नाव सांगेन." उर्मिलाने एका दिवसाची सवलत मागितली.

"मग आजच्या दिवस रूम स्वच्छ कर. नाव सांगितले की काम बंद." उर्मिलाच्या मैत्रिणींनी तिला सवलत द्यायचे नाकारले. त्यातल्या ज्या सिनिअर होत्या त्यांनी थोडा कडक पवित्रा घेतला.

"उर्मिला, काय लावलेस हे? सांगितलेले समजत नाही का? इतर सिनिअर्स इतके ऐकून घेतात का? जा...जरा जाऊन बघ इतर रूममध्ये. नाव सांगायचे नसेल तर लगेच हातात झाडू घे. बाकी बकवास बंद."

सिनिअर्सपुढे उर्मिलाची बोलती बंद झाली. सगळ्या मुलींचा राग आला. रागामुळे चेहरा लाल गुलाबी झाला. डोळ्यांच्या कडा ओलावल्या. उर्मिला हिरमुसली. सिनिअर्सच्या दादागिरीचा पुन्हा एकदा अनुभव आला. तोंड वाकडे करीत मनातल्या मनात कितीतरी शिव्या हासडल्या. त्यांच्यापुढे ओठ हालवायचीही हिंमत नसल्याने तरफडत राहिली. मनात बोलत राहिली,

"स्वत:ला काय समजतात कुणास ठाऊक? सतत दादागिरी करीत असतात. मला कुणी का मेसेज करेना...यांना काय घेणे देणे? उगीच दुसऱ्याच्या

भानगडीत नाक खुपसायची सवय लागून गेलीये. अभ्यासाला वेळ पुरत नाही. त्यात परीक्षा जवळ आलेल्या. त्यांच्या हमाल्या कोण करणार? माझ्या बापाच्या घरीही मी कधी झाडू मारलेला नाही. सगळ्या कामांना नोकर आहेत. म्हणे सफाई कर. हा रॅगिंगचाच प्रकार नाही तर काय? छळतात मेल्या नुसत्या.''

कितीही राग आला तरी सिनिअर्सचा हुकूम मोडणे शक्यच नव्हते. परीक्षा जवळ आल्याने ताप वाढवायला नको म्हणून उर्मिला गुपचूप उठली. हातात झाडू घेतला. रूम झाडून स्वच्छ केली. झाडू दारामागे ठेवून कॉटवर येऊन बसली.

''उर्मिला, पोछा मार.''

सिनिअरने पुन्हा हुकूम सोडला. अनावर झालेल्या रागावर नियंत्रण ठेवीत उर्मिला उठली. बादलीत पाणी घेऊन फडक्याने रूम पुसून स्वच्छ केली. बादली स्वच्छ करून जागेवर ठेवली. नॅपकीनवर हात पुसत कॉटवर बसताना ती राग आणि अपमानाने आतून बाहेरून तापून लालबुंद झाली. तिच्या सिनिअर्स तिरप्या नजरेने तिच्याकडे पाहत गालात हसत होत्या.

दोन दिवस झाले उर्मिला रूमची स्वच्छता करीत होती. घरी असताना अशी कामे तिने कधी केलेली नव्हती. सफाई करत असताना तिला खूप अपमान वाटला. ती कुणाशीच बोलली नाही.

तिच्या मैत्रिणींना नाव न कळल्याने त्यांनी तिला बिल्कुल भाव दिला नाही. 'शिष्ट कुठली. झाडू पोछा करते पण नाव सांगायला तयार होत नाही. थांबा दोन दिवसानंतर तुला कपडे धुवायला सांगितले की मग कशी पोपटासारखी बोलतेस की नाही बघ.' त्याही काही कमी नव्हत्या.

सगळ्यांनी आपल्याला वाळीत टाकले की काय...असा प्रश्नही तिच्या मनात येत होता. रूमची साफसफाई करताना आलेल्या नैराश्याने ती दुःखी झाली. अभ्यासात लक्ष लागत नव्हते. खरे तर अभ्यास करावा असेही वाटत नव्हते. चार दिवसांपूर्वी सगळ्यांनी भरभरून केलेल्या कौतुकाला रॅगिंगची काळी झालर लागली.

उर्मिला सॅक घेऊन कॉलेजला निघाली. मुलीं तिच्याकडे लक्ष न देता कॉलेजला निघून गेल्या. चार दिवसापासून वर्गात लक्ष लागत नव्हते. परीक्षा जवळ आलेल्या असल्याने अभ्यासात एकाग्र होण्याचा ती प्रयत्न करीत होती. मुलींनी मात्र तिला पूर्ण डिस्टर्ब केले होते.

आज पंडित मॅडमचे सर्जरी या विषयाचे प्रॅक्टिकल होते. प्रॅक्टिकल

करतानाही तिला एकटे एकटे वाटत होते. प्रॅक्टिकल संपून सगळे डिपार्टमेंटच्या बाहेर पडले. उर्मिला मागेच रेंगाळत राहिली. पंडित मॅडमने जर्नलस् चेक करायला घेतले.

उर्मिला मॅमजवळ येऊन बसली. "गुड आफ्टरनून मॅम..."

"गुड आफ्टरनून." उर्मिलाकडे न बघताच मॅम काम करता करता बोलल्या, "काय उर्मिला, काय म्हणतेस."

"मॅम, जर्नल चेक करायचे होते." ती जर्नल पुढे करीत बोलली.

"आण पाहू. उर्मिला, चार दिवसांपासून माझे लक्ष आहे तुझ्याकडे. कॉलेज फेस्टिव्हल संपल्यापासून तुझे लेक्चरकडे लक्ष नसते. आजही प्रॅक्टिकलला मागे मागेच होतीस, डोक्यात हवा गेली की काय?"

उर्मिलाच्या मनात क्षणभर असे आले की, काय झाले ते सांगून टाकावे. मॅम काहीतरी मार्ग सांगतील. दुसऱ्याच क्षणी तिने ते विचार मनातून झटकून टाकले. "संकट हा सत्याकडे जाणारा मार्ग आहे. काही वेळा आयुष्यात ताणतणाव तर येणारच...हे ताणतणाव माणसाला घडवतात. सामर्थ्य देतात...आपण कायम सुखाचीच अपेक्षा तरी का करावी...दुःख देणारे प्रसंग स्वतःमध्ये बदल करायला शिकवतात. अशा बदलांमुळे भविष्यातील दुःखाच्या किंवा क्लेशदायक प्रसंगात सुसंगत मांडणी व नियोजन आपण करू शकतो. इतरांच्या दुःखाची जाणीव होण्याइतके संवेदनशील होतो. संकटांचा सामना करण्यासाठीचे सामर्थ्य आपल्यात येते. मी इतकी दुर्बल नाही. मी माझ्या अडचणींचा सामना करण्याइतकी स्वयंसिद्धा होईन." उर्मिला मनात काही ठरवत होती.

"उर्मिला, काय झाले तुला? मी काय विचारते आहे?"

"काही नाही मॅम. एवढ्या छोट्या यशाने हुरळून जाऊन कसे चालेल? मला खूप काही शिकायचे आहे मॅम अजून. बस्स, पप्पांची आठवण येत होती."

"त्यात इतके डिस्टर्ब होण्यासारखे काय आहे? फोन करायचा, पप्पांशी बोलून घ्यायचे, काही प्रॉब्लेम आहेत घरी?"

"तसे प्रॉब्लेम नाहीत मॅम, पण पप्पांचे फर्टिलायझरचे रिटेल आणि होलसेल दुकान आहे. दुकानात वेळेवर उधारी जमा होत नाही. लोक थापा मारून टाळतात. मग पप्पांना टेन्शन येते. भाऊ दहावीला आहे. दोघांना शिक्षणासाठी भरपूर पैसा लागतो. घरची आठवण आली की बेचैन होते."

"अगं, तुला येथे येऊन वर्ष होत आले तरी तुला घराची आठवण येते...दिवसातून आपल्या मनात हजार विचार येत असतात. त्या विचारांवर

ङङनियंत्रण ठेवायचे असते. स्वत:वर नियंत्रण ठेवायचे असते. असा घरचा विचार करून कसे चालेल?''

पुढच्याच क्षणात उर्मिलाने स्वत:ला सावरले.

उर्मिला होस्टेलवर आली. हा सगळा गुंता कसा सोडवायचा याचा विचार करीत बसली.

यांना कुणाचे नाव ऐकायचे आहे कुणास ठाऊक? अडेलतट्टूसारख्या अडून बसल्या. तडजोड करायला बिल्कुल तयार नाहीत. साफसफाईत खूप वेळ जातो. या तीन दिवसात त्याचा एकही मेसेज आला नाही...काय करावे? विचार करता करता तिने मोबाईलमधले सगळे मेसेज वाचून घेतले.

चौथ्या दिवशीही उर्मिलाची कामातून सुटका झाली नाही. तिने दारामागून झाडू काढला. झाडूने केर लोटता लोटता मनातली सारी जळमटेही लोटून दिली. मनात काहीतरी निश्चय करीत होती.

तीन दिवसात त्याचा एकही मेसेज आला नाही. मी उगीचच शिष्टपणा करून त्याची मैत्री नाकारली. त्याने मला एवढी दाद दिली. निर्हेतुक मैत्रीची मागणी केली तर त्याला सरळ नाही सांगून मोकळी झाले. बस आता झाडू पोछा करीत. ती त्राग्याने स्वत:वरच राग करीत होती. असे किती दिवस चालेल कुणास ठाऊक? स्वत:लाच माहीत नसलेल्या प्रश्नाचं उत्तर काय देणार...दारामागे झाडू ठेवता ठेवता यातून सुटका करून घेण्याचा मार्ग शोधत होती.

ओले हात नॅपकिनला पुसत टेबलाजवळ आली. मोबाईल चार्जिंगला लावलेला होता. बटण बंद करून मोबाईल उचलून घेतला. त्या नंबरवर कॉल केला. परंतु रिंग वाजायच्या आत कटही केला...पुन्हा लावला...पुन्हा कट केला...एकदा...दोनदा...तीनदा...

मी कॉल केलेला त्याला आवडेल का? तो कॉल उचलेल की दुर्लक्ष करेल? कॉल घेतलाच तर माझ्याशी बोलेल का? की पुन्हा मला संकटात पाडेल?अनेक प्रश्न तिच्या मनात आले. ठरवून सुद्धा ती फोन करू शकली नाही. तिला स्वत:चा राग आला. मोबाईलचाही राग राग करावासा वाटला. हलकीशी आपटी देऊन तिने हातातला मोबाईल कॉटवर भिरकावून दिला. स्वत:चे शरीरही कॉटवर बेफिकिरपणे सोडून दिले. उशीचा आधार घेऊन एक हात व एक पाय पोटाशी दुमडून भिंतीवरच्या पालीसारखी पलंगाला चिटकून राहिली.

उर्मिलाचा चौथा दिवसही केविलवाणा गेला. क्लासमध्ये सगळे कानावरून गेले. पुस्तकात वाचलेले नुसतेच पोथी वाचल्यागत झाले.

सायंकाळचे सहा वाजत आले. उन्हात ताटकळत उभ्या असलेल्या इमारतींनी सावलीचा बुरखा लांबपर्यंत ओढला. मावळतीला तांबूस पिवळ्या रंगाची पखरण करून क्षितिजावरचा सोनेरी लाल गोळा तांबूस होत डोंगराच्या कमानीत गडप झाला. इमारती भोवतीच्या उंच झाडावर परतलेला पक्ष्यांचा मेळा किलबिल आणि फडफड करीत झाडाच्या फांदीफांदीवर शाळेतल्या पोरांसारखा गलका करीत होता. कावळे झाडाच्या वरती थोड्या अंतरावर उडत कर्कश काव काव करून परत फांदीवर बसत. दात ओठ खाऊन केलेल्या कावळ्यांच्या कर्कश आवाजाने आसमंत भरून गेला. झाडावर परतणाऱ्या पक्ष्यांची लगबग चालू होती. काहीशी अशीच लगबग होस्टेलवर परतणाऱ्या नुकतीच पालवी फुटून क्षितिजाला गवसणी घालण्याचा निर्धार करणाऱ्या दोन पायांच्या पक्ष्यांची चालली होती. या लगबगीत अस्वस्थ होती ती उर्मिला.

उर्मिलाच्या सिनिअर्स रूममध्ये आल्या. बेफीकीरपणे सॅक कॉटवर लोटून तिच्याभोवती येऊन बसल्या. तिच्या चेहऱ्यावरचे भाव नजर रोखून बघून घेतले. छद्मीपणे हसल्याही.

"काय उर्मिला, नाव आठवले की नाही अजून?"

उर्मिला हातावर हनुवटी टेकवून दाताने तर्जनीचे नख कुरतडत त्यांच्याकडे नुसतीच बघत राहिली.

"धिस इज टू मच हं उर्मिला. उद्यापासून कपडेही धुवायचे." आणि त्या फणकाऱ्याने उठून गेल्या.

उर्मिलाचे डोळे भरून आले. डोळे मिटून तिने अश्रू अडविण्याचा प्रयत्न केला तरीही पापण्यांचा बांध तोडून टप्टप् अश्रू ओघळले. क्षणात तिने स्वतःला सावरले.

"एवढीशी गोष्ट किती लांबवायची...काही मर्यादा?" पुटपुटत तिने मोबाईल उचलला. झपझप पाऊल उचलत होस्टेलच्या वरच्या टेरेसवर गेली. निश्चयाने मोबाइलवर तो नंबर दाबला. पहिल्याच प्रयत्नात रिंग गेली. तिकडून कॉलही उचलला.

"हॅलो." थोड्या दबक्या पण आततायी स्वरात उर्मिलाने सुरुवात केली.

"हॅलो, गुड इव्हिनिंग उर्मिला." पलीकडून आवाज आला.

तिला तो आवाज अगदी परिचयाचा वाटला. पण कुणाचा आवाज...तिने विचार केला...तिला आवाज ओळखीचा होता तरी, ती ओळखू शकली नाही. "गुड इव्हिनिंग..." पुढे काय बोलावे तिला सुचत नव्हते. दोन मिनिटांचा

कालावधी असाच गेला. उर्मिला काही बोलत नाही असे पाहून पलीकडून बोलणे सुरू झाले.

"मला माहीत आहे तू चांगला निर्णय घेऊ शकतेस. चांगला विचार करू शकतेस. माझी मैत्री तू नाकारणार नाहीस याचा मला विश्वास आहे. चांगली माणसे चांगला निर्णय घेतात. बोल, का फोन केलास?"

"नाही...नाही म्हणजे...!" उर्मिला पुन्हा अडखळली.

"म्हणजे काय? माझी खूप आठवण झाली म्हणून कॉल केला, असेच ना?"

नाही...असा शब्द उर्मिलेच्या ओठावर आलाही. तो शब्द तसाच ओठात दाबला. नाही या शब्दाचे पडसाद चार दिवसापासून अनुभवत होती.

"हं, होय! नाही...तसे नाही...पण...तुमची आठवण झाली खरी. प्लीज आपले नाव कळेल काय?" उर्मिलेला नावाचीच घाई झाली.

"का...? मार खाऊ घालणार आहेस?"

"नाही. आपल्याशी ओळख करून घ्यायला मला आवडेल. आपण मला पूर्णपणे ओळखतात. मलाही आपली ओळख असायला हवी." बोलणे फिस्कटायला नको म्हणून तिने समजूतीने विचारले.

"का, आवाज ओळखीचा वाटत नाही?"

"आवाज खूप परिचयाचा वाटतो आहे. पण काही लक्षात येत नाही बघा."

"मी श्रीधर."

आणि फोन कट झाला. त्याने संपूर्ण ओळख दिली नसली तरी नाव परिचयाचे होते. नावावरून तिने विचार केला. कॉलेजला दोन श्रीधर आहेत. माझ्या क्लासमधला. छे...तो तर नुसताच नेभळट...त्याला कुठून असणार एवढी हिम्मत. दुसरा श्रीधर...हां...श्रीधर सोळंकी. माझ्यापेक्षा दोन वर्ग पुढे. मी लायब्ररीत असेपर्यंत तोही लायब्ररीत बसून स्टडी करीत असतो. काही शंका विचारल्या तर नेहमी सॉल्व्ह करतो. खूप मदत करतो तो. हा श्रीधर- श्रीधर सोळंकीच असणार. मी व्यासपीठावरून खाली उतरले तेव्हा माझ्याकडे आलेल्या घोळक्यात तो अगदी पुढे होता. बास्केट बॉलच्या कॉम्पिटिशनच्या वेळीही चिअरअप करीत होता आणि मेसमध्ये तो माझ्याशी कित्ती छान बोलला. त्याचा आवाज किती गोड आहे. उर्मिलाला सारे काही आठवले. तिच्या श्वासाचा वेग वाढला. चांदण्यांचा वर्षाव तिच्यावर होत आहे असे तिला वाटले. ती स्वत:शी मोकळेपणाने हसली. "अरे श्रीधर...आधीच नाही सांगायचे का मग..." कपाळाला हात लावून ती बोलली. चार दिवसात पहिल्यांदाच उर्मिलाच्या चेहऱ्यावर चांदणं

पसरलं....मोबाईल नीट सांभाळत उतरत्या जिन्यातून झपझप उतरताना तिच्या मनावरचे अकल्पित ओझे उतरून पायापर्यंत आल्याचे तिने अनुभवले.

श्रीधर दिनकरराव सोळंकी. एमबीबीएसच्या तिसऱ्या वर्षाला आहे. मजबूत बांधा त्याच्या उंचीला छान वाटतो. अतिशय टापटीप राहतो. चालताना मधूनच डोक्यावरचे पुढचे केस हाताने मागे करण्याची सवय. त्याला फारसे मित्रही नाहीत. सतत लायब्ररीत बसलेला असतो. एमबीबीएसच्या दोन्ही वर्षात त्याला फर्स्ट क्लास मिळाला. क्लासमध्ये तो शांत वाटतो. कुणाच्या भानगडीत पडत नाही. आपले काम आणि आपण. हो, पण त्याचा आवाज खूप गोड आहे. मोहम्मद रफीची जुनी गाणी त्याला खूप आवडतात. तो चांगला सिंगर आहे. महिनाभर चाललेल्या कॉलेज फेस्टिव्हलमध्ये त्याने

"हर दिल जो प्यार करेगा, वो गाना गायेगा
दिवाना सैंकडो मे पहचाना जायेगा।"

हे गीत गायिले होते. त्याच्या सुरात सूर मिसळून मुलांनी साथ दिली, सगळेजण या गाण्यावर थिरकले. तेव्हापासून श्रीधरचा भाव जास्त वाढला. त्याच्या गाण्यावर उर्मिलाही फिदा झाली. त्याच्या सुरात सूर मिसळून शेवटचा अंतरा ती गायली. तेव्हाच तिला श्रीधरविषयी आपलेपणा वाटला. त्याच्याशी बोलण्याची इच्छा झाली. ती स्वत:हून श्रीधरशी बोललीसुद्धा. तेव्हाच इतर मुलींना श्रीधर हिच्याशी कसे काय मनमोकळे बोलला याचे विशेष वाटले. श्रीधरच्या फीलिंगस् तिला आवडल्या.

फोनवरून श्रीधरशी थोडेसे बोलण्यानेही तिला आनंद वाटला. त्याच्या आठवणीने गोड संवेदना होत असल्याचे तिला जाणवले. अंगभर गोड शिरशिरी दाटून आली. मनाला आलेली मरगळ क्षणात वाळक्या पानासारखी गळून पडली. मनातले भाव बोलके झाले. श्रीधरने गायिलेले गीत तिला आठवले. ती गुणगुणत टेरेसच्या पायऱ्या उतरून रूममध्ये गुणगुणत आली.

"हर दिल जो प्यार करेगा वो गाना गायेगा
दिवाना सैकडों मे पहचाना जायेगा!"

मनावरचे दडपण कमी झाले. चार दिवसांपासून असलेले टेन्शन कमी झाले. पुस्तकांचा ढीग रचता रचता ती मनात म्हणत होती. चार दिवसांपूर्वीच नाव सांगितले असते तर काय बिघडले असते. मला किती त्रास सहन करावा लागला. फक्त एका नावासाठी. याची त्याला थोडीसुद्धा कल्पना नसणार. सुरुवात करून माझ्याकडून खरे करून घेतले. चला...नाव तर समजले, एवढे

काय कमी आहे.

पाचव्या दिवशी उर्मिलाने न कुरकुरता रूम स्वच्छ केली. झाडू मारताना, आज शेवटचाच दिवस. संधी मिळाली की नाव सांगून टाकू. असा निर्धार केला. कॉलेजला जायला उशीर व्हायला नको म्हणून पटपट आवरत होती. चार दिवसांपासून गेलेला मूड परत आला. आज आवडीचे कपडे घालावेत अशी इच्छा झाली. हँगरवरचे कपडे दोनदा मागेपुढे करीत चाळले. हा ड्रेस घालू का? अं...हा...नको, असे हो नाही करीत तिने पांढऱ्या रंगावर पिंक फुलांची जरीकाडीची बारीक वेलबुट्टी असलेला कुर्ता काढला. लाईट गुलाबी रंगाची जीन्स काढली. कपडे घालून तयार झाली. आरशासमोर आली. हा ड्रेस खूप सुंदर दिसतो असे तिला वाटले. केसांवरून कंगवा फिरवून मोकळ्या केसांना पाठीवरती छान वळण दिले. त्याच कलरचे शूज घालून उर्मिला मैत्रिणींमध्ये मिसळून कॉलेजच्या दिशेने निघाली.

चालताना उगीचच इकडे तिकडे बघत होती. छातीत हलकीशी धडधड झाल्यासारखे वाटले. कॉलेजच्या इमारतीसमोरच्या छोट्या गार्डनजवळच्या पायऱ्या चढून वरती गेले की दुसऱ्या मजल्यावर उर्मिलाचा क्लास होता. तिच्या सोबतच्या मैत्रिणी आपआपल्या क्लासकडे वळल्या. उर्मिलाही तिच्या क्लासमध्ये वळणार तोच...तिच्या काळजात धस्स झाले. धडधड वाढून हलकीशी गोड संवेदना सळसळत गेली. चालताना क्षण दोन क्षण अडखळली. काय करावे? कुठे पहावे...काहीच कळले नाही. डोळ्यांची फडफड झाली आणि समोरून येणाऱ्या श्रीधर सोळंकीशी नजरानजर झाली. क्षणभर डोळे गोठले. नको नको म्हणत असतानाही मनाने दगा दिला. तिच्या नकळत तिच्या चेहऱ्यावर मोहक हास्य पसरले. ती अधिकच विलोभनीय वाटली. पुढच्याच क्षणात तिने स्वत:ला सावरले. झपकन पुढे निघून गेली. श्रीधर केसांवरून हात फिरवीत तिच्या या मोहक अदा निरखत गालातल्या गालात हसत होता. दोघांच्याही मनाने एकच धून छेडली. "हर दिल जो प्यार करेगा, वो गाना गायेगा, दिवाना सैकडो में पहचाना जायेगा।"

उर्मिला क्लासमध्ये आली तरी त्या गाफील क्षणांना विसरली नाही. तिच्या चेहऱ्यावर नक्षत्र खुलले.

तिच्यात झालेला बदल तिच्या मैत्रिणींच्या नजरेतून सुटला नाही.

"काय उर्मिला...आज फार खुशीत दिसतेस?"

यांना काही उद्योग आहे की नाही, देव जाणे. उर्मिलाच्या मनात आले दुसऱ्यांवर लक्ष तरी किती ठेवायचे? सारखे काही ना काही विचारीत असतात.

काय झाले? कसे झाले? कुठे झाले...सगळ्या बातम्या यांना कळायलाच हव्यात का? यांच्यापासून एकही गोष्ट लपून राहत नाही. मनातले विचार मनात दडपून उर्मिला मोकळेपणाने हासली. पाठीवरची सॅक बाकावर ठेवत एका हाताने पाठीवरचे केस सावरत म्हटली.

"का...मी खूश राहायला नको का? मला कुठे खुशीची ॲलर्जी आहे?"

"नाही गं...काल परवा, अगदीच त्या बार्बीडॉलसारखी बसली होतीस ना, फक्त पापण्याची उघडझाप करीत." सगळ्या मोठ्याने हासल्या.

एकमेकींच्या हातावर टाळी देत पुन्हा उर्मिलेला म्हणाल्या

"आज पक्का विचार झालेला दिसतो." पुन्हा हासल्या.

"नाव आठवले वाटते आज."

"न आठवायला काय झाले?" उर्मिलानेही ठसक्यात सांगितले.

"ए सांग ना मग." मुलींना घाई झाली.

"सांगेल ना, वेळ आल्यावर. एवढी काय घाई झाली तुम्हाला?"

"ए बाई, नको सांगू. नाहीतरी, तुला आता काम करायची सवय झाली आहे, काय फरक पडणार आहे ?"

मुलींनी उर्मिलेला चिडवले. क्लासमध्ये आल्या आल्याच छेडायला चांगला विषय मिळाला. मोठ्याने खिदळत मुलींचा गलका चालला होता. उर्मिलेला सांग...सांग...करतानाच देशमुख सर क्लासमध्ये आले. मुली शांत झाल्या. तो विषय तसाच अर्धवट राहिला.

उर्मिला आणि श्रीधर वेगवेगळ्या वर्गात बसलेले असले तरी दोघांची मनाची अवस्था सारखीच होती. उर्मिला क्लासमध्ये होती. चित्त मात्र भलतीकडेच भरकटत गेले. वेगवेगळ्या ठिकाणी भेटत गेलेला श्रीधर आठवत राहिला. त्याने म्हटलेले गीत मनात रुंजी घालत होते. मनात येणारे सगळे विचार झटकून लेक्चरकडे लक्ष देण्याचा प्रयत्न करूनही तिचे लक्ष लागले नाही. एका विचित्र अवस्थेत अवघडल्यासारखे तिला वाटले. कोळ्याने पसरवलेल्या जाळ्यात अडकलेल्या भक्ष्याने जाळ्यातून सुटण्यासाठी धडपडताना त्याचे पाय जाळ्यात अडकले जाऊन तो अधिकच गुरफटत जावा तशी उर्मिला गुरफटत गेली.

तरुण वयातली ही अवस्था विचित्र असते. मनही बंडखोर असते. कितीही दाबले तरी दाबले जात नाही. पाण्यात बुडलेली काठी पाण्यात दाबावी आणि हात काढताच उसळी मारून तिने वेगात वरती येऊन पाण्यावर तरंगावे तसे मन हलके आणि बंडखोर होत जाते. जागेपणी स्वप्नात रमते. क्षणात कुठे

कुठे फिरून येते. स्वत:वर प्रेम करू लागते. व्यक्तिमत्त्वाबद्दल अधिक जागरूक होते. कधी खूप हळवे तर कधी रागीट होते. आईवडील ऐकत नाहीत तेव्हा ते आउटडेटेड वाटतात. मनाच्या तळघरातल्या गोष्टी शेअर करण्यासाठी मित्राची गरज भासते. उर्मिला आणि श्रीधर याच स्थितीत मनाच्या हिंदोळ्यावर हेलकावे खात झुलत होते.

श्रीधर क्लासमध्ये बसला होता. त्याचे लक्ष लेक्चरमध्ये रमले नाही. त्याला समोरून येणारी, गोंधळलेली उर्मिला आठवत होती. किती छान स्माईल दिले ना, उर्मिलाने...खरचं खूप सुंदर आहे ती. आज जास्तच मोहक वाटली. तिच्या नजरेतले भाव खूप काही सांगून गेले. मला उर्मिला आवडते. मी तिला आवडत असेन का?...त्याशिवाय का छान स्माईल दिली तिने. तो विचार करू लागला. एक मेसेज पाठवावा काय? तिला आवडेल की नाही...राग आला तर...जाऊ दे, जे होईल, ते होईल एक मेसेज पाठवून देतो. तिचा रिस्पॉन्स तर कळेल. असा विचार करून श्रीधरने मोबाईलवर मेसेज टाईप केला.

"डोळे तुझे...
हलकेच सगळे सांगून गेले.
जे तुला शब्दात मांडता न आले.
गुड मॉर्निंग उर्मिला."

उर्मिलाने मोबाईल व्हायब्रेट होताच श्रीधरचा मेसेज असेल, असा विचार करून इनबॉक्स ओपन केला. मेसेज वाचला. तिला तो क्षण आठवला. मी स्वत:ला रोखण्याचा किती प्रयत्न केला होता. तरीही त्याला बघताच चेहऱ्यावर आपोआप स्मित पसरले. चेहरा हा मनाचा आरसा असतो असे म्हणतात; ते काही खोटे नाही.

त्याच्या मेसेजला रिप्लाय केलेच पाहिजे असे काही नाही. त्याला जे वाटले ते त्याने सांगितले. पण त्या सिनिअर्सला मात्र आज नाव सांगून कामातून सुटका करून घ्यावी लागेल. मनात निर्णय पक्का केला.

दिवसभराचे कामकाज आटोपले. किरणांच्या सोनेरी तांबूस रेषा बरोबर घेऊन सूर्य क्षितिजापलीकडे गेला. नभांगणात तारकांचे कुंदनवर्क केलेली काळी ओढणी पांघरून थंडगार हवेच्या झुळकीसोबत घुंगुरपावलांनी रात्र हळूहळू घरांच्या उंबरठ्यात आली. दिवसभर केलेल्या श्रमांचा परिहार करण्यासाठी आसमंत व्यापून राहिलेल्या आल्हाददायक गारव्यात शतपावली करण्यासाठी हा प्रहर साद घालीत होता.

होस्टेलवरची नाजूक पावले कासवाच्या गतीने कोल्ड्रींक्सच्या स्टॉलवर

आईस्क्रीम खाण्यासाठी निघाली. चालताना सकाळी देशमुख सर क्लासमध्ये आल्याने अर्धवट सोडलेला विषय पुन्हा छेडण्यात आला.

"उर्मिला, तू आज नाव सांगणार होतीस ना?"

"हो ना. मी सांगणारच आहे. काही दम निघतो की नाही?"

"मग सांगत का नाहीस. एवढा काय भाव खातेस?"

'ए कधीपासून मेसेज येतात गं, किती छुपी आहेस ना तू? आत्ता कळले."

"अजून काही बाकी आहे का? बोलून घ्या, तुम्हाला संधी सापडली आहे."

बोलता बोलता मुलींनी आईस्क्रीम घेतले. घोळका करून आइस्क्रिमचा आस्वाद घेत असताना समोरून मुलांचा एक घोळका आला. खरे तर, मुलींना कोल्ड्रींक्सच्या स्टॉलवर जाताना पाहून मुले मुद्दाम त्यांच्या मागे मागे आली होती त्यात श्रीधरही होता.

श्रीधरला बघताच उर्मिलाला सकाळचा क्षण आठवला. हातातला बाऊल तसाच धरून श्रीधरकडे बघताना चेहऱ्यावर हसू आणि लज्जा असे दोन्ही भाव पसरले. उर्मिला थोडी उत्फुल्लीत झाली. श्रीधरकडे क्षणभर चोरून बघताना हासली. मुलींचे लक्ष तिच्याकडे होतेच. तिने हासत सगळ्या मुलींकडे बघितले आणि उजव्या हाताने बोट वरती करून तिरप्या नजरेने विचारले,

"सांगू?" प्रतिसादाची वाटही न बघता उर्मिलाने तेच बोट श्रीधरच्या दिशेने रोखून धरले.

"वाव! उर्मिला!" मुली उसळल्याच, मोठ्ठ्याने हसत, चीत्कारत आनंद सेलिब्रेट केला.

•••

श्रीधरने मुद्दाम तीन शब्दांचा मेसेज टाईप केला.

"उर्मिला, कशी आहेस?"

मेसेज पाठवून प्रतिसादाची वाट बघत थोडा वेळ थांबला. उर्मिलाने आलेला मेसेज वाचला. झरझर टाईप करून रिप्लाय करून दिला.

"मजेत आहे. अभ्यास करते आहे. तू काय करतो आहेस?"

उर्मिलाचा मेसेज श्रीधरने वाचला. त्याने दुसरा मेसेज टाईप केला.

"तुझ्या आठवणीत रमतो आहे
पाऊस नसतानाही पावसात
चिंब भिजतो आहे.
बरसणाऱ्या पावसातून

आता कुठे सावरतो आहे ॥''

उर्मिलाने मेसेज वाचला. श्वासाची गती वाढली. शरीरात गोड शिरशिरी उठली. ती मनाशीच बोलली, किती गोड संवेदना होत आहे. त्याच्या एका मेसेजनेसुद्धा मनाला नवी उभारी मिळते. मन टवटवीत होते अन् सगळा देह मखमली होऊन जातो. अशी काय जादू आहे या शब्दात- ते शब्द वाचले तरी मी माझी राहत नाही. आठवणीतले ते खास क्षण मनात पसारा घालू लागले की, शरीर सळसळत जाते आणि मन झोपाळ्यावर बसून झुलायला लागते. श्वास बोलायला लागतात आणि मी मात्र स्तब्ध शून्यात हरवून जाते.

उर्मिला शून्यात नजर रोखून स्वत:शीच विचार करीत होती. तेवढ्यात मेसेज ट्यून वाजली. तिने मेसेज बघितला. श्रीधरचाच...

''शब्द तुझे असे स्तब्ध
श्वास झाले बोलके
जाणिले मी भाव सारे
आज तुझ्या मनिचे ॥''

अरे....काय मनकवडा आहे हा. माझ्या मनाची अवस्था याला कशी कळली? याच्या मेसेजला रिप्लाय करावा का? नको...थोडा संयम ठेवायला पाहिजे. असा विचार करून उर्मिलाने मेसेजला रिप्लाय करण्याचे टाळले.

❑❑

- पाच -

नीताताई आपल्या मैत्रिणींसोबत गप्पा करीत बसल्या. उर्मिला पुण्याला शिक्षणासाठी गेल्यापासून त्यांना घरात एकटेपणा वाटत होता. रितेशजी सतत दुकानात आणि किरण शाळा व क्लाससाठी दिवसातला बराच वेळ घराबाहेर असतो, मग नीताताई मैत्रीणींमध्ये रमतात.

"किरण क्लासला गेला आहे...का हो, नीताताई." अंजलीताईंनी विचारले.

"नाही. तो आत्ता शाळेत गेला आहे. क्लास सकाळी आणि सायंकाळच्या वेळी असतो." नीताताई.

"दहावी आणि बारावीच्या मुलांचे क्लासेस आणि शाळेचे वेळापत्रक फार बिझी असते हो..." संगीताभाभींनी पुष्टी जोडली.

"पहाटे सहाला क्लासेस सुरू होतात. मग शाळेचे जादा तास...बारावी असेल तर प्रॅक्टीकल्स, शाळेचे पीरिअडस्, तिथून आले की परत क्लासेस. थकून जातात हो मुलं."

"होय ना. सतत धावपळ आणि लेखनकाम करीत असतात ही मुले."

"जेवणदेखील वेळेवर करीत नाहीत."

"त्यांना वेळ असतोच कुठे शांततेत जेवायला. कसेतरी घाईघाईत खातात आणि पळतात."

"घरी आले की, खूप चिडचिड करतात."

"मुले तरी काय करणार हो...तीही थकतात. महत्त्वाचे वर्ष म्हणून शाळेतही त्यांचा काटेकोर अभ्यास चालतो आणि घरी पालकांना वाटते, महत्त्वाचे वर्ष आहे, सुरुवातीपासून रात्र-रात्र जागून मुलांनी अभ्यास करावा, मुलांचा विचार कुणी करीत नाहीत."

"अहो...उर्मिलाचे काय चालले आहे? रुळली काय ती पुण्याला?" अंजली भाभींनी विचारले.

"उर्मिलाची काही चिंता नाही हो. चांगले कॉलेज मिळाले आहे.

रोज सायंकाळी फोन करते.''

"तिची आठवण येत असेल नाही नीताताई?''

"तिची तर रोजच आठवण येते. ती पुण्याला गेल्यापासून घर अगदी सुनं सुनं झाले आहे बघा. ते त्यांच्या व्यवसायात आणि किरण दहावीत असल्याने सतत शाळा आणि क्लासच्या निमित्ताने घराबाहेर.''

"बोअर...होत असेल का हो मग तुम्हाला?''

"होय ना...खूप बोअर होते. उर्मिलाची सारखी आठवण येते.''

"चालायचंच. त्यांचे शिक्षण महत्त्वाचे.''

"होय ना...''

गप्पा रंगल्या. तेवढ्यात रितेशजींच्या गाडीचा आवाज आला.

'नीताताई, शेठ आले वाटते.'

"हो...त्यांचीच गाडी आहे. जेवायला आले असतील घरी.''

"नीताताई...दोन वाजत आलेत. अजून तुमचे जेवण बाकी आहे.''

"होय ना. गिऱ्हाईकांचे काही खरे नसते बघा. काही तर गप्पा करायला वेळच काढून आलेले असतात. दुकानदारी करायची तर गिऱ्हाईकाचे मन सांभाळावे लागते. आपल्या अडचणी बाजूला ठेवून त्यांच्या अडचणी सोडवाव्या लागतात. मग होतो त्यांना घरी यायला उशीर.''

"होय ना...आणि कितीही मनाविरुद्ध गिऱ्हाईक वागले तरी संयम ठेवून शांततेत बोलायचे.''

"उधारीवाल्यांचा जास्त त्रास होतो हो...बाकी काही नाही.''

गप्पा चालू असताना रितेशजी घरात आले. त्यांना बघून संगीताताई आणि अंजलीभाभी जायला निघाल्या.

"बरं नीताताई, निघतो आम्ही. तुम्ही जेवण करा आधी.''

"ठीक आहे...या परत.'' म्हणत नीताताई त्यांना सोडवायला दारापर्यंत गेल्या.

"ए निता, चल ताट कर लवकर.'' ओले हातपाय नॅपकिनला पुसत रितेशजींनी सांगितले.

"हो...करते...करते...'' म्हणत नीताताईंनी दोन ताटे केली. डायनिंगवर दोघे जेवायला बसले. जेवताना गप्पा चालू होत्या.

"अहो...कढी चावल घ्या ना...थोडा.''

"नको...मला आज खूप थकल्यासारखे वाटते आहे आणि उजव्या हाताकडची

पाठीची बाजू आणि उजवा हात पण सकाळपासून दुखतो आहे.''

''कुठे मळ्यात गेला होतात का कुणाच्या...?''

''होय ना...थोडा वेळ त्या जाधवाच्या मळ्यात जाऊन आलो. किती अडचणीच्या ठिकाणी शेत आहे त्यांचे. घरापर्यंत जायला चांगला रस्ताही नाही. एवढ्याशा बांधावरून कशीतरी गाडी नेली मी त्यांच्या घरापर्यंत. एवढ्या अडचणीच्या आणि लांबच्या मळ्यातून त्यांची मुले शाळेपर्यंत कशी येत असतील?''

''मुलांचे जाऊ द्या. तुम्ही एवढे तिथपर्यंत गेले. उधारी मिळाली का मग?

''अगं, तिथे गेल्यावर कळले. कसे जगतात काही शेतकरी, सगळीकडे नुसतीच ढेकळं पसरलेली. बांधावर कुठेतरी चार-दोन हिरवी झाडे. दारात दोन बैल आणि एक गाय बांधलेली. त्या जनावरांची एक एक फासळी दिसत होती बघ, आणि खोल खोल गेलेली पोटाची कातडी. सुकलेल्या चाऱ्यावर जीव जगवून ठेवलेला आणि त्यांची ती झोपडीच, पण जरा आधुनिक पद्धतीची. तिथले सगळे वातावरण बघून मला जास्त काही बोलता आले नाही. देतो म्हणाला. बघू.''

''तुम्ही दुसऱ्यांचा कशाला विचार करता, आपले बघाना...आपला सगळा व्यवसाय अशाने तोट्यात जाईल, किती वेळा सांगावे तुम्हाला? अशा शेतकऱ्यांना तुम्ही उधार देता कशाला...?''

''अगं...द्यावे लागते कधी कधी...'' म्हणत रितेशजी ताटावरून उठले.

''अहो...हे काय...? जेवण तर करा पोटभर.''

''अगं, तुला सांगितले ना, मला खूप थकल्यासारखे वाटते. म्हणून जेवायची इच्छा होत नाही बघ.''

''दुकानात नका जाऊ मग. आराम करा थोडा वेळ घरीच.''

''आराम करून कसे चालेल...थोडा पाच दहा मिनिटे लोळतो. मग जाऊन बसतो थोडा वेळ.''

''हात जास्त दुखत असेल तर डॉक्टरांकडे दाखवून बघा.''

''नाही गं, इतके काही दुखत नाही. पण आराम करतो थोडा वेळ मग जातो दुकानात.'' म्हणत रितेशजी बेडरूममध्ये येऊन थोड्या वेळ झोपले. तोपर्यंत नीताताईंनी भांडी आवरून डायनिंगरूम स्वच्छ केली .

अर्ध्या तासाने रितेशजी उठले. तयारी करून दुकानात येऊन बसले. रितेशजींना दुकानात बघून सदाभाऊ सहज गप्पा करण्यासाठी दुकानात येऊन बसले.

गप्पा रंगल्या होत्या, तेवढ्यात रितेशजींना दरदरून घाम आला. अंगातील सर्व कपडे घामाने ओलेचिंब झाले. छातीतून जोरदार कळ येऊन पाठीकडून दुखणाऱ्या हातापर्यंत गेली. रितेशजी अस्वस्थ होऊन त्यांना काही कळायच्या आत बसल्या खुर्चीवर लोळागोळा होऊन पडले. क्षणभर रितेशजींना काय होत आहे, ते सदूभाऊंना कळलेच नाही. पण त्यांनी लगेच स्वत:ला सावरले. शेजारच्या दुकानदारांना आवाज देऊन बोलावून घेतले. घाईघाईने परत रितेशजवळ येऊन त्यांच्या शर्टची बटणे सैल केली. तोपर्यंत शेजारचे बरेचजण दुकानात गोळा झाले.

कुणी छाती चोळत होते. कुणी डॉक्टरांना फोन लावला. कुणी गाडी घेऊन आले. कुणी भेदरल्या नजरेने रितेशजींना काय होत आहे ते बघत होते. काही मिनिटात रितेशजींना दवाखान्यात ॲडमिट केले.

नीताताईंना ही बातमी कळली. त्या लगबगीने दवाखान्यात आल्या. रितेशजींना आयसीयूमध्ये ठेवले होते. क्षणभर त्यांचा धीर सुटला. त्यांच्या दोन्ही डोळ्यांतून अश्रूधारा वाहू लागल्या. पुढच्याच क्षणाला त्यांनी स्वत:ला सावरले. डॉक्टरांकडे चौकशी केली. नंतर त्यांनी स्वत:च्या आईवडिलांना फोन लावला. त्यांच्या मदतीसाठी आई-वडिलांना बोलावून घेतले.

❐❐

- सहा -

सायंकाळचे पाच वाजत आले तरी उर्मिला लायब्ररीत बसून अभ्यास करीत होती. तिच्या काही मैत्रिणी आणि श्रीधरही अभ्यास करीत होता. अभ्यास झाला तेव्हा ते जायला निघाले. सगळे लायब्ररीतून बरोबर बाहेर पडले. बोलता बोलता इतर मित्र, मैत्रिणी जरा पुढे चालत राहिली आणि उर्मिला, श्रीधर गप्पा करीत काही अंतर ठेवून सावकाश चालत होती.

"उर्मिला, कोणत्या विषयाचा स्टडी केला आज?" श्रीधरने विचारले.

"मेडिसिनचा."

"प्रत्येक डिसीजची सिम्टम्स अलग अलग असतात. काही सिम्टम्ससारखी असतात. त्यामुळे सारख्या सिम्टम्सची मेडिसिन्स लवकर लक्षात राहतात."

"तशी काही अडचण नाही. वाचले की सगळी सिम्टम्स आणि डिसिज मेडिसिन्स सगळे लक्षात राहते. फक्त लक्षपूर्वक वाचले पाहिजे." उर्मिलाने सांगितले.

"हां. तू समोर असतेस ना! म्हणून तुझ्यासोबत माझाही अभ्यास होतो."

"आणि मी समोर नसले तर...?"

"मग...तुझ्या आठवणी असतात ना...सोबतीला...नाहीतर तुझ्या आठवणींनीही हल्ली झुरायला होतं."

"चल, काहीतरीच काय?" उर्मिला मंद स्मित करीत लडिवाळपणे बोलली.

"का...तुला नाही येत माझी आठवण?"

श्रीधरच्या या प्रश्नाला खरे उत्तर द्यावे की चकवा द्यावा...असा विचार करीत असतानाच तिच्या तोंडून आपोआप शब्द आले.

"तुझ्या गीताच्या ओळी मुखात येतात ना! तेव्हा तू शब्दांच्या

अर्थामध्ये दिसतोस. खरा तू आता डोळ्यातून माझ्या हृदयात खोल भरलेला. माझे शब्द स्तब्ध अन् श्वास बोलके होतात. तुझ्या प्रश्नांना उत्तर देणे अवघड होते.''

''तुझ्या श्वासाचे गाणे मी आठवणीत साठवून घेतो. हृदयात भरून घेतो. ठेवा म्हणून ते जपतो.''

''हे आठवणीतले सुखद क्षण मंद झुळूक होऊन उचंबळून येतात तेव्हा हे जीवन खूप सुंदर आहे असे वाटते. या जीवनावर, या जगण्यावर शतदा प्रेम करावेसे वाटते.''

''आपल्या मैत्रीच्या नात्यात तू असे विश्वासाचे धागे गुंफतेस, आठवणीतले प्रत्येक क्षण मुलायम बनवतेस तेव्हा तू अधिकच सुंदर वाटतेस.''

''खरंच?''

''होय...उर्मिला, खरंच.''

बोलता बोलता दोघे होस्टेलच्या गेटपर्यंत आले. एकमेकांना बाय करून आपआपल्या दिशेने निघाले.

दोघांची मैत्री दिवसेंदिवस अधिक घट्ट होत गेली. कधी प्रत्यक्ष तर, कधी फोनवरून तासन्तास गप्पा रंगू लागल्या. कधी क्लासमधल्या गमतीजमती तर कधी अभ्यासासंदर्भात दोघात खलबते होत होती. एकमेकांचे सुख-दुःख, अडचणी, आनंद, वाढदिवस सगळ्यांचे शेअरिंग होऊ लागले. यातून दोघांमध्ये अनामिक ओढ निर्माण झाली. एकमेकांवरचा विश्वास दृढ झाला. निःस्वार्थपणे मैत्रीचे रोपटे बहरत होते.

मैत्रीच्या आनंदात ते दोघे तृप्त होते.

•••

उर्मिला, आणि श्रीधर कॉलेज कॅन्टीनच्या कट्ट्यावर बसलेले होते.

''उर्मिला प्रवास कसा झाला?'' श्रीधरने विचारले.

''प्रवासात काही अडचण आली नाही. किरण आला होता स्टँडवर पोहोचवायला. त्याने डायरेक्ट पुणे गाडीत बसवून दिले. फास्ट गाडी असल्याने सायंकाळी वेळेवर होस्टेलला पोहोचले. आल्या आल्या तुला फोन करणारच होते पण वेळच मिळाला नाही.''

''तू घरून आलीस तरी, नाराज दिसतेस. काही प्रॉब्लेम आहे का?'' श्रीधरच्या या प्रश्नाने उर्मिलाचे डोळे टचटचून आले. दोन्ही हातांनी रुमालाने ओघळलेले अश्रू पुसून घेतले.

उर्मिलाचे डबडबलेले डोळे पाहून श्रीधरही गहिवरला. पण नेमके काय कारण असावे म्हणून त्याने हलकेच तिच्या पाठीवर हात ठेवून विचारले,

"तू शांत हो पाहू...घरी काही झाले का?"

अश्रूंना सांभाळत उर्मिलाने मानेनेच हो म्हटले.

"कुणाची तब्येत बिघडली का?"

उर्मिला मनात म्हणाली, याचे सगळे अंदाज किती बरोबर असता ना?

"होय...पप्पांना अॅटॅक येऊन गेला. घरी जाईपर्यंत मला माहिती नव्हते. घरी गेल्यावर सगळे कळले."

"आता कशी आहे तब्येत?"

"चांगली आहे."

"कुणाची ट्रीटमेंट घेतली?"

"अरे...शिवापूरपासून जवळच एक गाव आहे. बागलाण त्याचे नाव. तिथे डॉक्टर संजय पाटलांचे 'हार्टस् संजीवनी सेंटर' आहे. बायपास आणि अँजिओप्लास्टी टाळण्यासाठी ते किलेशन थेरपीने उपचार करतात. नैसर्गिक वातावरणात, निसर्गाच्या सान्निध्यात असलेले ते महाराष्ट्रातील बोटावर मोजण्याइतक्या सेंटरपैकी एक सेंटर आहे. लांबलांबचे हृदयरोगी तिथे राहतात. महिन्या-दोन महिन्यांनी चांगले होऊन घरी जातात. पप्पांनाही तिथेच दोन महिन्यासाठी ठेवले आहे."

"मग तू बागलाणला गेली होतीस?"

"होय. शिवापूरला गेल्यावर किरणने मला सांगितले. तेव्हा कळले मी डिस्टर्ब व्हायला नको म्हणून त्यांनी मला घरी जाईपर्यत कळू दिले नाही. मम्मीसुद्धा पप्पांसोबत बागलाणला आहे."

"मग...किरण एकटाच घरी आहे का...?"

"नाही. माझे आजी-आजोबा आलेले आहेत."

"पप्पांना बघून आलीस ना?"

"हो...पप्पांची तब्येत आता सुधारत आहे. बोलण्यास मनाई असतानाही ते माझ्याशी भरपूर बोलले. मला बघून पप्पांना आनंदही होत होता आणि वाईटही वाटत होते."

उर्मिलाला धीर देत श्रीधर बोलला. "ते अश्रू पूस बरं आता..."

खरे तर उर्मिलाचे अश्रू आपल्या हातांनी पुसून द्यावेत असे श्रीधरला वाटत होते. पण तिला स्पर्श करण्याची त्याची हिंमत झाली नाही.

"तू असा धीर देतोस ना...म्हणूनच जगण्याचं बळ मिळतं मला." सगळे

विसरल्यासारखे करीत उर्मिला उठली. दोघेही कॉलेजच्या दिशेने बोलत निघाली.

●●●

रविवारच्या दिवशी उर्मिलाच्या मैत्रिणी मूव्ही बघायला गेल्या. उर्मिला रूममध्येच होती. घरात एकट्या माणसाला अधिकच एकटे एकटे वाटते. एकटेपणा घालविण्यासाठी तिने श्रीधरला फोन लावला.

श्रीधरच्या मोबाईलची रिंग वाजली. आज श्रीधरच्या मनात आले, उर्मिलाची थोडी गंमत करावी. त्याने कॉल उचललाच नाही. रिंग वाजली अन् बंद झाली. उर्मिलाला वाटले, असेल तो काही कामात.

थोड्या वेळाने तिने पुन्हा कॉल केला. एकदा...दोनदा...तीनदा रिंग पूर्ण जात होती. पण कॉल कुणी उचलत नव्हते.

उर्मिलाचा कॉल कुणी उचलत नव्हते म्हणून ती अधिक व्याकूळ झाली. मनात वेगवेगळे विचार येऊन गेले. हा मोबाईल सायलेंटवर लावून झोपला तर नसेल? की मोबाईल रूमवर विसरला असेल? विचारांबरोबर तिला श्रीधरचा रागही येत होता. अधीर होऊन त्याच्या कॉलची वाट बघत होती. शेवटी न राहवून तिने 'कॉल मी' असा मेसेज पाठवून दिला.

एक तासानंतर उर्मिलाच्या मोबाईलची रिंग वाजली. तिने पट्कन मोबाईल उचलून कॉल घेतला. त्याच्या बोलण्याची वाटही न बघता पटकन बोलली.

"काय रे कुठे होतास? किती फोन केले मी तुला, उचलला का नाही."

"सॉरी बाबा."

"काय सॉरी, फोन उचलला का नाही? कॉल बॅक तरी करायचा ना! निदान मेसेजला रिप्लाय तरी द्यायचा."

"कॉल बॅक केला नाही किंवा मेसेज रिप्लाय केला नाही तर तुझी अवस्था काय होते, ते बघत होतो."

"छान," ती रागावून म्हणाली.

"पण खरं सांगू उर्मिला. चिडलेल्या स्वरात तू जेव्हा मला जाब विचारतेस ना...ते क्षण मला खूप आवडतात."

"तू असा समोर असतास ना...मग तुला सांगितले असते."

"मग काय, मारले असते का मला?" श्रीधरने लडिवाळपणे विचारले.

"चल...तू...ना...एक नंबरचा नालायक आहेस. बोलू नको माझ्याशी."

"बघ हं, विचार करून सांग. अगं तुझ्याशिवाय एक दिवस काय क्षणभरसुद्धा मला राहवत नाही.

"सतत तुझ्या आठवणींसोबत असतो. तुझ्याशी बोललो नाही ना...हे श्वाससुद्धा बंद पडतील. श्वाससुद्धा माझे राहणार नाहीत गं."

"माहिती आहे ना. मग पुन्हा असं करू नकोस. माझाही जीव बेचैन होतो रे, कळलं?"

"तू मला अशी बजावतेस ना...तेही आवडतं बरं का...तो तुझा अधिकार आहे. रागव गं तू माझ्यावर, खूप रागव. तुझे रागावणे, अधिकार गाजवणे सगळेच आवडते मला."

●●●

तेवीस मार्चला उर्मिलाचा वाढदिवस असतो. रात्री बाराच्या ठोक्याला उर्मिलाच्या मोबाईलवर शुभेच्छा देणारे फोन आणि संदेश येऊ लागले.

स्क्रॅपबोर्डवर स्क्रॅप लावण्यासाठी श्रीधरने पुढाकार घेतला. पिंक कलरच्या पेपरवर छान डेरीमिल्कचे चित्र काढले. खाली लिहिले 'Without this thing Urmila can't live.' उर्मिलाच्या मोबाईलची एसएमएस मेमरी नेहमीच फुल असते, म्हणून त्याने मोबाईलचे चित्र काढून खाली लिहिले. 'SMS Memory Full.' उर्मिलाच्या आवडीच्या सगळ्या गोष्टी स्क्रॅपवर रंगवल्या. स्क्रॅप आकर्षक होण्यासाठी नाजूक पानाफुलांच्या वेलबुट्टीची डिझाईन काढून दोन केशरी रंगाच्या नाजूक ताज्या गुलाबकळ्या एका कोपऱ्यात टेक्सोटेपने चिटकवल्या. त्या मोहक गुलाबकळ्यांकडे पाहून श्रीधर खूश झाला. कळ्यांच्या उमलणाऱ्या पाकळ्या उर्मिलेच्या डाळिंबी ओठावर उमलणाऱ्या हास्याप्रमाणे वाटल्या. नाजूक ताज्या कळ्यांवरील पाण्याचे नाजूक बिंदू तिच्या गुलाबी गालांवर पडलेल्या खळ्याप्रमाणे वाटले. तिचे मनमोकळे लाघवी बोलणे मनात रुंजी घालू लागले. मनातील भाव तिच्या मधाळ रसाळ ओठांमधून झुळझुळू लागले. त्याच्या वाढलेल्या श्वासाचा सूर शरीरातून सळसळत गेला. जादुई भावनांच्या खेळाच्या लपंडावात श्रीधर स्वत:ला विसरला. डोळे गच्च मिटून गुलाबकळ्यांवर अलगद ओठ टेकवले. पुन्हा एक अनामिक शिरशिरी सळसळत सर्वांगावरून सर्रकन निघून अंगांग शहारले. गुलाबकळ्यावर टेकवलेल्या ओठांना पाकळ्यांचा मऊशार स्पर्श सुखावून गेला. त्याने ओठ अलगद बाजूला केले. मनातल्या अथांग भावनांना बांध घालताना त्याच्या ओठातून आपोआप शब्द बाहेर आले. "आय लव्ह यू उर्मिला." त्याच्या ओलसर झालेल्या त्वचेवर शहारे उभे होते.

सजवलेला स्क्रॅप त्याने स्क्रॅपबोर्डवर लावला. स्क्रॅपवर तिचे मित्र मैत्रिणी तिला जसे अनुभवले तसे लिहिणार होते.

उर्मिलाचे सर्व जवळचे मित्रमैत्रिणी एकत्र जमले. सायंकाळी केक कुठून आणायचा पार्टी कोणत्या हॉटेलमध्ये द्यायची. पार्टीला कुणाकुणाला बोलवायचे यावर चर्चा चालली होती.

सायंकाळी सर्व मित्र मैत्रिणी ठरविलेल्या हॉटेलमध्ये जमा झाले. प्रत्येकाच्या आवडीनुसार जेवण आणि कोल्ड्रिंक्स मागवले. सगळ्यांचा आनंद ओसंडून वाहत होता. उर्मिला तर उत्साहाने सळसळत होती. सगळ्यांनी तिला बर्थडे विश केले. श्रीधरनेही तिला गिफ्ट देताना 'हॅपी बर्थडे' म्हणत हात पुढे केला. तिनेही त्याच्या हातात हात देत 'थँक यू' म्हटले.

त्याच्या हाताच्या मऊशार मखमली स्पर्शाने ती आतून शहारली. श्वासांचा वेग आपोआप वाढला. ओठांची नुसतीच हालचाल झाली. चेहराभर लज्जायुक्त स्मितहास्य पसरले. गुलाबी गाल अधिकच गुलाबी झाले. ती क्षणभर स्तब्ध झाली. श्रीधरने नजर हटविली तेव्हा ती श्रीधरच्या निळ्याशार डोळ्यात खोल नजर रोखून बघत असल्याचे तिच्या लक्षात आले. तिने स्वत:ला सावरले.

श्रीधरचीही तीच अवस्था झाली. तिचा हात हातात घेताना तिच्या गालावरच्या खळ्यांना छेडावेसे वाटले. हातात हात गुंफून तिचे मोहक रूप असेच डोळ्यात साठवावेसे वाटले. एकमेकांच्या डोळ्यात खोलवर बघताना दोघांच्या मनातल्या मूक भावना डोळ्यातून चकाकत होत्या. उर्मिलेच्या गुलाबी गालांवरची स्त्रीसुलभ लज्जा श्रीधरला वेड लावून गेली.

मुलींनी टेबलावर केक सजवला. तिने केक कापतानाच सगळ्यांनी टाळ्या वाजवून बर्थडे गीत म्हटले. तिला केक भरवला. सगळ्यांनी जेवणाचा आस्वाद घेत जल्लोषात वाढदिवस साजरा केला. रात्री खूप उशिरा उर्मिलाच्या मोबाईलवर श्रीधरचा मेसेज आला.

'माझे मन तुझे कधी झाले, माझे मला कळले नाही,
खरं सांगू, माझे मन तुझ्याशिवाय कशातच रमले नाही.'

वाढदिवसाच्या निमित्ताने उर्मिला आणि श्रीधरच्या मनातल्या घरात एक घरटे बांधले गेले, ज्यामध्ये प्रीतीचे चांदणे फुलले होते.

❐❐

- सात -

होता होता तीन वर्ष निघून गेली. श्रीधरची इंटर्नशिप संपली की तो त्याच्या गावी इंदापूरला जाऊन स्वत:चे हॉस्पिटल टाकून प्रॅक्टीस सुरू करणार होता. उर्मिलाची इंटर्नशिप धरून दोन वर्षं बाकी होती.

अलीकडे श्रीधर खूप बेचैन होत असे. उर्मिलाशी मैत्री तो जिवापलीकडे जपत होता. तिला जपता जपता तिच्या आवडीनिवडीही जपत होता. तिच्या आठवणीत तासन् तास झुरत होता. तिला सोडून गावी जाणे ही कल्पनाही तो सहन करू शकत नव्हता. त्याच्या तरल संवेदना आणि स्पंदनांच्या एक एक क्षणाचा श्वास बनून उर्मिला त्याच्यात सामावली होती. त्यांच्या भेटीतील प्रत्येक क्षण अनमोल समजून त्याने जपून ठेवला होता. तिचे लाघवी बोलणे, नितळ डोळ्यातली प्रेमाची मूक भाषा तो विसरू शकत नव्हता. ती बोलू लागली म्हणजे तिच्या अंत:करणातले भाव त्याला सहज समजायचे. तिच्या मिटल्या ओठातील शब्द त्याला सहज कळायचे. तिच्या रंगीत दुपट्ट्याआड त्याला त्याचे विश्व सापडू लागले. तिच्या आठवणींची सोबत त्याला साथ द्यायची. कॉलेजजीवनातल्या प्रत्येक पायरीवर उमटलेल्या पाऊलखुणात उर्मिलाची पावले उमटली होती.

श्रीधर मनात विचार करीत होता. घरी इंदापूरला जाण्यापूर्वी उर्मिलाला स्पष्टपणे सांगायला हवे, की मी तुझ्याशिवाय राहू शकत नाही. तुझ्या श्वासांनी माझ्या हृदयावर फुंकर घालून हृदयातले सूर जागवले आहेत. तुझ्या गुलाबी ओठातून बाहेर पडलेले शब्द पुन्हा पुन्हा ऐकायला येत आहेत...आणि त्या नितळ डोळ्यांतील अबोल भाषा मला सारखी खुणावत आहे....माझ्या जीवनातील प्रत्येक क्षणावर तुझे अधिराज्य आहे. मी तुला विसरू शकत नाही. तुझ्या आठवणीनेसुद्धा मनाला उभारी आणि देहाला शिरशिरी येते. तुझ्या आठवणीनं डोळ्यातून झरणारा पाऊस मी रोखू शकत नाही. तुझ्यामुळेच तर या जगण्यावर जीव जडलाय माझा...रोज ठरवितो...आज तरी सांगेन माझ्या मनातील गुपित...पण

तू समोर येताच मी तुझ्यात हरवून जातो...मग माझ्या मनातले सगळे भरलेले आभाळ मनातच गच्च भरून येते...आणि एकटा असलो की मग झरणाऱ्या पावसात एकटाच चिंब भिजत राहतो...

हे सगळे मी तिला सांगायलाच हवे. त्यासाठी तिला निवांत भेटले पाहिजे. पण कुठे भेट घेणार तिची? त्रास होईल अशी जागा टाळून जरा लांब जायला हवे. ती थोडीसुद्धा नाराज व्हायला नको. तिच्या बाबतीत मी इतका संवेदनशील झालो आहे की...काय झालेय मला आज काहीच सुचत नाहीये. तिला भेटलेच पाहिजे...कुठे भेटायचे...? हा प्रश्न उर्मिलालाच विचारला तर? हां...तेच बरोबर होईल. विचार करून त्याने खिशातून मोबाईल काढला. बटणांवर चटचट बोटे फिरवून मेसेज टाईप केला.

"उर्मिला तू मला खूप आवडतेस.
आपल्या अबोल मैत्रीतला गुंता सोडविण्यासाठी
आपण बोलले पाहिजे. असे तीव्रपणे वाटते.
तुझी हरकत नसेल तर वेळ आणि ठिकाण सांग.
तुला भेटावेसे वाटते."

●●●

उर्मिलाचे बायोकेमिस्ट्रीचे प्रॅक्टीकल होते. युरीन टेस्ट घेऊन त्यातील कन्टेन्ट चेक करायचे. प्रॅक्टीकल तसे सोपे होते परंतु प्रॅक्टीकल मेथड लक्षात न राहिल्याने टेस्टट्यूबमध्ये केमिकल टाकताना उर्मिलाने गोंधळ केला आणि रिंग फॉर्म व्हायला उशीर झाला. जोशी सर रागाने उर्मिलावर चिडले. "हे काय आहे उर्मिला गिलाणी? इतक्या दिवसांपासून प्रॅक्टीकल करते आहेस आणि एवढी साधी रिंग फॉर्म करता येत नाही? डॉक्टर बनून पेशंटची दुखणी कमी होण्याऐवजी वाढतील अशाने. लक्ष कुठे असते हल्ली?" उर्मिलाची टेस्टट्यूब हातात घेऊन तिच्यात रिंग शोधत जोशीसर उर्मिलावर चिडत होते. हातातली टेस्टट्यूब स्टँडवर ठेवताना जोशी सरांनी सांगून टाकले, " रिंग फॉर्म झाल्याशिवाय तुझी सुट्टी नाही."

शनिवार असल्याने होस्टेलवर लाइट नव्हती. सकाळी घाईत जाताना बॉटलमध्ये पाणी भरायला विसरली होती. ती कूलरकडे गेली तर तिथेही पाण्याचा ठणठणाट. मॅनेजमेंटला फक्त पैसे हवेत. धड एक सुविधा पुरवीत नाहीत. बडबडत ती रूममध्ये आली. आजचा दिवस कंटाळवाणाच वाटला. फॅनशिवाय अभ्यास करणे अशक्य वाटले. झोपणे तर शक्यच नव्हते.

रिकामा वेळ घालविण्यासाठी एक एक करीत उर्मिलाच्या मैत्रिणी एका ठिकाणी जमल्या. क्लासमधल्या गमती जमती शेअर होऊ लागल्या.

"ए, उर्मिला, जोशी सर कसे ओरडले गं तुझ्यावर, आणि तेही केवढ्या मोठ्ठ्याने...बाप...रे...सगळ्यांना ऐकायला जाईल असे, उर्मिलाच्या मैत्रिणीने प्रॅक्टीकलचा विषय काढला. "काय गं, काय झाले?" करीत इतर मुलींनी, उत्सुकतेने विचारले. तोंड वेडेवाकडे करीत जोशी सरांची नक्कल उर्मिलाने करून दाखविली. हसून हसून सगळ्यांची पुरेवाट लागली. गप्पा चांगल्या रंगल्या. मुलीचा दिवसभरातला ताण कमी झाला.

बोलता बोलता रूमभर पसरलेला वह्या पुस्तकांचा पसारा आणि कचरा पाहून कुणीतरी म्हटले, "काय हे? केवढा पसारा घालून ठेवला आहे रूमभर. आवरता नाही का येत?"

"आवरते गं बाई, सकाळी घाई असते ना. मग पडतो पसारा तसाच." तेवढ्यात कुणीतरी हळू आवाजात बोलले. "ए, तुम्हाला आठवते का गं?"

"काय?" दुसरीने विचारले.

"अगं श्रीधरचे नाव सांगायला उर्मिलाने पाच दिवस झाडूपोछा केला होता." सगळ्या खूप मोठ्याने हसून उसळल्या. मुलींच्या गप्पा खूप वेळ रंगल्या. हसता खिदळताना दिवस मावळल्याचे लक्षातही आले नाही.

उर्मिलाच्या मैत्रिणी आपआपल्या रूममध्ये परतल्या. गप्पांच्या ओघात तिच्या मैत्रिणी मागचा विषय काढून तिला भूतकाळात ढकलून निघून गेल्या. उर्मिला एकटी बसली असताना तिला झाडूपोछा करतानाचे दिवस आठवले. तिची आणि श्रीधरची भेट घालून देणारे कॉलेजचे पहिले फेस्टिवल आठवले. डोळ्यांच्या बंद शिंपल्यात मागचे सगळे क्षण उलगडत गेले. मैत्री या विषयावर बोललेले ते क्षण आठवताना शेवटी म्हटलेला शेर आठवून तिची ती हसू लागली. हसता हसता श्रीधरने गायिलेले गीत आठवले.

"हर दिल जो प्यार करेगा, वो गाना गायेगा,
दिवाना सैकडो में पहचाना जायेगा।"

कॉटवर लोळत उर्मिलाने हळूच मोबाईल हातात घेतला. इनबॉक्स ओपन करून मागे जाऊन श्रीधरचा पहिला मेसेज ओपन केला.

'असा मित्र पाहिजे जो मला माझे म्हणू शकेल
माझ्या सुखदु:खाला समजू शकेल
पडणाऱ्या पाऊसधारेतही अश्रूधारा ओळखून

अलगदपणे पुसू शकेल.

तुझा डायलॉग खूप आवडला. छान विचार करतेस!

तुझ्या वक्तृत्वाला तोड नाही

गुड इव्हिनिंग.''

'काय ना...मी पण...असा शेर कधी भाषणात सांगायचा असतो का? उर्मिला स्वत:चीच चूक लक्षात घेत पुटपुटली आणि तोही कित्ती शहाणा लगेच शेर होऊन लागलाच माझ्या मागे. मागचे एक एक क्षण आठवताना त्याचे खळखळून मनमोकळे हासणे, बोलणे, चालणे सारे आठवत गेले. बोलताना त्याचे केसांवरून हात फिरविणे आठवताना तिचाही हात नकळत केसांवरून फिरून गेला. तोच हात वाढदिवसाच्या दिवशी शुभेच्छा देताना श्रीधरच्या हातात काही क्षण विसावला होता. त्या क्षणांच्या आठवणीने अंगावर रोमांच उभे राहिले. श्रीधरच्या हातातला हात सोडवून तिने स्वत:च्याच हाताचे हलकेसे चुंबन घेतले. डोळ्यांच्या पापण्या उघडून हाताकडे दोन क्षण पाहून घेतले. उशीवरची पकड घट्ट करीत कूस बदलली. तेव्हा तिने स्वत:लाच प्रश्न विचारला, 'श्रीधर, तू माझ्यात गुंतला तर नाहीस ना...माझे मन मात्र तुझ्यात गुंतल्याचे जाणवते..'.पुन्हा प्रश्नाचे उत्तर स्वत:च शोधत बसली. 'मनाला जिथे प्रेम मिळाले तिथे जीव गुंतणारच. आपुलकीच्या तुझ्या सहवासात माझे अंतरंग खुलले. तिथे प्रेमालाही राहावेसे वाटले तर त्यात काय चुकले? तुझे अस्तित्व माझ्यात असल्याचे मी कसे नाकारू? तुझ्या आठवणींचा प्रत्येक क्षण माझ्या जीवनात असाच राहावा असे वाटते. तुझ्या नुसत्या आठवणींनीसुद्धा माझी कळी फुललेली असते'. श्रीधरच्या आठवणीने ती घायाळ झाली. त्याला भेटायची तीव्र इच्छा झाली. बोलण्यासाठी तिने मोबाईल हातात घेतला, तोच श्रीधरचा मेसेज आला.

''उर्मिला, तू मला खूप आवडतेस.

आपल्या अबोल मैत्रीतला गुंता सोडविण्यासाठी

आपण बोलले पाहिजे असे तीव्रपणे वाटते.

तुझी हरकत नसेल तर वेळ आणि ठिकाण सांग.

तुला भेटावेसे वाटते.''

उर्मिलाने मेसेज वाचला. ह्रदयात गोड संवेदना शहारून गेली. श्वास श्वासात अडकला. डोळ्यांच्या पापण्यांनी गच्च मिठी घेतली...तिच्या मनात आले, आत्ताही माझे अंतर्मन कसे वाचलेस रे तू...इतक्या लांबून...आत्ताच तर मी तुझ्यासोबतच्या मंद हळव्या क्षणांच्या आठवणीत हरवले होते. तू समोर

नसतानाही हात तुझ्या हाती अन् सारे तुझेच भास होत गेले. किती रोखून ठेवले श्वास तरी ते हलके झालेत बघ...हृदयाची स्पंदनाची धून आता सवयीची झाली आहे. ही स्पंदनं माझ्या नियंत्रणात राहत नाहीत...बरे झाले. देवाने हृदयाला छातीच्या पिंजऱ्यात बंदिस्त केले ते...''

मग तिच्या मनात आले, देवाने मनालाही असे बंदिस्त का केले नाही? मनालाही आणखीन एक अंतर्मन असते. अंतर्मनाच्या अदृश्य लहरी असतात. त्या लहरींवर मनातल्या गोष्टींचा प्रभाव पडतो. मनाने ज्या व्यक्तीचा ध्यास घेतलेला असतो, त्या व्यक्तीच्या अंतर्मनाच्या अदृश्य लहरींशी या अंतर्मनाच्या लहरी जाऊन मिळतात. मग त्या व्यक्तीलाही आपली आठवण येऊ लागते. श्रीधरला भेटण्याची इच्छा होत असतानाच त्यालाही उर्मिलाची भेट घ्यावेसे वाटत होते.

तिने मेसेज पुन्हा वाचला. ती विचार करू लागली. श्रीधरची इन्टर्नशिप संपत आली आहे. त्याच्याशिवाय दोन वर्ष कॉलेजमध्ये कशी काढणार? त्याला भेटायला हवे. माझ्या मनात सारखे त्याचेच विचार येतात. मन असे वेडेपिसे होते. मनाची भाषा शब्दात मांडताही येत नाहीये...आणि कुणाला सांगताही येत नाही...त्याच्या आठवणीने मनावर मोरपीस फिरून गेल्यासारखे मऊमुलायम, मखमली होऊन तरंगायला लागते. हे सगळे त्याला सांगायला पाहिजे...त्यालाही असाच अनुभव येत असेल का...?''

त्याला निवांत भेटले पाहिजे...हां पण कुठे भेटणार? कसे भेटणार? त्यानेतर माझ्यावरच सोपविले आहे. अं. पुढच्या आठवड्यात तर इंटर्नल एक्झाम आहे. पुढच्या आठवड्यात नको. खूप उशीर होईल. मग जाऊ या का उद्याच...उद्या किती वाजता निघावे...आणि कोठे जावे? ती स्वत:शीच विचार करू लागली हां...एकदा आम्ही सगळ्या मिळून साधारण दहा किलोमीटर अंतरावर असलेल्या भगवान शंकराच्या मंदिरात गेलो होतो. किती छान मंदिर आहे ते...निळेशार पाणी घेऊन झुळझुळ वाहणाऱ्या नदीकाठावर वसलेले. काठालगतच्या मोठ्या चौथऱ्याच्या उतरंडीवर असलेल्या मंदिरात खूप प्रसन्न वाटते आणि मंदिरासमोरच्या जागेत गर्द हिरवळीची मऊ मऊ गादी मोठ्या मोठ्या वृक्षांची थंडगार सावली, खूप छान परिसर आहे. तिथेच जाऊ या. तीन वाजता निघाले म्हणजे सात वाजेच्या आत होस्टेलवर परत येता येईल. मनात जुळवाजुळव करीत तिने मेसेज टाइप केला.

''उद्या दुपारी तीन वाजता भगवान शंकरजीचे मंदिर.''

उठल्यापासून एक अनामिक हुरहूर लागून राहिली. तीन वाजता श्रीधरला भेटायला जायचे म्हणून उर्मिला तयारीत होती. केस स्वच्छ धुवून वाळवताना तिने कितीदा आरशात बघितले. स्वत:चेच प्रतिबिंब आरशात बघताना मनात म्हणाली 'आज किती सुंदर दिसते ना मी स्वत:चेच मोहक रूप. आरशात न्याहाळताना गालावरची खळी खोल जाऊन गुलाबी लुसलुशीत गाल अधिकच सुंदर दिसत होते. तिच्या मनातली हुरहूर वाढली. मनातील भावनांचा लपंडाव तिला जाणवत होता. आज वेळही पटकन जात नाही असे तिला वाटले.

सूर्य थोडा पश्चिमेकडे झुकला. दुपार टळून गेली. वातावरणात हलकासा गारवा पसरला. हवेतील सुस्तावलेली सळसळ वाढली. इमारतींच्या पायाशी आक्रसलेल्या सावल्या सैलावून लांब जाऊ लागल्या. उर्मिलेच्या मनातली सावली आकसू लागली. घड्याळाकडे बघत तयारीला लागली. बदामी कलरच्या जीन्सवर फुलपाखरांची मोठ्या साईड डिझाईनचा पोपटी टॉप खुलून दिसत होता. छोटी शोल्डर पर्स लटकवून बरोबर तीन वाजता उर्मिला गेटमधून बाहेर पडली. गेटवर श्रीधर बाईक घेऊन उभा होता. दोघांना घेऊन बाईक सुसाट वेगाने भगवान शंकराच्या मंदिराकडे निघाली.

बाईक मंदिराच्या आवारात येऊन थांबली. हिरव्याकंच उंचउंच झाडांच्या महिरपीत गर्द सावल्यांचा शीतल मंडप पसरला होता. जागोजागी फुलझाडे आणि फुलवेलींवर उमललेली शेंदरी पिवळी फुले सौंदर्य वाढवत होती. फुलांचा आसमंतात दाटलेला सुगंध प्रसन्नता वाढवित होता. गर्द हिरवाईच्या शीतलतेतून पुढे सरकताना पक्ष्यांच्या मधुर स्वरांचे गुंजन ऐकू येत होते. नदीच्या खळखळत्या प्रवाहावरून लहरत येणारा हवेचा गारवा अंगाला चाटून जाताना मनालाही स्पर्शत होता. भगवान शंकराच्या मंदिरातली किणकिणणारी घंटा वातावरणाचे मांगल्य वाढवित होती. बागेत झुलणारे झोके मनातला झुला झुलवत होते.

गवताची गादी-फुलांची नक्षी...इवले इवले पक्षी...चढता घाट...वळती वाट...खळखळ पाण्याचा झुळझुळ पाट...सगळ्यांच्या विलोभनीय मोहजालात हिप्नॉटॉइझ होत, हातात हात गुंफून उर्मिला व श्रीधर पुढे सरकत होते.

हिरव्या झुडपांच्या आखीव रेखीव भिंती ओलांडून दोघेही मंदिराच्या पायऱ्यांची चढण चढून मंदिराच्या चौथाऱ्यावर आले. पायऱ्या चढताना तिच्या बोटात अडकलेली त्याची बोटे सैल झाली. भगवान शंकराच्या गाभाऱ्यापुढे पाय वाळून नंदी नतमस्तक झाला होता. त्याच्या नम्रतेला वंदन करून दोघे पुढे आले. वरती लोंबकळलेल्या मोठ्या घंटेवर दोघांनी एकाच वेळी हात ठेवून घंटा

वाजवली. घंटा किणकिणत असताना छोट्या प्रवेशद्वारातून प्रवेश करून, काहीसा अंधार असलेल्या गाभाऱ्याच्या पायऱ्यांची उतरण उतरून दोघांनी गाभाऱ्यात प्रवेश केला.

मंदिराच्या खोल गाभाऱ्यात काहीसा अंधार होता. त्यामुळे गूढ गंभीरता वातावरणात जाणवली. भगवान शंकराच्या पिंडीवर बेल फुले वाहिलेली होती. त्या पानाफुलांसहित पिंडीवर कमंडलूतून थेंब थेंब पाणी पडत होते. फुलांनी पिंडीचे सौंदर्य, तर पाण्याने पवित्रता वाढविली. गाभाऱ्याच्या गंभीरतेत दगडी दिव्यातून मंदपणे तेवणारी तेलवातीची सोनपिवळी ज्योत अंधाराला छेदत प्रकाश पेरत होती. ज्योतीतून निघालेल्या सोनेरी रेषांनी गाभाऱ्याचे अंतरंग तांबूस पिवळे झाले होते. टांगलेल्या कमंडलूतून पिंडीवर ठिबकणारे पाणी भक्तिमय श्रद्धेचा ओलावा वाढवीत होते. दोघांनी नतमस्तक होऊन मनोभावे पिंडीवर माथा टेकवला.

गाभाऱ्यातील शांत शीतल प्रसन्नतेत दोघे एकरूप झाले. तन मन शांत शांत होऊन भक्तिरसात तल्लीन झाले. मनातल्या मनात भगवान शंकरजींशी सुसंवाद झाला. पापण्याचा पडदा डोळ्यांनी बाजूला केला तेव्हा भगवान शंकरजी एक हात वरती करून आशीर्वाद देत होते...यशस्वी भव...!

मंदिराच्या प्रसन्न वातावरणातला अनामिक मंगलमय आशीर्वाद घेऊन दोघे पायऱ्यांची उतरंड वेगाने उतरून खाली आले. हिरव्या झुडपांच्या भिंतीतून नदीकडे जाणारी छोटी पायवाट दिसत होती. पायवाटेने दोघे एकमेकांना सावरत कासवाच्या गतीने नदीकडे निघाले.

ते नदीकिनारी आले. निळेशार पाणी घेऊन झुळझुळत पुढे जाणारी नदी कोपऱ्यावर थोडेसे वळण घेऊन पुन्हा लांबली होती. गारवा पेरत शांतपणे वाहणाऱ्या नदीचे दृश्य विलोभनीय होते. नदीकिनारी असलेल्या हिरव्या झाडावेलींचे प्रतिबिंब पाण्यात हेलकावे घेत होते. नदीकिनाऱ्याचे सौंदर्य आणि संजीवनी देणाऱ्या नदीचे चैतन्य मनाला उत्फुल्लित करीत होते.

चालताना चुरचुर वाजणाऱ्या वाळूत पावले उमटवीत दोघे एकमेकांच्या संगतीत पुढे चालत होती.

"उर्मिला, किती वेळ चालणार...आपण कुठे तरी बसू या का?" श्रीधरने उर्मिलाला विचारले.

"चल...चालत राहू...चांगली सुरक्षित जागा वाटली तर बसू थोडा वेळ..." चालता चालता दोघेही मंदिरापासून लांब गेले.

"ए श्रीधर, तो बघ...खडक दिसतो ना...त्या खडकावर बसू या का

आपण...?''

"चल...बसू या..."

नदीपात्राच्या काठावर एक भला मोठा खडक बैठक मारून विसावला होता. खडकाच्या पायांना स्पर्श करीत नदीचे निळेशार पाणी हवेत गार गार तुषार उडवित झुळझुळणाऱ्या पावलांनी नदीला पुढे ओढून नेत होते. नदीकाठावरच्या हिरव्या गर्द झाडातून पक्षी सुस्तावून उठले होते. मधूनच एखादा पक्षी भुर्रकन उडून आपल्या जोडीदारासह पाण्याकडे झेपावत होता. पक्ष्यांचे किलबिलणारे स्वर मधुर वाटत होते. प्रवाहाच्या पाण्यातून निसटलेले जलकण सूर्याच्या पिवळ्या कणात न्हाऊन घेत अंगाला बिलगत होते. निसर्गरम्य वातावरणात दोघे निवांत ठिकाणी खडकाच्या मंचावर येऊन बसले.

उर्मिला पाण्यात पाय सोडून खडकावर बसली. श्रीधरही तिच्याजवळ बसला. थोडा वेळ दोघेही शांत होते.

श्रीधरने उर्मिलाचा हात हळूच हातात घेतला. तिच्या मऊमऊ तळव्याचा मुलायम स्पर्श हवाहवासा वाटला. उर्मिलालाही त्याच्या हाताची पकड सुखद वाटली. दोघांनी हाताची पकड घट्ट केली. हातांची गुंफण मनाचा गुंता वाढवीत होती. काय बोलावे दोघांनाही शब्द सुचत नव्हते. ती नजर रोखून शून्यात हरवली, तेव्हा तिच्या हनुवटीला स्पर्श करून तिच्याकडे बघत तो बोलला, 'उर्मिला काही बोलना...' उर्मिलाने त्याच्याकडे बघितले तेव्हा तिच्या चकचकीत डोळ्यात त्याचे प्रतिबिंब स्पष्ट उमटलेले दिसले. त्याच्या आश्वासक नजरेला भिडताना तिचे ओठ थरथरले. नजरेच्या भाषेने अंतरंगाच्या मधुचंद्रात दोघे चिंब भिजले. तो क्षण तिथेच थांबला. तिला जवळ घेऊन चुंबन घ्यावेसे वाटले. तळव्याची पकड अधिक घट्ट करीत तो सावकाश बोलला,

"सारख्या विचारांचे आपण दोघे...जीवनप्रवासाच्या वाटेत एका क्षणी एकमेकांना भेटलो...आपल्यातील कलेने एकमेकांकडे ओढले गेलो...मित्र झालो...खूप चांगले मित्र...एकमेकांच्या सुखदुःखात वितळत गेलो. आठवणींच्या रूपात ते क्षण हृदयात बंदिस्त झाले...पात्यावर पडलेला दवबिंदू गवताने जपावा...तशा तुझ्यामाझ्या आठवणी काळजात साठलेल्या...पेलवतही नाहीत...सोडवतही नाहीत...तुझं हसणं, रुसणं सवयीचं झाल्यापासून तुझ्याशिवाय करमत नाही...सतत तुझ्या आठवणींना सोबत ठेवतो...हे जीवन खूप सुंदर आहे...उर्मिला, तुझ्या फिलिंग्स् कशा आहेत...?''

"सारख्या विचारांचे आपण दोघं. आपल्या फिलिंग्स वेगळ्या कशा

असणार?''

"उर्मिला, माझी इंटर्नशिप संपत आलीये.''

"हो...म्हणूनच कसतरीचं होतंय...तुझ्याशिवाय माझं मन कशात रमणार नाही. तुझा हात सोडून चालणं मला जमणार नाही...तुझ्याशिवाय चालण्याचा मी कितीदा प्रयत्न केला. माझा प्रत्येक प्रयत्न तुला आठवण्यात गेला...मनात खोल कुठेतरी आठवणीत साठलास तू...आठवते मला, तू दिलेली साथ...मदतीसाठी नेहमीच पुढे केलेले हात...'

"आपण इथे का आलोत, माहीत आहे तुला?''

"भेटावेसे वाटले म्हणून...''

"उर्मिला मी अगदी सिरिअसली बोलतोय. विचारांनी डोके अगदी सुन्न झाले आहे. मन बेचैन झालंय. तुला कसे सांगावे काही सुचत नाहीये.''

"मनात असेल ते स्पष्ट बोल रे...नाहीतर मनातल्या विचारांची भुतं बनून घाबरवत राहतात.''

"उर्मिला मन जडलंय गं तुझ्यावर. तुझ्याशिवाय मी राहूच शकत नाही.''

हिंमत एकवटून श्रीधर बोलून गेला. तिच्या मनातही तेच शब्द होते पण ओठावर येत नव्हते. तिच्या अंतरंगातले भाव चेहऱ्यावर उमटले होते. श्रीधर तिच्या चेहऱ्यावरचे भाव वाचत होता आणि ती लज्जेने चूर होत होती. श्रीधरच्या शब्दांच्या भाषेपेक्षा डोळ्यांची भाषा तिला सोपी वाटली. दोन्ही हातांनी श्रीधरच्या हाताची पकड घेत तिने भावनांच्या अभिव्यक्तीतून दुजोरा दिला. दोन मने घट्ट घट्ट सांधली गेली. थोडा वेळ शांततेत गेला. श्रीधरचा खरा प्रश्न बाकी होता. त्याने हळूच तिला विचारले.

"उर्मिला, माझ्याशी लग्न करशील?''

श्रीधरच्या या प्रश्नाने उर्मिला चपापली. हाताची पकड आपोआप थोडी सैल झाली. ती मनातल्या मनात विचार करू लागली. बाप रे! मी तर लग्नाचा अजून कधी विचारही केला नाही. समविचारांच्या ओढीतून आमची गट्टी जमली. अनुभवांच्या आदानप्रदानातून विश्वास वाढला. विचारांच्या देवाणघेवाणीत भाव भावना आणि आवडीनिवडी जपल्या गेल्या. सहकार्याच्या भावनेने, मित्रांच्या सहकार्याने मैत्रीचे रोपटे बहरत गेले. तरुण वयाने आपले अस्तित्व दाखवून दिले. एकमेकांविषयीचे आकर्षण वाढले. सहवास हवाहवासा वाटू लागला. विजातीय आकर्षण हा तर निसर्गनियमच आहे. त्याला आम्ही तरी अपवाद कसे राहणार? निर्भेळ आनंद देणाऱ्या मैत्रीचे प्रेमात रूपांतर झाले. मैत्रीचे नाते

जपताना खूप खूप आनंदही मिळाला. प्रेमासहित मैत्रीचे नाते जपता येते. परंतु प्रेमाला जीवनसाथी म्हणून स्वीकारताना समाजव्यवस्थेने घालून दिलेल्या सगळ्या चौकटींचा विचार करावा लागतो. मनातल्या सच्चिदानंदाच्या साक्षीने भावनांपेक्षा स्थैर्याचा अधिक विचार करावा लागतो. तिच्या अंतर्मनातला सच्चिदानंद सचेतन झाला.

तिचे मम्मी पप्पा तिच्या डोळ्यांपुढे दिसू लागले. त्यांचा विश्वास, अपेक्षा, संस्कार सारे सारे क्षणार्धात मनःचक्षूसमोर दिसू लागले. त्यांच्या आठवणीने तिला गहिवरून आले. त्यांच्या इच्छेविरुद्ध मी काहीही करणार नाही. त्यांच्या पारखी नजरेला नाकारण्याचे धाडस माझ्यात नाही. लहानसहान गोष्टींसाठी सुद्धा मी त्यांच्या मताचा विचार करीत आले आहे. स्वतःच्या बाबतीत जन्मदात्यांच्या सहमतीशिवाय एवढा मोठा निर्णय घेणे म्हणजे त्यांच्याशी प्रतारणाच.

पण नाण्याला दोन बाजू असतात. एक बाजू कार्यरत असताना दुसरी बाजू संधीच्या प्रतीक्षेत असते. मनात विचार करता करता तिने श्रीधरकडे पाहिले 'किती लोभसवाणा दिसतो,' ती मनात म्हणाली आणि हुशारसुद्धा आहे. म्हणूनच तर मी त्याच्याकडे आकर्षिले गेले. केवढा जबरदस्त आत्मविश्वास आहे त्याच्याकडे. तो मला खूप खूप आवडतो. मला प्रोत्साहन देताना मदतीचा हात देताना किती निःस्वार्थ भावना असतात त्याच्या. त्याच्याशी तासभर बोलत बसले तरी कध्धी कंटाळवाणे होत नाही. मी तर त्याला सोडून राहूच शकणार नाही. कालच त्याच्या विरहात तिची झालेली स्थिती आठवली, तो मनात बसलाय माझ्या. मी त्याच्याशिवाय जगू शकत नाही. त्याला सुद्धा मी आवडतेच की! थोड्यावेळापूर्वी त्याच्या निळ्याशार डोळ्यात बघताना माझेच प्रतिबिंब मला दिसले होते. तिचे मन आतल्या आत पुन्हा पुन्हा म्हणत होते "श्रीधर तू मला आवडतोस..."

खूप वेळ झाला तरी उर्मिलाचा काहीही प्रतिसाद आला नाही. ती शून्यात हरवल्यासारखी वाटली तेव्हा श्रीधरने तिच्या हाताची पकड सैल केली. चेह‍र्‍यावरची उत्सुकता नाराजीत परावर्तित झाली. हा बदल उर्मिलेला जाणवला. काहीतरी उत्तर देणे भाग होते.

"श्रीधर, तू मला खूप खूप आवडतोस."

"चल...खोटारडी कुठली."

"शप्पथ!" ती गळ्याला चिमटा घेऊन बोलली.

"हे माझ्या प्रश्नाचे उत्तर नाही." तो थोडा रागात बोलला.

"प्लीज, श्रीधर, मला थोडा वेळ देशील?"

"चल, परत जाऊ." तो उठून उभा राहिला.

"प्लीज श्रीधर, गैरसमज करू नकोस." ती काकुळतीला येवून म्हणाली.

"याला वास्तव म्हणतात. गैरसमज नाही."

"श्रीधर, खरेच...तू मला खूप खूप आवडतोस."

"नुसतेच आवडून काय उपयोग?"

"अरे...आपण लग्न करू." श्रीधरची नाराजी घालविण्यासाठी ती बोलली.

"खरंच."

"हो...खरंच." ती डोळे मिचकावून हसत बोलली.

तिच्या होकाराने श्रीधरला आनंद झाला. एका हाताचा विळखा तिच्या कमरेभोवती घालून त्याने तिच्या नाजूक हाताचे हलकेसे चुंबन घेतले. खिशातून डेरीमिल्कची कॅडबरी काढत तो बोलला. "चल, आनंद सेलिब्रेट करू."

"मी तर काहीच आणले नाही."

"अगं, तू माझ्या भेटीला आलीस. आणखी काय हवे?"

गप्पांमध्ये किती वेळ झाला ते दोघांच्याही लक्षात आले नाही. ते दोघे परतण्यासाठी निघाले तेवढ्यात कुरव पक्ष्यांचा थवा पाण्यावर झेपावताना दिसला. थोडे अंतर असले तरी त्यांच्या हालचाली स्पष्ट दिसत होत्या. पांढरे शुभ्र कुरव पक्षी आवाज करीत तुफान वेगाने सूर मारीत होते. पुन्हा उडत गोल गोल गिरकी घेऊन फिरत. आनंदी पक्ष्यांचे ते विलोभनीय दृश्य ते खूप वेळ बघत राहिले. मोबाईलमध्ये काही दृश्य बंदिस्त करून घेतले. आजच्या भेटीचे सगळे चित्र हृदयात साठवताना दोघे तृप्त झाले.

आकाशात गिरक्या घेणाऱ्या पक्ष्यांचा थवा दाखवत श्रीधर बोलला, "खूप आनंदी जीवन जगतात हे कुरव पक्षी. फक्त पोटासाठी उडणे त्यांना मान्य नसते. ते स्वतःच्या आनंदासाठी उडतात. खूप जास्त, अत्युच्च वेगाने. निर्दोष त्यासाठी ते जिवाचे रान करतात. जगावं यांच्यासारखेचं!" श्रीधरला काय सांगायचे ते उर्मिलेला समजले होते.

•••

विद्यापीठाच्या मेडीकल एक्झाम जवळ आल्या. सगळे विद्यार्थी कसून अभ्यासाला लागले. उर्मिला आणि श्रीधर दिवसभर लायब्ररीतच बसून असत. रात्री उशीरापर्यंत जागून जाड जाड पुस्तकांची पारायणे होऊ लागली. दंगा मस्ती आटोक्यात आली. जेवणाचे वेळापत्रक कोलमडून गेले. घरून येणारे फोन अभ्यासासाठी प्रोत्साहन देत. अडचणी सोडविण्यासाठी एकमेकांची मदत घेतली जात होती. पास होण्यासाठी प्रत्येकजण कसून तयारीला लागला. अभ्यास

जोरात चालू झाला. परीक्षा संपली की इंटर्नशिपची मुले पुढच्या शिक्षणासाठी किंवा प्रॅक्टिससाठी कॉलेज सोडून जातात. दरवर्षी शेवटच्या वर्षाला असणाऱ्या विद्यार्थ्यांसाठी कॉलेजवर फेअरवेल पार्टीचे आयोजन केले जाते.

या वर्षी शेवटच्या वर्षाला असणाऱ्या मुलांना इतर मुलांनी मिळून फेअरवेल पार्टीचे आयोजन केले. अभ्यासातून वेळ काढून मुलांनी पार्टीचे आयोजन केले.

नाचगाण्यासाठी डीजेनाईटचे आयोजन करण्यात आले. जेवणासाठी विविध पदार्थांच्या ऑर्डर देण्यात आल्या. मुलांना हवे ते कोल्ड्रींक्स मागविण्यात आले. कॉलेजचे वातावरण पुन्हा एकदा चैतन्याने सळसळू लागले.

डीजेच्या तालावर बेहोश होऊन सगळे नाचत होते. पार्टीचा आनंद घेत होते. उर्मिला आणि श्रीधरही त्यात सामील झाले. श्रीधरला पार्टीच्या आनंदापेक्षा कॉलेजजीवन संपल्याचे दुःख अधिक होते.

निळ्या जीन्सवर पांढरा शर्ट खुलून दिसत होता. उर्मिलाने छोट्या स्कर्टवर कुंदनवर्क केलेला टॉप परिधान केला होता. रात्रीच्या वेळी दिव्यांच्या प्रकाशात चकाकणाऱ्या कुंदनचे प्रकाशकिरण तिच्या चेहऱ्यावर परावर्तित होताना नभांगणातील तारे तिच्या नाजूक चेहऱ्यावर उतरल्याचा भास होत होता. दोघांनाही एकमेकांचा सहवास हवाहवासा वाटत होता. मस्तीभरल्या वातावरणात सारे बेहोश होताना उर्मिला व श्रीधर एकमेकांसोबत नाचू लागले. भगवान शंकराच्या मंदिरात जाऊन आल्यापासून दोघांमधली ओढ वाढली होती. उर्मिला तेव्हापासून फारच संवेदनशील झाली. नाचताना ती श्रीधरच्या अधिक जवळ जाऊ लागली. तिच्या मनात येणाऱ्या विचारांना ती थोपवू शकली नाही. नाचताना तिने स्वतःच जाणीवपूर्वक श्रीधरला सांगितले. ''श्रीधर, आय लव्ह यू. आपला निर्णय पक्का आहे.''

श्रीधरला यापेक्षा वेगळे काय हवे होते...? दोघांच्या चमचमणाऱ्या डोळ्यातून प्रेमाचे अस्तित्व सगळ्या जगाला जाहीर होत होते...

□□

- आठ -

बघता बघता श्रीधरची इंटर्नशिप संपली. तो सर्व सामान घेऊन इंदापूरला निघाला. एमबीबीएस नंतर पुढे स्पेशलायझेशन करावे की हॉस्पिटल सुरू करावे यावर घरात आईवडिलांशी चर्चा झाली. शेवटी इंदापूरलाच हॉस्पिटल टाकण्याचा सर्वानुमते निर्णय घेण्यात आला.

इंदापूर हे तालुक्याचे ठिकाण. नगरपालिका असलेले मध्यम आकाराचे शहर. व्यवसायाच्या दृष्टीने इंदापूर चांगले असल्याने त्याच्या आईवडिलांनी तिथेच हॉस्पिटल चालू करण्याचे सुचविले.

श्रीधरच्या घरी त्याचे वडील दिनकरराव, आई अनिताबाई, भाऊ श्रीकांत आणि दीपाली वहिनी असा आटोपशीर परिवार.

श्रीधर डॉक्टर होऊन घरी आला. सगळ्यांना आनंद झाला. घरात हॉस्पिटलच्या संदर्भात चर्चा होत होती.

"अरे श्रीधर, हॉस्पिटलचे काय करतोस, तू काही ठरविले आहेस का?" दिनकररावांनी विषय काढला.

"बाबा, काय करू ते तुम्ही सांगा."

"अरे, तुझ्या हॉस्पिटलसाठी इंदापूरमध्येच मी प्लॉट घेऊन ठेवला आहे. परंतु बांधकाम होईपर्यंत भाड्याने इमारत पहावी लागेल."

"अशी इमारत लगेच मिळेल काय?" श्रीधरने शंका उपस्थित केली.

"चांगल्या ठिकाणी इमारत भाड्याने मिळणे मुश्कील आहे; पण अशक्य नाही. तू तुझ्या बाकी तयारीला लाग. मी आणि श्रीकांत शहरात जाऊन व्यवस्थित तपास करतो."

"अहो...जरा जास्त भाडे लागले तरी लागू द्या. थोड्या दिवसांचाच तर प्रश्न आहे. पण इमारत चांगल्या जागी मिळेल असे पहा." अनिताबाईंनी दिनकररावांना सुचविले.

श्रीधर घरी आल्यापासून घरातले वातावरण उत्साही झाले. त्याच्या आईबाबांना तो डॉक्टर झाल्याचे अप्रूप होते. शिक्षणासाठी तो खूप वर्षे

घराबाहेर होस्टेलवर होता. मेसच्या जेवणाने श्रीकांतची जेवणाची आबाळ झाली असे आईला वाटे. ती रोज त्याच्या आवडीचा स्वयंपाक बनवू लागली. त्याला आग्रहाने वाढून पोटभर जेवायची सवय लावत होती. त्याला हवे नको ते स्वत: लक्ष देऊन करत होती.

श्रीधर, आल्यापासून डॉक्टरची आई म्हणून तिचा रुबाब वाढला. शेजारणींशी बोलताना कमी पगारावरही नियोजन करून मुलाला उच्च शिक्षण देऊन डॉक्टर बनविल्याचे ती अभिमानाने सांगत होती. मुलांना स्वत:च्या पायावर उभे राहताना पाहत असताना कोणत्याही आईवडिलांचा ऊर अभिमानाने भरून येतो. मुलाला डॉक्टर बनविण्याचे स्वप्न यशस्वी झाल्याचा आनंद श्रीधरच्या आईवडिलांना होत होता. मूल जन्माला आले तरी आईवडिलांना आनंद होत असतो. तेच मूल जेव्हा यशाच्या एक एक पायऱ्या चढत जाते तेव्हा होणाऱ्या आनंदाला सीमा नसते.

श्रीधरचा व्यवसाय चांगला चालावा यासाठी आईबाबा मार्गदर्शन करीत होते. वेळोवेळी सूचना देत होते.

"श्रीधर, डॉक्टरची पदवी तू मिळवलीस. पदवी मिळविणे सोपे असते परंतु डॉक्टरकीच्या व्यवसायात, यशस्वी होण्यासाठी काही स्किल असावे लागतात. सगळ्याच डॉक्टरांचा व्यवसाय यशस्वीपणे चालतो असे नाही. एक गोष्ट लक्षात ठेव...डॉक्टरचे यश हे त्याच्या व्यावसायिक कौशल्यावर अवलंबून असते. डॉक्टरकडे सदाचार असतील, गोड वाणी असेल, दीन दुबळ्यांची स्थिती जाणून घेण्याची वृत्ती असेल, चांगला जनसंपर्क असेल तर त्याचा व्यवसाय चांगला चालतो. तुला उत्तम डॉक्टर आणि डॉक्टरकी करायची असेल तर ह्या साध्या गोष्टी कायम लक्षात ठेव...कोणत्याही व्यवसायात अगदी, नोकरी करताना सुद्धा सुरुवातीलाच ज्या चांगल्या सवयी अंगवळणी पडतात त्या शेवटपर्यंत टिकतात...सुरुवातीपासून तू रुग्णांना चांगली सेवा देण्याचा प्रयत्न केलास, तर शेवटपर्यंत चांगली सेवा देण्याची तुला सवय लागेल. पैशांपेक्षा सेवा करणे आणि उत्तम सेवा पुरविणे हे चांगल्या डॉक्टरचे गुण असतात. देवाने प्रत्येकाला पोटाच्या खळगीपेक्षाही ममता, दयाळूपणा, गोड वाणीची श्रेष्ठ देणगी दिलेली आहे. त्याचा उपयोग करीत जा. तुझ्याकडे सत्प्रवृत्ती असेल तर तुझ्याकडे येणाऱ्या रुग्णांची तुझ्यावरची श्रद्धा आणि विश्वास वाढेल. तुझे व्यावसायिक यश हे तुझ्याकडे येणाऱ्या रुग्णांवर अवलंबून आहे. त्यांना तू कशी सेवा देतोस यावर पूर्णपणे अवलंबून आहे...हे तू कधीच विसरू नकोस..."

"अहो...त्याच्याकडे आहेत तसे गुण लहानपणापासून." आईने सांगितले.

"आई...सांगू दे गं बाबांना. मलाही काही गोष्टी शिकायला मिळतात."

"अगं...श्रीधरकडून माझ्या सगळ्या अपेक्षा पूर्ण होतील बघ. तो डॉक्टर झाल्याचे स्वप्न पूर्ण झाले. आता नुसता डॉक्टर नाही तर यशस्वी डॉक्टर झालेला पाहिला की बस्स...गंगेत घोडं न्हालं."

"तुमची स्वप्नं पूर्ण करायला मी किती आबाळ काढली ते." आईने सांगितले.

"हो. ग. तुझाही वाटा आहेच की, श्रीधरच्या यशात मी पैसा पुरविला, तू लक्ष दिले. त्यानेही चांगला अभ्यास केला. तेव्हाच हे सारे शक्य झाले ना..." आई बाबांचा संवाद श्रीधर शांतपणे ऐकत होता.

श्रीधरला घडविताना आई बाबांनी खाल्लेल्या खस्ता तो विसरला नव्हता. बाबांना नोकरीमुळे मुलांच्या अभ्यासाकडे लक्ष द्यायला वेळ मिळत नसे. आई मात्र दोघांकडे पूर्ण लक्ष देऊन असायची. दोघांचा अभ्यास करून घ्यायची. आम्ही घरात असेपर्यंत आमच्यातच गुंतलेली असायची. तिने स्वत:साठी खूप वेळ दिल्याचे आठवत नाही. सतत कामात असायची. वहिनी आल्यापासून तिला आराम मिळतो म्हणा. तरी ती पुढे होऊन सगळ्यांचे करत असते. सवयच झालीये तिला. गप्प बसवत नाही. आईबाबांविषयी त्याच्या मनात नितांत आदर आणि प्रेम होते. त्याने मनात निश्चय केला. तुमच्या सर्व अपेक्षा मी पूर्ण करेन. त्यासाठी माझे कर्तव्य मी जाणतो. माझी पात्रता वाढविण्यासाठी जे जे चांगले असेल ते सर्व करण्याची माझी तयारी आहे.

"अरे श्रीधर...हॉस्पिटलसाठी मी इमारत बघून ठेवली आहे. मालकाशी बोलणेही झाले. तू स्वत: जाऊन पाहून ये."

"हां...बाबा, श्रीकांतदादा आणि मी गेलो होतो. इमारत बघून आलो."

"कशी वाटते?"

"इमारत तशी...जरा कमी पडेल पण आपली सुरुवातच आहे. दोन मजले आहेत ॲडजेस्ट होऊन जाईल."

"पेठेत आहे. व्यवसायाच्यादृष्टीने चांगली आहे."

"हो...बाबा. तुम्ही मालकाशी बोलून घ्या."

"श्रीकांत...फर्निचर करावे लागेल ना..."

"दादा आणि तुम्ही ठरवून फर्निचर करून घ्या. मी बाकी मशीनरीचे बघतो."

"अहो...ब्राह्मणाकडे जाऊन चांगला मुहूर्त काढून आणा. पूजा अर्चा करून चांगल्या मुहूर्तावर हॉस्पिटलचे उद्घाटन करू." आईने सुचविले.

"फर्निचरचे मी दादाला सांगतो. तुला पाहिजे तसे त्याच्या मदतीने दोघे मिळून करून घ्या. मी ब्राह्मणाकडे जाऊन मुहूर्त काढून आणतो. पत्रिका छापून घेतो. त्या पत्रिकांचे मॅटर तयार करून दे...आणखी काही लागेल तर आठवण करून दे."

मुहूर्ताच्या दिवशी सगळे लवकर उठून तयारीला लागले. वहिनींनी दारात रांगोळी काढून तोरण बांधले. पूजेसाठी लागणाऱ्या सर्व सामानाची जमवाजमव केली. आईने तीर्थप्रसादाचे बघितले. श्रीकांतदादा आणि बाबा हवे नको ते बघत होते.

दीपाली वहिनी आणि श्रीकांतने सत्यनारायणाची पूजा केली. वहिनींनी मोरपंखी कलरची भरजरी पैठणी नेसली. भरपूर दागिने घालून केसात गजरा माळला. श्रीकांतबरोबर त्या शोभून दिसत होत्या. पूजा होईपर्यंत पाहुण्यांची वर्दळ वाढली. पूजा आटोपली. तेव्हा त्यांना थोडी उसंत मिळाली. आलेल्या सर्व बायका श्रीकांत आणि श्रीधरचे गुणगान गात होत्या. "सोळंकीबाई, श्रीकांतचा जोडा कसा शोभून दिसतो. सुंदर सून मिळाली हो तुम्हाला. सगळी कामे करून फ्रेश असते." प्रसाद आणि हळदीकुंकवाच्या देवाणघेवाणीतही बायकांच्या गप्पा रंगल्या.

शेजारणींनी केलेल्या स्तुतीने वहिनींना समाधान वाटले. आपण केलेल्या कामाची चांगल्या शब्दात केलेली स्तुती नेहमीच अधिक चांगले काम करण्याची प्रेरणा देत असते. या प्रेरणेतून मिळालेले समाधान महत्त्वाचे. हे समाधान, त्यासाठी पडलेले पैसे, श्रम आणि खर्च झालेला पैसा यापेक्षा खूप मोठे असते. अशा प्रेरणेतून वहिनींना चांगल्या कामाच्या सवयी लागल्या होत्या.

"श्रीधरसाठीही अशीच मुलगी शोधा हो...अनुरूप आणि योग्य पत्नी मिळाली तर संसार सुखाचा होतो."

"डॉक्टर मुलाला डॉक्टरच मुलगी बघावी लागणार."

"अहो...घरचेच दोन दोन डॉक्टर होतील. दुसरीकडे जायचे काम राहणार नाही." बायकांच्या गप्पा रंगल्या.

कोणत्या मुलाला कशी मुलगी पाहिजे यावर चर्चा झाली. दोघीतिघींनी त्यांच्या परिचयातल्या मुलींची माहितीही पुरविली. अभ्यासात कशी हुशार आहे आणि किती देखणी आहे याचीही पुस्ती जोडली गेली. सगळी चर्चा श्रीधरभोवती

गिरक्या घेऊन रंगली.

श्रीधर येणाऱ्या पाहुण्यांचे स्वागत करीत होता. त्यांच्याशी बोलत होता. नाश्त्यासाठी आग्रह करीत होता. काहीतरी कामासाठी तो आतल्या दालनात आला. बायकांनी त्याला कितीतरी प्रश्न विचारले.

"डॉक्टरसाहेब, आता लग्नाची तयारी कधी करणार?"

"डॉक्टर मुलगी शोधायला हवी नाही का?"

बायकांच्या बोलण्याकडे दुर्लक्ष करीत काहीही न बोलता तो त्याच्या कामात व्यस्त राहिला.

"आमच्या नात्यात आहे एक डॉक्टर मुलगी. सुंदर आहे हो...हुशारही".

"पण श्रीकांतला कशी मुलगी पाहिजे विचारायला नको का?"

सगळ्या बायका एकत्र जमल्या की, त्या काय काय माहिती पुरवतील आणि किती किती प्रश्न विचारतील हे ब्रह्मदेवाला सुद्धा सांगता येणार नाही. बायकांच्या गराड्यातून सुटका करून घेण्यासाठी श्रीधर वळाला, तसा पुढचा प्रश्न.

"डॉक्टरसाहेब, कुठे शोधून तर ठेवली नाही?"

"असेल तर सांग रे बाबा..."

"अहो, श्रीधर असे काही करेल असे वाटते का? तो त्याच्या आईच्या शब्दाबाहेर नाही."

"आजच्या पिढीचा काय भरोसा...कुणाचीच छातीठोकपणे गॅरंटी देता येत नाही. कुणाच्या बाबतीत भविष्यात काय घडेल याचा कुणीच अंदाज करू शकत नाही."

"पण श्रीधर तसा नाही हं."

"श्रीधरचे नाही हो...एक सामान्य विषय म्हणून मी सांगते. आजच्या आधुनिक युगात, पाश्चात्त्यांच्या अनुकरणप्रियतेने भारतीय संस्कार आणि संस्कृतीचा दिवसेंदिवस ऱ्हास होत चालला आहे. बदलते राहणीमान आणि स्वत:पुरते बघण्याची वृत्ती समाजात अनेक नवनवीन समस्या निर्माण करीत आहेत. इन्फरमेशन कम्युनिकेशन टेक्नॉलॉजीचा वापर वाढल्यापासून जीवन अधिक गतिमान आणि सुखकर झाले. सगळे जग जवळ आले. त्यासोबत अनेक नवनवीन समस्या निर्माण झाल्या आहेत. फेसबुक, आर्कूटसारख्या माध्यमातून मित्रमैत्रिणी जोडून विचारांचे आदान प्रदान करताना जागरूक नसणारे भलतीकडे भरकटत जात आहेत. इंटरनेटवरून हवी ती माहिती घेताना, 'ज्ञानाच्या कक्षा' रुंदावत असताना

नको ती दृश्ये बघण्याकडे पौंगडावस्थेतील मुले आकर्षिली जात आहेत. त्यातून अनेक गंभीर गुन्हे घडत आहेत."

"होय ना...ही तर मोठ्ठी समस्या आहे. आई वडील दोघे नोकरीला असतील तर कसे आणि किती लक्ष ठेवणार मुलांवर...?"

"आपण घरात खूप लक्ष ठेवले तरी, बाहेर इतर मुलांकडे मोबाईलवर ह्या सगळ्या गोष्टी सहज उपलब्ध होतात. मोबाईलमुळे तर...जेवढ्या सोयी मिळाल्या त्यापेक्षा गैरवापरच जास्त होत आहे."

"मी म्हणते...सेन्सॉरबोर्ड काय झोपा घेते काय? अशा घाणेरड्या साईटस् नेटवर टाकण्यासाठी न्यायालय परवानगी देतेच कशी?"

"जाऊ द्या हो तो विषय...फार मोठा आणि गहन विषय आहे तो. इथे तो संपणारा नाही. देवाच्या ठिकाणी जमलो आहोत आपण. चांगले विचार मनात आणावेत."

"नाही...आजच्या पिढीचा विषय निघाला म्हणून सहज चर्चा केली." बायकांचा टाईमपास चालला होता. त्यांच्या गराड्यातून श्रीधर केव्हाच पसार झाला. सोळंकीबाई हवे नको बघत बायकांना भेटत होत्या.

"अहो, डॉक्टरच्या आई...लवकर वरमाई व्हा आता."

"आत्ता कुठे हॉस्पिटल टाकले...सावकाश लग्नही करू."

"लग्न मोठ्ठे काढा हो. शेवटचेच तर कार्य राहील. लग्न काय पुन्हा पुन्हा थोडी होतात?"

बायकांच्या गप्पांमध्ये नाश्ता झाला. सगळ्या आपआपल्या घरी परतल्या. सायंकाळी सगळे एकत्र जेवायला बसले तेव्हा दिवसभराच्या उद्‌घाटन सोहळ्यावर चर्चा झाली.

जेवणे आटोपली. सगळे आपआपल्या रूममध्ये गेले. श्रीधरही त्याच्या रूममध्ये गेला. अंथरूणावर पडला तेव्हा सगळ्यांच्या नकळत त्याने उर्मिलाला फोन लावला.

"हॅलो."

"अरे...आत्ता वेळ मिळाला काय? मी केव्हापासून तुझ्या फोनची वाट बघत होते."

"अगं, पहाटेपासून धावपळ चालली होती. आत्ता कुठे निवांत झालो. लगेचच तुला फोन लावला बघ."

"बरं, ते जाऊ दे. उद्‌घाटन सोहळा कसा झाला?"

"छान झाला. सगळे ठीक होते...पण..."

"पण काय..."

"तू नव्हतीस ना...तू असायला हवी होतीस."

"माझी आठवण तर होती ना सोबतीला..."

"तुझी आठवण तर प्रत्येक क्षणाची सोबत करते...आणि तुझी प्रतिमा हृदयाच्या कप्प्यात आठवणींच्या कोपऱ्यात निश्चल असते..."

"मलाही तुझी खूप आठवण येते रे...जाऊ दे...आज कुठला शर्ट घातला होतास..."

"तुझ्या आवडीचा...सफेद शर्ट..."

"पांढऱ्या शुभ्र शर्टमध्ये तू छान दिसत असशील..ए, थकला काय रे..."

"आल्या दिवसापासून धावपळ चालू आहे. थकायची सवय झाली आहे. तू कशी आहेस...?"

"मजेत आहे...तुझा फोन आला की बरे वाटते. दिवस चांगला जातो."... खूप उशिरापर्यंत दोघे फोनवर बोलत होते.

❑❑

- नऊ -

बघता बघता दोन वर्ष निघून गेली. श्रीधरची प्रॅक्टीस चांगली चालू होती. उर्मिलाही एमबीबीएसच्या शेवटच्या वर्षात गेली. रितेशजींच्या तब्येतीत सुधारणा होऊन ते आपल्या व्यवसायात लक्ष घालत होते. किरणने बारावीनंतर शिवापूरच्याच कॉलेजमध्ये अॅडमिशन घेतली. रितेशजींच्या तब्येतीमुळे त्यांना जास्त दगदग होऊ नये म्हणून तो रितेशजींच्या व्यवसायात भरपूर वेळ देऊन मदत करीत होता.

दुपारच्या वेळी किरण दुकानात थांबला. त्याला सूचना देऊन रितेशजी घरी आले. कपडे बदलून, हातपाय धुवून ते स्वयंपाकघरात डायनिंगवर येऊन बसले.

नीताताई स्वयंपाकाच्या गडबडीत होत्या. भाजी, भात तयार करून त्या कणीक मळत होत्या. तेवढ्यात रितेशजी घरात आले. कणीक मळत असतानाच त्यांनी विचारले

"चहा घेणार काय?"

"छान कडक चहा बनव."

नीताताईंनी चहा बनवला. चहाची कपबशी रितेशजींच्या हातात देऊन त्या ही खुर्चीवर बसल्या.

"आज थकल्यासारखे वाटत आहात..."

"नाही गं...तऱ्हेतऱ्हेची गिऱ्हाईक दुकानात येतात. प्रत्येकाशी बोलावं लागतं. किरण मदतीला असल्याने तो पुष्कळशा गोष्टी सांभाळून घेतो."

"उर्मिलाचा फोन आला होता. परीक्षा जवळ आल्या म्हणत होती."

"हो...मीही तिला फोन केला होता...अभ्यास करीत होती. लायब्ररीत बसून."

"झाले बाई एकदाचे, एवढे वर्ष व्यवस्थित मार्कांनी सुटले म्हणजे झाले. पुढच्या वर्षापासून चांगले स्थळ शोधायला सुरुवात करून

टाकू...मनासारखे स्थळ मिळायला हवे.''

''अगं...तो सोहनलाल सिंधी दुकानावर येऊन गेला.''

''अहो...लांबचा असला तरी नातेवाईक आहे तो आपला. घरी घेऊन
यायचे ना!''

''मी आग्रह केला. त्यांना काही कामासाठी पुण्याला जायचे होते. उशीर
होईल म्हणून यायला नाही म्हणाले. दुकानावर कोल्ड्रिंक्स मागवून घेतले मग.''

''काय...सहज आले होते का?''

''त्यांचा मुलगा डॉक्टर आहे. एम. डी. गायनॅक आहे. चांगली प्रॅक्टीस
चालते त्याची. घरची परिस्थिती आपल्याला माहितीच आहे. चांगले स्थळ आहे.
उर्मिलासाठी निमंत्रण द्यायला आले होते ते.''

''तिची परीक्षा होऊ द्या, मग बघू...''

''अगं, चांगलं स्थळ आहे. मुलगा चांगला आहे. पहिलेच स्थळ आहे.
एकदा पाहून गेला की मग पुढचे पाहता येईल.''

''तिच्या परीक्षा जवळ आल्या आहेत. म्हणून म्हटले.''

''आपल्याला, तिला कुठे डिस्टर्ब करायचे आहे? माझ्या तब्येतीचे हे
असे...म्हणून निमंत्रण स्वीकारून घेतले. एखाद्या रविवारी येऊन जातो म्हणून
सांगितले.''

''तुम्ही उर्मिलाला सांगितले का?''

''म्हणूनच फोन केला होता. सोहनलाल सिंधी येऊन गेल्याचे तिला
सांगितले.''

''निमंत्रण द्यायचे की नाही विचारले का?''

''परीक्षा जवळ आल्या आहेत. अभ्यासाचा मूड आहे. लग्नाचे नंतर पाहू
म्हणाली...पोरांना काय कळते? आपल्याला एकएका जबाबदारीतून मोकळे
व्हायचे.''

''फार अभ्यास असतो हो पोरीला...डॉक्टर होणे सोपे नसते. आत्ता
एवढीशी होती...बघता बघता डॉक्टर होऊन लग्नाची पोर झाली.''

''शिक्षण मनासारखे झाले. आता पुढचे सगळे व्यवस्थित झाले पाहिजे...''

''तिच्या लग्नाची घाई करू नका. तिच्या काय अपेक्षा आहेत, कसे स्थळ
पाहिजे सगळे तिला विचारून घ्या. सगळे तिच्या मनासारखे बघा, आपल्या
अपेक्षा तिच्यावर लादू नका.''

''तिच्या मनासारखेच होईल गं सगळे. जन्मभराची सोबत असते ती.

तिला विचारल्याशिवाय मी कुठलाच निर्णय घेणार नाही."

"इतक्या वर्षापासून ती घरापासून लांब आहे. शिक्षण संपले की सासरी जाईल. कसे करेल ही सासरी...मला तिची काळजी वाटते..."

"तू कशाला टेन्शन घेतेस, मुली सगळे अ‍ॅडजेस्ट करतात. सवय झाली की सासरीच रुळतात. माहेरी यायलासुद्धा वेळ मिळत नाही."

"ते आहे म्हणा."

"मी रविवारी जाऊन बघून येतो. मनासारखे असले तर निमंत्रण देऊन येतो."

"सगळी व्यवस्थित चौकशी करा...योग्य स्थळ असेल तरच निमंत्रण द्या उगीच घाई करू नका..."

"हो, ना...बाई, किती सूचना करशील?"

•••

दोन नातेवाईकांना सोबत घेऊन रितेशजी मुलगा पाहण्यासाठी सोहनलालच्या घरी आले. मजबूत भिंतीच्या कंपाऊंडमध्ये आधुनिक पद्धतीचा दुमजली बंगला. बंगल्याच्या पुढे भरपूर मोकळी जागा. मोकळ्या जागेत कंपाऊंडच्या भिंतीलगत फळांनी लदबदलेली आंबा, चिकूची झाडे. बाजूला साखळीने बांधलेला डॉबरमॅन. सगळा परिसर टापटीप आणि सुंदर. रितेशजींची गाडी गेटमध्ये येताच त्यांच्या स्वागताला स्वत: सोहनलाल पुढेपर्यंत आले.

सोहनलाल सिंधीच्या दुमजली वास्तूतून श्रीमंती थाट ओसंडून वाहत होता. फ्रूटस्, डायफ्रूटस्, मिठाईने पाहुण्यांचे स्वागत झाले. सोहनलालने फोन करून मुलाला हॉस्पिटलमधून घरी बोलवून घेतले. तो येताच त्याने ओळख करून दिली.

"नमस्ते अंकल. डॉ. पियुष सिंधी. एम. डी. गायनॅक.

"नमस्ते...मी शिवापूरहून आलो."

"ते नाशिकच्या पुढे आहे तेच ना!"

"हो...हो...माझी मुलगी उर्मिला. एमबीबीएसच्या लास्ट इयरला आहे."

"हो...का...पप्पांशी या विषयावर बोलणे झाले आहे. त्यांनी मला तशी कल्पना दिली आहे."

नाश्ता, चहापाणी करताना गप्पा चालल्या होत्या. पियुषला लगेच हॉस्पिटलला परतायचे होते.

"आता आलाच आहात तर...हॉस्पिटल बघून येऊ." सोहनलाल रितेशजींच्या

मनातलेच बोलले.

"चला, बघून येऊ..."

सगळे आपआपली गाडी घेऊन हॉस्पिटलकडे निघाले.

गाड्या हॉस्पिटलच्या गेटजवळ येऊन थांबल्या. पियुष लगबगीने पुढे होऊन सगळ्यांना हॉस्पिटलमध्ये घेऊन आला.

वेटिंगरूममध्ये पेशंटची गर्दी झाली होती. नवीन बांधकाम झालेल्या इमारतीत सगळ्या सुविधा दिसत होत्या. डॉ. पियुष सगळ्यांना केबिनमध्ये घेऊन गेला. तपासणी हॉल, ऑपरेशन थिएटर दाखवून आणले. आधुनिक उपकरणे सर्वत्र दिसत होती. वळसा घेऊन वरती जाणाऱ्या जिन्याच्या पायऱ्या चढून सगळे वरच्या मजल्यावर आले. प्रत्येक रूमच्या भिंतीवर लिहिलेले थोर पुरुषांचे सद्विचार मनाला उभारी देत होते. कॉटवर रुग्ण विश्रांती घेत होते. नर्सेसची सर्वत्र लगबग चालली होती.

मोकळ्या स्पेसमध्ये छोट्या फुलझाडांच्या कुंड्या लक्ष वेधून घेत होत्या. हॉस्पिटल असले तरी प्रसन्न वाटत होते. एकंदरीत प्रॅक्टिस चांगली चालत आहे असे वाटले.

रितेशजींना सगळे वातावरण बघून समाधान वाटले. त्यांच्या मते कुठे उणीव नव्हती. लगेच निमंत्रण देऊन टाकावे असे त्यांना वाटले.

"सोहनलालजी, निघतो आता आम्ही...आणि हो...हेच निमंत्रण समजा. मुलगी बघायला कधी येता ते सांगा."

"तुम्हाला कोणत्या दिवशी वेळ असतो."

"उर्मिलाला रविवारी सुट्टी आहे. तिला वेळ असणे महत्त्वाचे. मी तिला रविवारी बोलून घेतो. तुम्ही येऊन जा."

"ठीक आहे. नमस्ते."

"नमस्ते." निमंत्रण देऊन रितेशजी घरी परतले.

बाळ गर्भात असल्यापासून त्याच्या बाबतीत अनेक स्वप्ने जन्मदाते बघत असतात. त्याचे संगोपन करताना पुरेपूर काळजी घेतात. गर्भसंस्कार शिबिरातून चांगले संस्कार आणि निकोप वाढीसाठी प्रयत्न केले जातात. त्यांचे सगळे हट्ट पुरविले जातात. आपल्या मुलाने आपल्या सर्व अपेक्षा पूर्ण करण्यात अशी त्यांची इच्छा असते. आपले बाळ मोठेपणी यशस्वी झाल्याचे त्यांना पाहायचे असते. संततीमार्फत यशस्वी पालक होण्याचा अभिमान असतो. त्यासाठी पालक प्रयत्न करतात.

उर्मिलेला उच्च शिक्षण देऊन रितेशजींनी एक जबाबदारी यशस्वीपणे पूर्ण केली. चांगल्या कर्तृत्ववान मुलाशी तिचे लग्न लावून दिले की दुसऱ्या जबाबदारीतूनही ते मोकळे होणार होते.

रितेशजी घरी आले, तेव्हा नीताताई वर्तमानपत्र वाचत बसल्या होत्या. रितेशजींना बघताच त्या आत गेल्या. गार पाण्याचा ग्लास भरून आणला. चहा करून बैठकीत घेऊन आल्या. रितेशजींना चहा देऊन त्याही सोफ्यावर बसल्या...चहा पिता पिता त्यांनी विचारले, ''पाहून आले का...? कसा वाटला मुलगा...?''

''बघून आलो. फार चांगली माणसं वाटली ती. मुलगा स्मार्ट आहे. खूप अदबीने वागला आमच्याशी. प्रॅक्टीसही चांगली चालते...''

''आणि हॉस्पिटलकडे गेला होतात का...?''

''हॉस्पिटलसुद्धा पाहून आलो. नवीन कन्स्ट्रक्शन आहे. सगळ्या आधुनिक सुविधा आणि उपकरणे उपलब्ध आहेत. इतर डॉक्टरही तिथे व्हिजिटला येत असतात. वेटिंगरूममध्ये पेशंटची संख्याही चांगली दिसली. एकंदरीत तिथल्या वातावरणावरून डॉक्टरची प्रॅक्टीस चांगली चालू आहे.''

''तेच महत्त्वाचे...तुम्ही काय निर्णय घेतला?''

''तुला काय वाटते...निमंत्रण द्यावे की नाही?''

''परिचयातील माणसे आहेत...मुलगा चांगला आहे...त्याची प्रॅक्टीस चांगली चालते...शिवाय हॉस्पिटल स्वतःचे आहे. चांगले स्थळ वाटते. निमंत्रण द्यायला काय हरकत आहे?''

''मी निमंत्रण देऊन आलो. रविवारचा दिवस सांगून आलो. चालेल ना..?''

''हे चांगले केले...आता तयारीला लागायला हवे.''

''उर्मिलाकडे चांगल्यातले नवे ड्रेस आहेत का? तुझ्या पसंतीचे एक-दोन ड्रेस घेऊन टाक.''

''हो ना. तिला फोन करून कळवते.''

''मीही बोलतो तिच्याशी. शनिवारीच ये म्हणावं...बोलायला वेळ तरी मिळेल. तिच्याशी या विषयावर चर्चा करायला पाहिजे.''

उर्मिला घरी आल्यापासून मम्मी पप्पा तिच्याशी त्याच विषयावर बोलत होते. तिच्या काय अपेक्षा आहेत. कसे स्थळ शोधायला पाहिजे यावर चर्चा करीत होते.

उर्मिला मात्र, 'परीक्षा जवळ आली आहे. अभ्यासाचे टेन्शन आहे.

लग्नाचे पाहू नंतर, असे म्हणून विषय टाळत होती.

किरणने मात्र आत्तापासून उर्मिलाची चेष्टा करायला सुरुवात केली.

"उर्मिला, मी तुझ्या लग्नात शेरवानी सूट घालणार बरं का," उर्मिला काहीच बोलली नाही.

"तुझ्या सोबत खूप फोटो काढेन आणि जिजूंचा कान असा जोरात पिळेन आणि सांगेन माझ्या लाडक्या बहिणीला सुखात ठेव...तूही त्याला सुखी ठेवायला पाहिजे बरं का..."

उर्मिला काहीच बोलली नाही. चिडून एक फटका किरणच्या पाठीवर दिला. "किरण...तू शांत बसतो का आता..."

"लग्न झाले नाही, तेवढ्यात एवढा राग---बाप रे---"

"ए मम्मी, किरणला काही सांग ना गं."

"किरण...शांत बस पाहू. अजून कशात काही नाही तेवढ्यात तुमचे सुरू झाले का? अरे...पुढचे सगळे व्यवस्थित होऊ दे..." मम्मीने किरणला शांत केले.

घरी आल्यापासून उर्मिलेच्या मनावर एक विचित्र ताण पडला. मम्मी पप्पांच्या प्रश्नांना उत्तर देणे तिने टाळले. त्यांना मात्र उर्मिलाची परीक्षा जवळ आल्याने ती अभ्यासाच्या टेन्शनमध्ये असल्याचे वाटले.

किरणने केलेली चेष्टाही तिला सहन झाली नाही. विनाकारण मनात चिडचिड होत होती. मम्मी पप्पांना श्रीधरविषयी स्पष्ट सांगायचे तिने ठरविले होते. पण ती काहीच बोलू शकली नाही.

मी हे सगळे स्पष्ट का सांगू शकत नाही म्हणून तिचा तिलाच प्रश्न पडला. मी तर श्रीधरशिवाय दुसऱ्या कुणाचा विचारही करू शकत नाही. त्याला क्षणभरही विसरू शकत नाही. माझ्या भविष्यातील प्रत्येक बिंदूवर मला तोच दिसतो. मला अपेक्षित असणारे सारे गुण त्याच्याकडे आहेत...तो सुद्धा माझ्यावर जिवापाड प्रेम करतो. आम्ही दोघेही एकमेकांशिवाय क्षणभरही राहू शकत नाही. आमचा एकच श्वास आणि विश्वास आहे. मी त्याच्यापासून दूर जाणार नाही. माझ्या ओघळणाऱ्या अश्रूतही मला त्याचेच प्रतिबिंब दिसते. पण...हे सगळे मम्मी पप्पांना कसे सांगावे? ते या लग्नाला मान्यता देतील का? श्रीधरकडे सगळे काही आहे. फक्त त्याचा धर्म वेगळा आहे. दुसऱ्या धर्मातील मुलाबरोबर मम्मी पप्पा कदापिही लग्न लावून देणार नाहीत...आणि मीही...श्रीधरशिवाय दुसरे कुणाशी लग्न करणार नाही, पण हे सगळे सांगायची हिंमत मी कुठून आणू...कसे सांगू...

उर्मिला स्वत:शीच विचार करीत होती. विचार करून डोके सुन्न झाले. या भावनिक गुंत्यातून सुटण्यासाठी तिने अनेक मार्गांचा विचार करून पाहिला. कोणताच मार्ग योग्य वाटला नाही. ती कोणताच निर्णय घेऊ शकली नाही. आपण साधे एक वाक्य मम्मी पप्पांना सांगू शकत नाहीत म्हणून तिला स्वत:चा राग येत होता. या सगळ्या भावनांचे भाव तिच्या चेहऱ्यावर स्पष्ट दिसत होते.

उर्मिला नाराज असल्याचे पाहून मम्मीने तिला विचारलेही. "उर्मिला, तुझी तब्बेत ठीक नाही का...प्रवासाने थकलीस वाटते..." उर्मिलेच्या मनातला लपंडाव मम्मीला थोडाच ठाऊक होता!

"हो गं मम्मी...सकाळपासून बसमध्ये बसली आहे. प्रवासाने डोके जड झाले आहे." उर्मिलाने खोटेच सांगितले.

"थांब हं...आले, गवती चहा टाकून छान कडक चहा बनवून देते तुला. चहा घे. थोडा आराम कर...मग सायंकाळी बोलू आपण."

मम्मीला उर्मिलेची काळजी वाटत होती. मनात म्हणत होती...कसे होईल या पोरीचे...थोड्या प्रवासानेसुद्धा डोकं दुखविते. सासरी तर सगळीच डोकेदुखी असते.

"आत्तापासून डोकं दुखवून कसे चालेल? लग्न म्हणजे डोकेदुखीच असते. सासरी गेल्यावर दुखायला थोडे डोके शिल्लक ठेव." किरण तिच्याजवळ जाऊन चिडवत होता.

"अरे किरण...प्रवासातून आल्यावर थकतं रे माणूस. दगदग वाढली की डोके दुखणारच. तिला आता त्रास नको देऊ. थोडे शांत झोपू दे. दुसऱ्यांनाही जाणून घ्यावे. प्रसंग बघून मस्करी करावी." मम्मीने किरणला शांत केले.

मम्मीच्या हातचा आले टाकून केलेला कडक चहा तिने खूप दिवसांनी घेतला. "कॅन्टीनच्या चहाला मम्मीच्या हातची चव थोडीच येणार." ती मनातच म्हणाली.

"मम्मी, चहा छान झाला गं, कॅन्टीनचे खाऊन जिभेला चव राहिली नाही बघ."

"अगं, कोणत्याही आईच्या हाताला चव असणारच ना, स्वयंपाक करणाऱ्याच्या मनातल्या विचारांचे स्वयंपाकात संक्रमण होत असते. आईच्या मनात वात्सल्य असते. त्या वात्सल्याची चव स्वयंपाकाला येते बरं...म्हणूनच कोणत्याही आईने बनवलेला स्वयंपाक रुचकर असतो. आपण कितीदा शिरा बनवतो... त्याला प्रसादाची चव येते का..?नाही ना! प्रसाद बनवताना भगवंताचा

निवास आपल्या मनात असतो. म्हणून प्रसादात भगवंताची श्रद्धा उतरते. ती शिऱ्यात कोठून येणार...? तशीच त्या मेसवाल्याच्या हाताला आईच्या ममतेची सर कशी येणार?''

चहा घेऊन उर्मिलेला थोडे हलके वाटले. ती कॉटवर येऊन झोपली. मम्मीने कपाटातून दुलई काढली. उर्मिलेच्या अंगावर व्यवस्थित पांघरून दिली. उर्मिलेला त्रास न देण्याची तंबी किरणला देऊन मम्मी आपल्या कामाला लागली.

दुलईच्या रूपाने मम्मीने उर्मिलेच्या अंगावर वात्सल्यच पांघरले दुलईचा मऊ, मुलायम गोजिरवाणा स्पर्श उर्मिलेला सुखावत होता. त्या मुलायम स्पर्शाने तिच्या भावनाही मुलायम झाल्या. ती पुन्हा विचारात गुरफटली.

''खरंच...किती ग्रेट आहे ना माझी मम्मी! प्रवासात थकली असेल म्हणून आता सुद्धा किती काळजी घेते. तशी ती आमच्या बालपणापासूनच दोघांचीही काळजी घेत आली आहे. आमचा अभ्यास घेणे, आमचा हट्ट पुरविणे यासाठी किती वेळ द्यायची...आम्ही मागितलेली वस्तू घेऊन देताना कधी कुरकूर केली नाही...तशी चिडलेली मम्मी मी कधी पाहिली नाही. आजारपणात तर सारखी जवळ बसून असते. डोके चेपून देते. हे करून देऊ का? ते करून देऊ का? विचारत गरमागरम पदार्थ करून खाऊ घालते...वेळेवर गोळ्या औषधे घेतलीत का म्हणूनही तिनेच काळजी करावी. ती थकत कशी नाही देव जाणे...आणि परीक्षेच्या काळात तिचीच परीक्षा असल्यासारखी काळजी करते. मार्गदर्शन करते. मुलांच्या भविष्याबद्दल किती जागरूक असते ना...प्रत्येक बाबतीत तिने केलेल्या मार्गदर्शनामुळेच तर आज मी डॉक्टर होऊ शकले...आणि पप्पा...पप्पांनी वेळोवेळी पाहिजे तेवढे पैसे पुरविले. मागितली ती पुस्तके घेऊन दिली. एमबीबीएसच्या ॲडमिशनच्या वेळी किती धावपळ केली आणि आता माझे भवितव्य चांगले घडावे म्हणून सगळ्या बाजूंनी चांगल्या असलेल्या मुलाचा शोध घेत आहेत. मी मात्र श्रीधरपासून लांब जाऊ शकत नाही...किती स्वार्थी आहे ना मी...माझ्या आयुष्याचा एवढा मोठ्ठा निर्णय मी स्वत: घेऊन टाकला. माझ्या तोंडून ऐकताना काय वाटेल त्यांना...एवढी मोठी प्रतारणा ते सहन करू शकतील का...खरंच, मी माझ्या जन्मदात्यांना फसवित आहे...पण काय करू...कसे सांगू...काहीच सुचत नाहीये...त्यांचा केलेला विश्वासघात माझ्याच तोंडून सांगू? एवढा अपमान ते सहन करतील का...माझ्यामुळे होणारे दु:ख त्यांना सहन होईल का...?''

विचारांच्या वावटळीत उर्मिला सापडली. वाळलेल्या पाचोळ्यासारखी भेलकांडत राहिली. मम्मी पप्पांचे वात्सल्याने सावरणारे हात ती विसरू शकत

नव्हती. डोळ्यात पाणी डबडबून आले. पापण्यांच्या गच्च मिठीतूनही ते पळू लागले. तोंडातून हुंदके बाहेर पडतात की काय म्हणून तिने अंगावरची दुलई डोक्यापर्यंत ओढून घेतली. आतल्या आत स्फुंदत राहिली. तिच्या मनाची अस्वस्थता लपवायला देखील दुलईच्या रूपाने तिला मम्मीची ऊब मिळाली. प्रेमाच्या पाशांच्या हिंदोळ्यात विरघळत गेली. दुलईच्या उबदार आवरणात आरक्त झालेल्या डोळ्यातून वाहणाऱ्या खारट पाण्यात भावनेच्या ओलाव्यात चिंब चिंब झाली.

मम्मी पप्पांची परवानगी असो वा नसो, श्रीधर हाच जीवनसाथी असल्याचे तिने पक्के ठरवून घेतले. ती श्रीधरला सोडू शकत नव्हती. तसेच मम्मी पप्पांच्या विरोधात जायला मन धजावत नव्हते. निर्णय पक्का असला तरी मम्मी पप्पांपर्यंत कसा पोहोचवायचा याचा विचार करता करता मन आणि शरीर जड झाले. मनात चलबिचल असली तरी दुलई पांघरून शांत पडून राहिली.

●●●

उर्मिलाला पाहायला पाहुणे येणार म्हणून रितेशजी आणि नीताताई सकाळपासून तयारीला लागले. कामगारांकरवी परिसरासहित बंगल्याची विशेष स्वच्छता करून घेतली. बैठकीतल्या सगळ्या वस्तू पुसून, स्वच्छ करून लावून घेतल्या. सोफ्यावर नवे कव्हर घातले. नीताताईंनी दारात छोटीशी सुंदर रांगोळी काढली. परसबागेतील टवटवीत ताज्या पानाफुलांची फुलदाणी सजवली. बाजारातून ताजी रसरशीत फळे आणून ठेवली. घरात बोलका उत्साह होता...उर्मिला मात्र अबोल झाली होती. मम्मी पप्पांच्या उत्साहातले उधाण तिच्या काळजात सलत होते. मनातली सल मोकळी करण्यासाठी मनाची पूर्ण तयारी करूनही ओठातले शब्द बाहेर पडत नव्हते. मनात झुलेलालचे स्मरण करून मनाचा दुबळेपणा घालविण्यासाठी आंतरिक सामर्थ्य वाढवीत होती.

मनात निश्चय करीत होती. काहीही झाले तरी मी हे होऊ देणार नाही. निश्चयी माणसे आपल्या निर्णयावर ठाम राहतात. मी माझ्या निर्णयावर ठाम आहे. योग्य संधीची वाट बघेन. असे ठरवून मनाची अस्वस्थता लपवत होती. त्यासाठी तिने पुस्तकाचा आधार घेतला. परीक्षेचा अभ्यास करते म्हणून मम्मी पप्पांनी तिला फारसे डिस्टर्ब केले नाही.

●●●

सोहनलाल सिंधी मुलाला घेऊन उर्मिलाला बघण्यासाठी आले. मम्मी पप्पा सांगतील त्यानुसार उर्मिला कठपुतळी बनून वावरत होती. मनातल्या मनात

अशा प्रथांवर चिंतन करीत होती.

ज्याच्यासोबत सगळे आयुष्य घालवायचे आहे त्याला पाच दहा मिनिटात किती समजू शकणार? तेवढ्या वेळेत फक्त त्याचे बाह्यसौंदर्य, त्याच्या बापाची असलेली मालमत्ता कळते. त्याच्या आंतरिक सौंदर्याचे काय? यशस्वी वैवाहिक जीवन जगण्यासाठी आंतरिक सौंदर्य आणि मनगटातील सामर्थ्य महत्त्वाचे...लग्ने जमविताना या मुद्द्यांकडे दुर्लक्ष करून त्याचे सौंदर्य आणि आर्थिक स्थिती या भौतिक बाबींना अधिक महत्त्व दिले जाते. मने जुळली तर नेटका प्रपंच होतो...आणि नाही जुळली तर? तर काय...? कुणाचे तरी वैवाहिक जीवन कोळसा होऊन विझून जाते किंवा वणवा होऊन निखारे झेलत आयुष्यभर चिंतेत जिवंत जळत तरी राहते...समाजाने या काही प्रथा संस्कृतीच्या नावाखाली इतक्या जपून अलमारीत ठेवल्या आहेत की ती घडी बदलायला त्यांची मानसिकता बदलत नाही...काय उपयोग आहे अशा रूढी परंपरांचा...? त्यापेक्षा आत्मनिर्भर होऊन स्वत:च्या पायावर उभे राहून एकटेच जगत राहावे..जोडीदाराशिवाय...

मम्मी पप्पांनी पाहुण्यांच्या स्वागतात कोणतीही कुचराई केली नाही. ताज्या रसरशीत फळांचा आस्वाद घेता घेता गप्पाही चालल्या होत्या. "अरे मुलांनो, तुम्हाला एकमेकांना काही विचारायचे असेल तर तुम्ही बोलू शकता हं." सोहनलालने सुचविले.

"ते आपल्यासमोर काय बोलणार? अगं उर्मिला, वरच्या गॅलरीत जा तुम्ही दोघे, एकमेकांशी ओळख करून घ्या." पप्पांनी परवानगी दिली. डॉ. पियुषला घेऊन उर्मिला वरच्या गॅलरीत आली.

"मम्मी पप्पांना सांगण्याची आपली हिंमत नाही. याच्यामार्फत कळू देत त्यांना," तिने मनात ठरवून घेतले.

आंब्याच्या झाडावरून, गॅलरीत येणारा गार वारा केसांच्या बटा हवेत उडवत होता. वाऱ्यामुळे विखुरलेले केस सावरण्यासाठी डॉ. पियुषने केसांवरून हात फिरवला. क्षणभर श्रीधर तिच्या डोळ्यांसमोरून केसांवरून हात फिरवत झर्रकन गेल्याचा भास झाला. पियुषशी काय बोलावे तिला काहीही सुचले नाही.

मग पियुषनेच बोलायला सुरुवात केली.

"उर्मिला, काही बोल ना."

"मला काही सुचत नाहीये."

"अच्छा...तू एमबीबीएस करते आहेस ना..."

"हां. फायनल इअरला आहे."

"पुढे काय करायचे ठरविले आहेस..."

"आधी इंटर्नशिप करू, मग बघू."

"तुला काय आवडते?"

"मला कथा, कविता लिहायला आवडते."

"अरे वा...लेखक लोक खूप संवेदनशील मनाचे असतात म्हणे...मला कविता वाचायला आवडतात हं."

दोघेही मोकळेपणाने हसले.

"पुढे काय ध्येय आहे?"

"खास ध्येय असे नाही...पण...मला डॉक्टर म्हणून रुग्णसेवा करायला आवडेल. एक चांगला सेवाभावी डॉक्टर बनायचे आहे. बस्स..."

"भावी साथीदाराबद्दल तुझ्या काही अपेक्षा असतीलच..."

उर्मिला शांत झाली. समोरच्या आंब्याच्या झाडाकडे बघत राहिली. ज्या फांदीवर दयाळचे घरटे होते, तिकडे तिने बघितले...त्या फांदीवरचे रिकामे घरटे सुद्धा आता तिथे नव्हते...तरीही...ह्या फांदीवर कधीतरी दयाळने घरटे बांधले होते...आज त्याच्या अस्तित्वाच्या कोणत्याही खुणा त्या फांदीवर नाहीत; पण केव्हाही फांदीकडे बघितले तरी दयाळच्या आठवणी येतात...दयाळ...त्याचे घरटे...सगळे आठवते. मुलीनांही आपल्या अस्तित्वाच्या खुणा अशा माहेरी ठेऊन सासरी जावे लागते. एक घरटे कायमचे सोडून दुसऱ्या घरट्यात...

"उर्मिला...काही विचार करते आहेस?"

पियुषच्या प्रश्नाने उर्मिलाची विचारशृंखला तुटली.

"अं...काही नाही."

"काही विचारावेसे वाटत असेल तर तू विचारू शकतेस हं."

"कॉलेज लाईफमध्ये तुला खास फ्रेंड होती...?" उर्मिलाने विचारले.

"हो...आजही भरपूर मित्र आहेत मला."

"पण...अगदी खास फ्रेंड."

"असे का विचारतेस तू...? तुझा एखादा खास फ्रेंड आहे का...?"

"होय...श्रीधर सोळंकी."

"अच्छा...मग..."

"खूप चांगला मित्र आहे तो माझा...आम्ही एकमेकांना चांगले ओळखतो खूप गोष्टी जुळतात आमच्या."

"अच्छा. तुझ्या क्लासमध्ये आहे का तो..."

"नाही...दोन वर्ष पुढे...त्याच्या गावी इंदापूरला प्रॅक्टीस करतो तो."

"हे सगळं तू मला का सांगते आहेस...?"

"आम्ही लग्न करणार आहोत."

उर्मिला बोलून गेली खरी पण...छातीत धडधड वाढली. ठोक्यांचा आवाज स्पष्ट जाणवत होता. श्वासाचा वेग वाढला. धीर एकवटून ती पुढे बोलली.

"पियुष, प्लीज सॉरी...माझा निर्णय मम्मी पप्पांना सांगण्याइतके धारिष्ट्य माझ्यात नाही. मी तुला खरे सांगितले आहे...प्लीज, ट्राय टू अंडरस्टँड मी..."

उर्मिलाला मनावरचा ताण कमी झाल्यासारखे वाटले. पियुष तिच्याकडे नुसताच बघत होता.

"ह्या पर्सनल गोष्टी घरात सांगायच्या...आम्हाला उगीच त्रास दिला." असे म्हणत उर्मिला पुढे काय बोलते याची वाट न बघता तो झरझर पायऱ्या उतरून खाली आला. घरात न थांबता दरवाजात जाऊन उभा राहिला.

"चला पप्पा, हॉस्पिटलला जायचे आहे. उशीर होईल." असे म्हणत फोनवर बटणे दाबत कुणाशीतरी फोनवर बोलत गाडीत येऊन बसला.

रितेशजींचा निरोप घेऊन सोहनलाल गाडीत येऊन बसले. नीताताई व रितेशजी निरोप देण्यासाठी गाडीपर्यंत आले.

कुणाकडेही लक्ष न देता पियुषने गाडी चालू केली. सोहनलाल गाडीत बसताच गाडी स्टार्ट करून निघाला.

पियुषचा बदललेला मूड सोहनलालच्या लक्षात आला. तो काहीच बोलत नाही असे बघून त्यांनी स्वतःच त्याला बोलते केले.

"मुलगी कशी वाटली?"

पियुष गप्प होता. चेहऱ्यावर नाराजी होती.

"अहो डॉक्टरसाहेब, मुलगी कशी वाटली? तुम्हाला विचारतो आहे." गाडी चालविण्यावर लक्ष केंद्रित करून पियुष बोलला,

"मुलगी कशी का असेना...आपल्याला काय त्याचे?"

"का...काय झाले?"

"पप्पा तिच्या कॉलेजमधला श्रीधर सोळंकी तिचा मित्र आहे. त्याच्याशी ती लग्न करणार आहे. असे तिने सांगितले."

"बरे झाले, पोरीने सांगितले तरी, नाहीतर लग्नानंतर गेली असती पळून. मुलांना विश्वासात न घेता कसे काय लग्न ठरवितात ही माणसे...जिथे जन्मदाते आणि मुलांमध्ये एक विचार नाही तिथे कशी काय घरे चालवितात...इतकी कामं

पडलीयेत. थोडाही वेळ नाही. वेळात वेळ काढून आलो तर हे असे.''

''त्या पोरीने आधी सांगितले हे बरे झाले...नाहीतर...किती फसलो असतो ना पप्पा आपण.''

''हो...आपला अपमान केला त्यांनी. रितेशजींनी या विषयावर मुलीशी चर्चा करायला पाहिजे होती. त्यांनाही सगळी कल्पना आहे की नाही...देव जाणे. त्यांना विचारायला हवे. थांब! रितेशजीला फोन करून विचारतो.''

''हॅलो.''

''हॅलो, मी सोहनलाल बोलतो.''

''ओ...नमस्ते जी.'' रितेशजींनी आनंदात फोन घेतला.

''आम्हाला काय रिकामटेकडे समजलात की काय?''

''अहो, मी रितेशजी बोलतोय.''

''हो. मी तुमच्याशीच बोलतो आहे.''

''काय झाले? काही चुकले का आमचे?''

''तुमचे नाही. आमचेच चुकले.''

''अहो, सोहनलालजी, काय झाले ते तरी सांगा. असे कोड्यात काय बोलता.''

''रितेशजी, काय झाले ते तुमच्या मुलीला विचारा.''

''उर्मिला काही बोलली का?''

''आधी बोलली तेच बरे झाले. नाहीतर लग्नानंतर गेली असती पळून त्या श्रीधर सोळंकी बरोबर.''

●●●

पाहुण्यांना निरोप देऊन रितेशजी व नीताताई हॉलमध्ये येऊन बसले. किरणही त्यांच्याशेजारी सोफ्यावर येऊन बसला. उर्मिला गुडघ्यावर डोके ठेवून पाणावलेल्या डोळ्यांनी बेडरूममध्ये जाऊन बसली.

सोफ्यावर बसत रितेशजींनी नीताताईंना विचारले.

''मुलगा कसा वाटला?''

''छान पर्सनॅलिटी आहे हं. मुलगा चांगला वाटला.''

''मम्मी, खरचं छान आहे गं. मलाही आवडला.''

''किरणला मुलगा आवडला, म्हणजे चांगला असणारच.'' रितेशजी बोलले. ''अरे, पण उर्मिला कोठे आहे...? उर्मिला... ए उर्मिला...'' रितेशजींनी उर्मिलाला हाक मारली. ''अगं...ये ना...इकडे.''

उर्मिला येत नाही असे पाहून तिला शोधत नीताताई बेडरूममध्ये आल्या. मम्मीची चाहूल लागताच उर्मिलाने गुपचूप डोळे पुसून घेतले. उर्मिलाला अशा विमनस्क स्थितित बसलेले पाहून त्यांना आश्चर्य वाटले. ''अगं, अशी काय बसलीस. पप्पा बोलवताहेत ना तुला, ये ना...हॉलमध्ये बस.''

उर्मिलाने फक्त मानेने नकार दिला.

नीताताई तिच्याजवळ जाऊन बसल्या. तिच्या पाठीवरून प्रेमाने हात फिरवला.

''का गं? नाराज दिसतेस तू. मुलगा पसंत नाही का...?''

आईच्या वात्सल्याने तिला हुंदका अनावर झाला. दोन्ही ओठ दातांमध्ये दाबनू डोळे बंद केले. आतला हुंदका आतच रोखण्याचा प्रयत्न केला. डोळ्यातून टपकन अश्रू ओघळले. तिने अश्रू पुसले. स्वत:ला सावरण्याचा प्रयत्न केला.

''अगं, अशी रडतेस का? तुला पसंत नसेल तर नाही सांगून टाकू. तुझ्या पसंतीशिवाय आम्ही तुझ्या लग्नाचा कोणताच निर्णय घेणार नाही.''

उर्मिलाला मुलगा पसंत नसेल असे समजून मम्मी तिची समजूत घालत होती. उर्मिलाला मात्र हुंदके अनावर झाले.

तोपर्यंत रितेशजी आणि किरणही बेडरूममध्ये आले. उर्मिलाला रडताना पाहून काय झाले? अशा प्रश्नार्थक चेहऱ्याने दोघींकडे बघत राहिले.

उर्मिलाला रडताना बघून रितेशजी विचारात पडले. उर्मिला काहीही न बोलता फक्त अश्रू पुसत होती.

''अगं, काय झाले? बोलशील की नाही. तुला स्थळ पसंत नसेल तर कॅन्सल. पण तू अशी का रडते आहेस?''

''उर्मिला, तुझ्या पसंतीचा मुलगा पाहून ठेवलास की काय?'' किरण विनोदाने बोलला तरी त्यात तथ्य होते.

या सगळ्या प्रश्नांना उत्तरे देण्याची क्षमता तिच्यात नव्हती. ती हुंदके देत रडत होती आणि सगळे प्रश्नार्थक नजरेने तिच्याकडे बघत होते.

तेवढ्यात रितेशजींचा मोबाईल वाजला. त्यांनी फोन घेतला. फोनवर बोलताना रितेशजींचा उतरत गेलेला आवाज आणि संवाद ऐकून नीताताई चिंतेत पडल्या.

उर्मिलाची धडधड वाढली. सर्वांग ओले झाले. शरीरात हलकेसे कंपन जाणवत होते. मम्मी-पप्पांचा राग झेलण्यासाठी झुलेलालचे स्मरण करून मनोबल वाढवत होती.

फोन आला तसा हुंदके आपोआप कमी झाले. दोघांच्या प्रतिक्रियांचा अंदाज घेत ती शांत बसली.

मोबाइलवर बोलता बोलता रितेशजी बैठकीत आले. मोबाईल कट् होताच रागाने मोबाईल सोफ्यावर फेकून दिला. डोळे बंद करून डाव्या हाताच्या बोटाच्या चिमटीत कपाळ चोळत खुर्चीवर बसले. हाताने कपाळ चोळत खाली मान करून नकारार्थी हलवत राहिले.

नीताताईंनी एकाच बाजूचा संवाद ऐकला होता. पलीकडचे बोलणे न समजल्याने त्या चिंतित झाल्या. तिकडे उर्मिला रडते आहे आणि इकडे रितेशजी डोक्याला हात लावून बसले आहेत. त्या संभ्रमात पडल्या. कुणाला काय झालंय, त्यांना काही कळत नव्हते.

त्या रितेशजींजवळ आल्या. नीताताईंना जवळ बघून रितेशजींना भडभडून आले. ते जवळ जवळ स्फुंदायलाच लागले.

"अहो, शांत व्हा...काय झाले?" त्यांनी शांततेत विचारले.

रितेशजी काहीच बोलले नाहीत. रितेशजींच्या पाठीवर हात ठेवून त्यांनी पुन्हा विचारले. "काय झाले? तुम्ही आधी शांत व्हा. जास्त टेन्शन घेऊ नका...पाणी आणू का?"

"काही नको...ह्या पोरीने घरात काही सांगायला नको होते का...?

सोहनलालने काय विचार केला असेल...मी कुठे हिच्या इच्छेविरुद्ध लग्न करणार होतो...तो कोण श्रीधर सोळंकी का कोण...त्याच्याशी ही लग्न करणार आहे म्हणे."

नीताताई आश्चर्यचकित होऊन ऐकतच राहिल्या.

"अहो, पण त्यांना हे कसे कळले."

"हिनेच...त्या पियुषला सांगितले."

नीताताईंना खूप चीड आली, पण दुसऱ्याच क्षणात त्यांनी स्वत:ला सावरले. रितेशजींच्या तब्बेतीचा विचार करून त्यांनी स्वत:वर संयम ठेवला.

"अरे किरण, पप्पांना पाणी आण..."

किरणने पाण्याचा ग्लास भरून आणला. नीताताईंनी त्यांना पाणी दिले शांत केले.

"हे बघा. तुमच्या तब्येतीकडे बघा...तुम्ही टेन्शन घेऊ नका. मी बघते सगळं. तुम्ही शांत व्हा आधी..."

त्यांनी रितेशजींना शांत केले. थोडा वेळ त्यांच्याजवळ बसून राहिल्या.

काही वेळाने उठून उर्मिलाकडे बेडरूममध्ये आल्या. रितेशजींना ऐकू जाणार नाही अशा आवाजात उर्मिलेला बोलत राहिल्या.

"काही लाज वगैरे आहे की नाही. निदान पप्पांच्या तब्येतीचा तरी विचार करायचा...त्यांना किती जपतो आम्ही...आणि ते सोहनलाल, काय म्हटले असतील ते? केवढा अपमान झाला त्यांचा...आता ते चार ठिकाणी सांगणार...किती बेइज्जती झाली...गधडे, काही अक्कल आहे की नाही...तुझ्या इच्छेविरुद्ध आम्ही कुठलाच निर्णय घेणार नव्हतो...घरात सांगायला काय लाज वाटत होती...? हे संस्कार केलेत का तुझ्यावर लहानपणापासून...? नुसतीच भोपळ्यासारखी वाढली...कालपासून बघते आहे. तुझे कशातच लक्ष नाही...तुझ्या मनात असे काही असेल याचा चुकूनही संशय आला नाही...स्वत:चे निर्णय स्वत: घेण्याइतकी मोठी कधी झाली...मी फोनवरून चार चार वेळा सांगितले. तेव्हा झोपली होतीस का...माझ्याच पोटची पोर अशी दिवटी निघेल असे स्वप्नातसुद्धा वाटले नव्हते." मम्मी रागाने रडवेल्या स्वराने बोलत होती.

मम्मी तोंडात येईल ते बडबडत होती. उर्मिला मात्र खाली मान घालून न बोलता सगळे ऐकत होती.

"किरण...तुझ्या मम्मीला इकडे बोलव पाहू."

किरणने मम्मीला बैठकीत बोलवून घेतले. नीताताई आणि किरण रितेशजींजवळ येऊन बसले.

"विश्वासघात केला गं पोरीने. निदान आपल्याला सांगायचे तरी...जा...आता विचार तिला कोण तो, आणि कुठला आहे."

"काय विचारायचे बाकी ठेवले आहे तिने...तडफडू दे तिला तिकडेच...मी नाही कुणाला काही विचारणार."

सगळे शांत बसून राहिले. वातावरणात गंभीर शांतता पसरली. नीताताई अधून मधून बडबडत होत्या. "विश्वासघात केला पोरीने...घरात सांगता नाही का आले...सोहनलालला काय वाटले असेल..." विचार करता करता त्यांच्या डोळ्यातून टप् टप् अश्रू ओघळत होते.

बैठकीत चाललेला मनस्तापाचा हुंकार उर्मिलाला बेडरूममध्ये ऐकू येत होता. तिचे अश्रू दाटले. गालांवरचे ओघळ सुकून गाल ताठरले. गुडघ्यावरची मान भिंतीला टेकवून बसून राहिली. मम्मीच्या हुंदक्यांचा आवाज तिला जाणवला. ती मनाशीच म्हणाली.

'ही मम्मी निराळीच आहे. आपल्याला माहीत असलेली मम्मी निराळीच!

प्रवासातून थकून आले म्हणून आले टाकून कडक चहा करून देणारी...मला आवडतो म्हणून गरमागरम दालपकवान करून खाऊ घालणारी...मला होस्टेलवर सोडून येताना गहिवरलेली...कपडे धुताना साबणाने हात सोलवटले म्हणून तेल लावून, दाबून दाबून हात चोळून देणारी...कपड्यांची तुटलेली बटणे शिवून देणारी...आजारपणात रात्र रात्र जागणारी मम्मी...वाढदिवसाच्या दिवशी दिवसभर राबूनसुद्धा कध्धीच न चिडलेली मम्मी. आज संतापाने उसळत आहे. आणि पप्पा! पप्पा तर ग्रेटच...माझा बँकबॅलन्स कधीही रिकामा न ठेवणारे. माझ्या मोबाईलमध्ये वेळोवेळी रिचार्ज मारून देणारे...मागितल्याबरोबर लॅपटॉप घेऊन देणारे...सतत मार्गदर्शन करणारे माझे पप्पा किती उत्साही असतात. आज माझ्यामुळे पप्पा नाराज झाले. माझ्या पंखात बळ भरण्यासाठी सतत जागरूक असणाऱ्या मम्मी पप्पांचा मी विचारच केला नाही. माझी मलाच शरम वाटते आहे.'

संतापाचा भडका होऊन शांत झाला. घरात सगळे चिंताग्रस्त होऊन शांत बसले.

काळ कुणासाठी थांबत नसतो. सूर्यासारखे त्यालाही थांबणे मान्य नसते. आलेला प्रत्येक क्षण परत न येण्यासाठी निघून जातो. भूतकाळ विसरून वर्तमानाचे आव्हान स्वीकारणे हिताचे असते. घडणारी घटना घडून गेली होती. उर्मिलाशी या विषयावर चर्चा करणे आवश्यक होते. तिच्याशी काय बोलावे हे दोघांनाही समजत नव्हते. खरे तर तिच्याशी बोलण्याची त्यांची इच्छा नव्हती. तरी विचारणे भाग होते.

"तू असे कर...या विषयावर तिच्याशी बोल."

"काय बोलायचे तिच्याशी...?"

"पण विचारायला तर हवेच ना?"

"ती माझ्याशी या विषयावर मोकळे बोलणार नाही. त्यापेक्षा मी माझ्या आई-वडिलांना बोलवून घेते. ती आजी आजोबांशी चांगले बोलेल."

"फोन कर त्यांना...आणि लवकर यायला सांग. तिच्या परीक्षा आहेत. वेळेवर परत पाठवायला हवे."

"ठीक आहे...फोन करते आणि लगेच निघायला सांगते."

रितेशजींना होणारा बीपीचा त्रास आणि उर्मिलाने उभी केलेली समस्या. भावभावनात अडकलेला गुंता सोडविण्यासाठी नितातार्इंनी त्यांच्या आईवडिलांना बोलवून घ्यायचे ठरविले. तेवढाच त्यांचा आधार वाटत होता. वयस्कर माणसे

वयाने अनुभवाने शहाणी झालेली असतात. क्रोधावर नियंत्रण ठेवून मुलांची मानसिकता सांभाळतात. योग्य निर्णय घेतात. लहानांनाही त्यांच्याविषयी आदर असतो. ते आजीआजोबांचे ऐकतात, त्यामुळे परिस्थिती अधिक न चिघळता योग्य मार्ग निघू शकतो. म्हणून नीताताईंनी फोन करून आईला बोलावून घेतले.

दिवसभर कुणी कुणाशी बोलले नाही. प्रत्येक जण आपआपल्या जागी शांत बसले.

सूर्य तरतरा पश्चिमेकडे सरकत होता. मध्यान्ह उलटून सायंकाळ होत आली. प्रत्येकजण आजी-आजोबांची वाट बघत होता.

तेवढ्यात गेटवर गाडीचा हॉर्न वाजला. संतोष गेटवर होताच. त्याने गेट उघडून गाडी आत घेतली. गाडी बंगल्याच्या दारात येऊन थांबली.

गाडीतून आजी आजोबांना उतरताना पाहून किरण गाडीजवळ आला. सामानाच्या पिशव्या घेऊन आजी-आजोबांना घरात घेऊन आला. आजी-आजोबांना बघून सगळ्यांच्या जीवात जीव आला. आजी आजोबांचे आज प्रथमच थंड स्वागत झाले. घरातली गंभीर शांतता त्यांना जाणवली. आजी आजोबांनी हातपाय धुतले. किरणची चौकशी केली. आजीने चहा बनवला. सगळ्यांना चहाबिस्किट दिले.

सगळ्यांना आता थोडे बरे वाटले. चहा घेऊन आजी आजोबा तिथेच डायनिंगवर बसले. बाकी सगळे हळूहळू डायनिंगभोवती जमा होऊन बैठक बसली.

"अगं नीता, तुझा फोन आल्याबरोबर निघालो बघ. तरी इथे पोहचायला उशीर झाला." आजींनी बोलायला सुरुवात केली, "एवढे लगेचच्या लगेच बोलवायला असे काय झाले? जरा सुरुवातीपासून सांग पाहू."

नीताताई त्यांच्या आईजवळ चेहरा उतरवून बसल्या. आईला कसे काय झाले ते सुरुवातीपासून सांगितले. आजी आजोबांनी त्यांचे बोलणे व्यवस्थित ऐकून घेतले.

"त्या मुलाविषयी उर्मिलाकडे तू चौकशी केलीस का?" आजीने विचारले.

"नाही. आम्हाला कधी तशी शंका आली नाही. तिनेही कधी विषय काढला नाही. पाहुणे पाहायला आल्यानंतर सगळ्या गोष्टींचा उलगडा झाला. उर्मिला अशी अविचाराने वागेल असे कध्धीच आम्हाला वाटले नव्हते. फार मोठी चूक केली तिने. पाहुणे यायच्या आधीच सांगितले असते तर पाहायला यायचा कार्यक्रम रद्द केला असता ना आम्ही. घरातली गोष्ट घरातच राहिली

असती. मुलगा अनुरूप असेल तर आम्ही तिच्या पसंतीचेच स्थळ जमवणार होतो ना...काय विचार केला असेल त्याने? हिच्यामुळे आम्हाला अपमानित व्हायची वेळ आली आज.''

''अगं नीता, आता तूही जास्त त्रागा करून घेऊ नकोस...जगात अशा खूप गोष्टी घडतात. आज आपल्या घरात घडली आहे एवढेच. आता आलेल्या प्रसंगाला धीराने तोंड देऊन यातून योग्य मार्ग काढणे एवढेच आपल्या हातात आहे. तो मुलगा कोण आहे? काय करतो? कोणत्या जातीधर्माचा आहे हे तू विचारले नाहीस का?''

''नाही गं. सकाळीच हे सगळे आम्हाला कळले. त्यात यांची तब्येत सांभाळावी लागते. घरात टेन्शन नको म्हणून तू येईपर्यंत थांबलो, ती तुझ्यांशी बोलेल तितकी आमच्याशी बोलणार नाही. म्हणून म्हटले, तुला बोलवून घ्यावे. तू बरोबर करशील सगळे. तशी ती मला सगळ्या गोष्टी सांगत असते. ही गोष्ट तिने का लपविली? काहीतरी घोळ असल्याशिवाय ती असे वागणे शक्य नाही. असे कर. तूच तिला विचार आता सगळे.''

''उर्मिला, अगं ए उर्मिला. इकडे ये पाहू.'' आजींनी हाक मारली.

''अगं उर्मिला, इकडे ये...आजी हाक मारते आहे तुला.'' उर्मिला लवकर न आल्याने आजोबांनीही तिला हाक मारली.

आजी-आजोबांच्या समंजस हाकेने तिला थोडा धीर आला. ती उठली. सावकाश येऊन आजीजवळ बसली.

सगळे तिच्याकडे रोखून पाहत होते. तिला आजीचा आधार वाटला. ती हातात हात गुंफून हाताच्या बोटांशी चाळे करीत खाली मान घालून बसली. आजीने तिच्या पाठीवर हात ठेवला. आजीच्या स्पर्शानेही उर्मिलाला आश्वासक आधार मिळाला.

''तू इथे कधी आलीस?'' आजीने विचारले.

''काल...शनिवारी.'' तिने त्रोटक उत्तर दिले.

''पाहुणे पाहायला येणार आहेत याची तुला मम्मीने कल्पना दिली नव्हती का?''

तिने मानेनेच होकार दिला.

''मग तू हा विषय मम्मीला का नाही सांगितलास?'' उर्मिला काहीही न बोलता मान खाली घालून गप्प बसली. ''तू इतकी समंजस आणि हुशार मुलगी असा अविचार कसा केला. तू अशी चूक करशील असे आम्हाला मुळीच वाटले

नव्हते...तू इतकी शिकलेली मुलगी, तुझ्या ज्ञानाचा जर व्यवहारात वापर करीत नसशील तर ज्ञान असून काय उपयोग आहे...? तुझ्या मम्मीजवळ आधीच सांगितले असते तर आज अशी अपमानित व्हायची वेळ त्यांच्यावर आली नसती. आज आपल्या दारात मोठी अपेक्षा घेऊन आलेल्या पाहुण्यांना असे अपमानित करून, परत पाठवून स्वत:ची बेइज्जती करून घेण्यापेक्षा काहीतरी कारण सांगून ह्या सगळ्या गोष्टी टाळता आल्या नसत्या काय? अगं...आपण ज्या समाजात राहतो, त्या समाजाचे आपणही काही देणे लागतो. समाजात राहायचे तर समाजरूढी पाळल्याच पाहिजेत. हे तुझे जन्मदाते आहेत. तू त्यांना नाही तर कुणाकडे सांगशील हे सगळं?'' उर्मिलाचे संवेदनशील वय लक्षात घेऊन सावकाश पण समंजस स्वरात आजी उर्मिलेची कानउघडणी करीत होत्या.

आजी बोलायचे थांबली. तेव्हा आजोबांनी चौकशीला सुरुवात केली.

''मुलाचे शिक्षण काय आहे.''

''एमबीबीएस.'' उर्मिलाने पहिल्यांदा आजोबांकडे बघितले.

''त्याचे स्वत:चे कन्सल्टींग आहे का?''

''हो!''

''कोठे?''

''पुण्याजवळ इन्दापूर तालुका आहे. ते त्याचे गाव आहे. तिथेच त्याचे कन्सल्टींग आहे.''

''तुझे त्याच्याबद्दल काय मत आहे?''

आजोबांच्या या प्रश्नाला ती स्पष्ट उत्तर देऊ शकली नाही. सगळ्यांसमोर तिचे मत मांडणे तिला योग्य वाटले नसावे. उर्मिला काही बोलत नाही असे पाहून आजोबांनी पुढचा प्रश्न विचारला.

''तुमचे एकमेकांवर प्रेम आहे का?''

''होय.''

''तुला तो आवडतो का?''

तिचे शब्द ओठातच अडकले. बाबांकडे न बघता तिने मानेनेच होकार दिला. आजोबांच्या या सगळ्या प्रश्नांनी तिला दडपण आले. तिच्या भावना दाटून आल्या. डोक्यात आतून दाब पडत असल्यासारखे वाटले. डोळ्यात पाणी साचायला लागले.

आज तिचे मन या क्षणाला तरी काहीही बोलत नव्हते. सगळ्या प्रश्नांना निर्विकारपणे उत्तरे देत पुढ्यात उद्भवलेल्या प्रसंगाचा सामना करीत होती.

तिने होकारार्थी मान हलवताच बाबांनी आणखी एक खोचक प्रश्न तिच्यापुढे टाकला. "कशावरून...काही खात्री केलीस का?"

बाबांच्या या प्रश्नाने उर्मिला दुखावली. आधीच डोळ्यात पाणी दाटले होते. आता हुंदक्यांची साथ मिळाली. उर्मिला ओंजळीत चेहरा लपवून मुसमुसत होती. डोळ्यातून टपटप वाहणाऱ्या अश्रूधारांना ती रोखू शकत नव्हती. खूप वेळ उर्मिला हुंदके देत रडत होती. तिच्या भावनांचा उमाळा ओसरेपर्यंत ती रडत होती.

आजीने तिला शांत केले. निश्चय, राग, सामंजस्य सगळ्या भावनांची सरमिसळ घरात पसरली होती. उर्मिलाचा आवेग ओसरला तेव्हा आजीने तिला मृदू शब्दात समजाविले,

"अगं, अल्लड वय आणि नादान बुद्धीमुळे तुझ्या वयातल्या मुली प्रेमाची अवास्तव कल्पना करून मोठे साहस करायला राजी होतात. या साहसात फारच कमी मुली यशस्वी होतात. बाकी मुलींच्या आयुष्यात मुली फसतात, पस्तावतात. फसवणूक झाल्याचे लक्षात येईपर्यंत वेळ निघून गेलेली असते. मग समाजव्यवस्थेत अशा मुलींचे शोषण होत राहते. निमूटपणे सोसण्याशिवाय त्यांच्याकडे पर्याय नसतो. त्यांच्या स्वत:च्या निर्णयाने गेल्यामुळे कुणाकडे तक्रारही करता येत नाही. आई-वडिलांची इच्छा असूनही ते हतबल ठरतात. मग या मुली आनंदी असल्याचा नकली चेहरा धारण करतात. आतून मुडद्यासारख्या जिवंतपणी जळत राहतात. दगड बनून सगळे सहन करीत राहतात. फार वाईट असते हे आतून जळणे आणि निमूटपणे सहन करणे, असह्य चटक्यात होरपळणे. जगाच्या दृष्टीआड आपल्या आसपास कशी कितीतरी उदाहरणे सांगता येतील. लग्नाआधी निस्सीम प्रेम करणाऱ्यांचा प्रेमाचा पाझर लग्नानंतर आपोआप आटतो. लग्नाआधी प्रेमासाठी तारे तोडणाऱ्यांचे हात लग्नानंतर झाडावरचे आंबेदेखील तोडू शकत नाहीत. अशी अनेक उदाहरणे आमच्या अनुभवी नजरेने बघितली आहेत. म्हणून तू त्याची काही खात्री केलीस का...? असे बाबा विचारतात. तू वाईट वाटून घेऊ नकोस."

उर्मिलाला शांत करीत आजी वास्तव लक्षात आणून देऊन संभाव्य धोक्याच्या सूचना देत होत्या...बोलता बोलता आजी थोडा वेळ थांबल्या. काहीतरी आठवल्यासारखे करीत म्हणाल्या,

"बेटा...त्या मुलाचे नाव काय सांगितलेस?"

"श्रीधर...श्रीधर सोळंकी..." उर्मिलाने खालच्या मानेने सांगितले.

“सोळंकी...म्हणजे हिन्दू....” आजोबा पट्कन बोलले.

उर्मिलाने होकारार्थी मान हलविली.

उर्मिलाच्या या उत्तराने सगळे उडालेच. इतक्या वेळ शांतपणे धुमसत राहून आजी-नातीचा संवाद ऐकणारे मम्मी पप्पा उडालेच. आजी-आजोबा आश्चर्यचकित होऊन तिच्याकडे बघत राहिले. किरण शांत बसून होता. सगळे मनात म्हणत होते ‘काय मूर्ख आणि बिनडोक मुलगी आहे...निदान आपल्या जाती-धर्माचा तरी पहायचा ना!’

वातावरणात प्रचंड क्रोध आणि संतापाची एक अदृश्य लहर कड्कड् करीत लपलपत गेली. रितेशजींचा क्रोध अनावर झाला. ते उठून मधल्या रूममध्ये गेले. त्यांच्या पाठोपाठ फणकाऱ्याने नीताताईही त्यांच्या मागे गेल्या. आजोबा ओठ घट्ट दाबून बसून राहिले. आजी हातावर हनुवटी ठेऊन चिंताक्रांत होऊन बघत राहिल्या. घरात भयानक शांतता पसरली. अशा भयाण शांततेचा अनुभव सगळे पहिल्यांदाच घेत होते. खूप वेळ असा शांततेत गेला.

आतल्या खोलीत मम्मी-पप्पा दात-ओठ खाऊन उर्मिलेला शिव्या देत होते. स्वत:चाही त्यांना राग येत होता. रागारागाने दोघे अस्वस्थ होत होते. हातपाय आपटत रूममध्ये फिरत होते. डोळ्यांना दिसतील त्या वस्तू लांब भिरकावून द्याव्यात, उंचावरून आपटून द्याव्यात असे वाटत होते. उर्मिलेला काठीने चांगले फोडून काढावेसे वाटत होते. किंवा स्वत: कुठेतरी निघून जावे असे टोकदार विचार डोक्यात येत होते. दोघे संतापाने तापत होते. आजीआजोबांच्या पायातले त्राणच गेल्यासारखे झाले होते. असा खूप वेळ शांततेत गेला.

या वयातली मुले चुकतात. उर्मिलाकडून अक्षम्य चूक झाली आहे. तिला तिच्या विचारांपासून परावृत्त केले पाहिजे; असा विचार करून आजोबांनी बोलायला सुरुवात केली,

“उर्मिला, अविचाराने घेतलेले निर्णय क्लेशकारक असतात. तू पुन्हा एकदा नीट विचार कर. लोक आपल्याला नावे ठेवतील. आपली निंदा करतील असा कोणताही निर्णय घेऊ नकोस. तू चांगला विचार करून निर्णय घेशील अशी तुझ्याकडून अपेक्षा करतो. कुठलाही निर्णय घेताना क्षणिक आनंदाचा विचार करू नको. चिरकाल टिकणाऱ्या आनंदाचा विचार कर. दूरदृष्टी ठेऊन योग्य विचार कर. तरच भविष्यात येणाऱ्या संकटांचा सामना तू आत्मविश्वासाने करू शकशील.

“प्रत्येक धर्माचे रीतिरिवाज अलग अलग असतात. अशा अल्लड वयात

लग्न करून दुसरा धर्म स्वीकारायचा तर त्या धर्माचे रीतीरिवाज पाळले पाहिजेत. तू अजून अल्लड आहेस. समाजातील विकृत वृत्तींची तुला अजून ओळख झालेली नाही. मम्मी पप्पांच्या छायेत तुला असे वाईट अनुभव आले नाहीत. तू अविचाराने वागलीस तर पावलोपावली ठेचकाळशील. रक्तबंबाळ होशील. ठेच लागून रक्तबंबाळ झाल्यावर पाऊल उचलून टाकण्यात काय अर्थ आहे? तू अनोळखी वाटेला जाऊ नको. ठेचकाळलीस तर उठवून उभे करायलाही कुणी राहणार नाही. तू सुखी राहावीस म्हणून आमची ही सगळी धडपड आहे. आंतरधर्मीय विवाहाला आम्ही कुणीही तुला परवानगी देणार नाही. शांततेने विचार कर. आमचाही विचार कर. योग्य निर्णय घे. तुझ्या चांगल्या निर्णयाची आम्ही वाट बघतो.''

बोलता बोलता अंधार पडला. आजीने स्वयंपाक केला. सगळ्यांना जेऊ घातले. जेवणं आटोपून सगळे आपआपल्या रूममध्ये गेले.

उर्मिला तिच्या रूममध्ये आली. दरवाजाला कडी घालून कॉटवर येऊन बसली. हातात मोबाईल घेतला. श्रीधरला फोन लावण्याआधीच तिला रडू कोसळले. दुलईत तोंड खुपसून उर्मिला मनसोक्त रडली. अश्रूंच्या वर्षावात चिंब चिंब भिजली. उर्मिलाने स्वत:ला सावरले. श्रीधरला हे सगळे कळवायला पाहिजे. तिने मोबाईल घेतला. श्रीधरला फोन लावला तेव्हा मध्यरात्र होत आली होती.

''हॅलो...हॅलो....'' श्रीधरने फोन उचलला.

त्याला शब्दांऐवजी अश्रूंच्याच हुंदक्यांचा आवाज आला. स्वत:ला सावरत हुंदक्यातच ती बोलली.

''अरे...मला बघायला आज पाहुणे आले होते...''

श्रीधर क्षणात ढासळला. त्याच्या ओठातले पुढचे शब्द हवेत विरले. क्षणभर तोही गहिवरला. त्याच्या डोळ्यातून अश्रू टपकले. शांतता...उर्मिलाचा हुंदक्यांचा आवाज...दोघांच्या आसवांपुढे पावसाचा वर्षाव कमी वाटावा...घडीभर अश्रूंचाच संवाद. बाकी सगळी शांतता.

''श्रीधर...'' उर्मिलाने स्वत:ला सावरले.

''अं...'' श्रीधरचा आवेग ओसरला नव्हता.

''श्रीधर...मी तुझ्याशीच लग्न करणार असल्याचे सांगून टाकले. घरातून प्रचंड विरोध होत आहे.''

श्रीधरचा अडकलेला श्वास मोकळा झाला. दोघे पुन्हा अश्रूंच्या वर्षावात चिंब झाले.

"उर्मिला...आय लव्ह यू...मीही घरी विषय काढतो. लवकर निर्णय घ्यायला हवा."

"हं"

"उर्मिला, खूप आठवणी येतात गं...तुझ्या आठवणीत रात्रीच्या अंधारात मी एकटाच बसून असतो. तुझ्या आठवणीत मन रमवत बसतो. तू माझी होशील म्हणून स्वप्न पाहात राहतो. माझ्या स्वप्नात रंग भरशील ना उर्मिला..."

"तू असा बोलतोस ना...म्हणूनच मला खूप आवडतोस. मीही...तुझ्याशिवाय दुसऱ्या कुणाचा विचारही करू शकत नाही."

दोघांचा संवाद चालला होता.

◻◻

- दहा -

उर्मिलाचा फोन आल्यापासून श्रीधर बेचैन होता. कोणत्याच कामात लक्ष लागत नव्हते. कुणाशी बोलावेसेही वाटत नव्हते. जेवणाची इच्छा होत नव्हती. काय करावे...या विचाराने तो अस्वस्थ होत होता. उर्मिलाचे पप्पा तिचे जबरदस्तीने दुसरीकडे लग्न लावून देण्याआधी तिला माझ्या घरी सून म्हणून आणले पाहिजे. घरात चर्चा केली पाहिजे. तिचा धर्म अलग असल्याने आई-बाबा कधीच परवानगी देणार नाहीत. त्यांना राजी केले पाहिजे...कसे करणार...? आणि परवानगी दिली नाही तर?...मला खात्री आहे, ते परवानगी देणारच नाहीत...पण मी तिच्याशिवाय कुणाचा विचारही करू शकत नाही. तिच्या घरी तिने सांगितले आहे. मलाही माझ्या आईबाबांना सांगायला पाहिजे. त्यांनी परवानगी नाही दिली तरी मी तिला रजिस्टर लग्न करून याच घरी घेऊन येईन. योग्य वेळ आल्यावर आईबाबांना स्पष्ट सांगून टाकतो...श्रीधरने मनात निर्धार केला.

दोन दिवसांपासून श्रीधर अस्वस्थ असल्याचे आईला जाणवले होते. 'आताही तो हातात वर्तमानपत्र धरून हरवल्यासारखा कुठेतरी पाहात बसला आहे टक लावून. काल चहा दिला तरी त्याचे लक्ष नव्हते. चहा थंड झाला तेव्हा घटाघटा पिऊन उठून गेला. दीपालीने त्याची चेष्टा केली तरी तो दुर्लक्ष करून पुढे निघून गेला. त्याचे काय बिनसले आहे देव जाणे!' आई मनात म्हणत त्याच्याकडे केव्हापासून टक लावून पाहत होती. तिच्याकडे श्रीधरचे लक्ष नव्हते. तो नुसताच पेपर धरून बसला होता.

"श्रीधर, तब्बेत ठीक नाही का..." आईने काळजीने विचारले.

"नाही गं." आईच्या अनपेक्षित प्रश्नाने तो झोपेतून जागा झाल्यासारखा दचकून मान हलवत बोलला.

"मग तुला काही अडचण आहे का...? कालपासून अस्वस्थ आहेस, शून्यात नजर लावून बसलेला असतो. चांगला जेवलासुद्धा नाहीस तू...काही अडचण असेल तर सांग रे बाबा...होईल तेवढी मदत

करू आम्ही. तुमच्यासाठीच तर आहे हे सगळं.'' आईने त्याची अस्वस्थता घालवायचा प्रयत्न केला.

''नाही गं.'' मान थोडीशी हलवत बोलला.

''श्री...खोटं बोलू नकोस. तुझं काहीतरी बिनसले आहे हे नक्की. डोके दुखते आहे का...? चेपून देऊ का रे? जरा बरे वाटेल बघ.''

''नको गं आई...तू पण ना...उगीच लांबड लावतेस...मला काहीही झालेले नाही.''

''मग चहा करून देऊ का?'' आईची काळजी काही मिटत नव्हती.

''नको सांगितले ना तुला...'' दुर्लक्ष करीत श्रीधर म्हणाला.

''तुला असे चिडताना कधी पाहिले नाही.'' त्याचे काय बिनसले काही कळत नाही. विचारले असते तर तो असा पारोशासारखा बसला. त्याचा मूड काही ठीक नाही. विचारता येईल केव्हातरी. असा विचार करून आई मधल्या घरात निघून गेली.

दिवसभर क्लिनिकमध्ये श्रीधरचा वेळ निघून गेला. रिकाम्या वेळेत काय करावे...घरी कसे सांगावे...याचाच विचार करीत होता.

श्रीधर आणि श्रीकांत दोघे भाऊ घरी परतल्यानंतर सगळे सायंकाळी जेवायला एकत्र बसत. जेवताना गप्पा होत. आज दीपालीवहिनीच्या नात्यातले कुणी येऊन श्रीधरसाठी मुलीचा बायोडाटा देऊन निमंत्रण देऊन गेला होता. जेवताना आईने विषय काढला.

''श्रीधर, हॉस्पिटल चालू करून एक वर्ष झाले ना रे?''

''होय ना...का...तू आज असा प्रश्न का विचारतेस?''

''नाही, आता सर्व सेटल झाले आहे. लग्नाचेही पाहायला पाहिजे.''

''लग्नही होईल ना...पण आई आज तुला काय झालंय गं?''

''दीपालीचे नातेवाईक आले होते. तुझ्यासाठी निमंत्रण द्यायला. मुलीचा बायोडाटा देऊन गेले. निमंत्रण देऊन गेले...एखादी मुलगी पाहून यायला काय हरकत आहे?''

''बायोडाटा तर बघून घे.'' बाबांनी सुचविले.

श्रीधर काहीच बोलला नाही. मनात वाटत होते. संधी आली आहे तर सांगून टाकू...पुन्हा वाटले...नको....माझ्यामुळे सगळ्यांच्या जेवणावर परिणाम होईल. त्यापेक्षा उद्या सकाळी विषय काढू...

हात धुवून, कुणाशी न बोलता श्रीधर त्याच्या रूममध्ये निघून गेला.

उर्मिलाचा फोन किंवा मेसेज येईल म्हणून वाट बघत बसला.

सकाळी श्रीकांत ड्यूटीवर निघून गेला. वहिनींची स्वयंपाकघरात चहापाण्याची लगबग चालली होती. देवपूजा करून बाबा पेपर वाचत बसले.

श्रीधरला रात्री उशिरापर्यंत झोप न आल्याने पहाटे उशिरा त्याचा डोळा लागला. दिवसभर उभा असतो. थकला असेल म्हणून आईने त्याला उठविले नाही. श्रीधरला जाग आली तेव्हा सूर्याची सोनेरी किरणे खिडकीतून आतमध्ये येऊन त्याच्या कॉटवर पसरली होती. सूर्यकिरणांचे तेजस्वी पिवळे कण सांडून त्याच्या हातावर लखलखीत पट्टा पडला होता. त्या तेजोमय पट्ट्यातील हाताची नितळ कांती न्याहाळत मनाशी पक्का निर्णय करून तो उठला.

आंघोळ आटोपून बाबांजवळ येऊन बसला. बाबा पेपर वाचत होते. आईने श्रीधरसाठी चहा करून आणला. चहाची कपबशी श्रीधरजवळ देत त्याच्या जवळच सोफ्यावर बसली. मनात म्हणत होती. हा क्लिनिकला निघून गेला की दिवसभर बोलणे होत नाही. रात्री विषय काढला तर बायोडाटाच्या कागदाला शिवलासुद्धा नाही. मुलीवाले रोज काहीना काही सुचवीत असतात. याच्या काय अपेक्षा आहेत एकदा विचारून घ्यायला हवे.

"अहो...कालच्या स्थळाविषयी श्रीधरला सांगितले का?"

"काय घाई आहे...बोलता येईल."

"तो क्लिनिकला गेला की दिवसभर भेटत नाही म्हणून म्हटले. त्याच्या काय अपेक्षा आहेत...कशी मुलगी पाहिजे...चर्चा तर करावी..."

"श्रीधरचे जाऊ दे...तुला सून कशी पाहिजे ते सांग..." बाबांनी आईची फिरकी घेतली.

"मला काय हो...पोरांना प्रपंच करायचा आहे. त्यांच्या आवडीनिवडी महत्त्वाच्या..."

"आपल्या वेळेला कुठे आवडीनिवडी होत्या...तरी आयुष्यभर नेटका प्रपंच केलाच ना आपण..."

बाबांचा मूड बदललेला नव्हता. ते मुद्दाम आईला चिडवत होते. तिचे मत अजमावत होते. आईलाही तिचे मत मांडायला संधी मिळाली.

"अहो...आपल्या वेळची परिस्थिती अलग होती. मुलांची लग्ने अजाणत्या वयात लहानपणीच होत असत. लग्न म्हणजे काय...अर्थसुद्धा माहीत नसलेल्या मुलांना जोडीदाराविषयी स्वत:च्या काय संकल्पना असणार...? आम्हा बायकांना तर तेव्हा कुठलेच स्वातंत्र्य नव्हते. आमच्या भावना जाणून घ्यायची कुणाला

गरजही वाटत नव्हती. तेव्हा आवडनिवड आणि पसंती लांबच. सगळी मनमानी आणि बळजबरी. वडीलधारे सांगतील तसे ऐकायचे. शिवाय त्या काळात एकत्र कुटुंबपद्धती असल्याने एकमेकांचा धाक बाळगून सगळे व्यवस्थित असल्यासारखे चालायचे. आज काळ किती बदलला आहे...मुलींना त्यांच्या आवडीचे शिक्षण घेता येते...त्यांच्या आवडीनिवडी विचारात घेऊन लग्न जमविले जाते...मुली आत्मनिर्भर झाल्याने त्यांचा आत्मविश्वास वाढला आहे. अन्यायाविरुद्ध बंड करण्याची क्षमता त्यांच्यात येत आहे. वडीलधाऱ्यांची मते लादून धाकदपटशाने प्रपंच करायचे दिवस आता संपले आहेत. एकत्र कुटुंबपद्धती जाऊन छोट्यात छोटी कुटुंबपद्धती आली, त्यामुळे जोडीदारात बिनसल्यावर समेट घडवून आणण्यास घरात कुणी वडीलधारे नसल्याने माघार घेण्यास दोघेही तयार नसतात. अशा परिस्थितीत शाब्दिक ठिणग्या उडत प्रपंच होतो. पण जगण्याचा निखळ आनंद लुप्त होतो...अहो...प्रपंच श्रीधरला करायचा आहे...त्याच्या आवडीनिवडी लक्षात घ्या...तिथे माझी आवड निवड काय कामाची? मनासारखा जीवनसाथी असल्यास मने जुळतात. एकमेकांच्या विचारांचा आदर करून आवडीनिवडी जपल्या जातात. एकमेकांसाठी तडजोडी केल्या जातात. दोन मने एकरूप होऊन चालताना रस्ता खडतर, खाचखळग्यांचा असला काय किंवा राजमार्ग असला काय...काय फरक पडतो? संसाररूपी रथाची दोन्ही चाके रस्त्यावरून सारख्याच ताकदीने चालतात. मग प्रपंचाचा रथ जीवनपथावर आनंदाने दौडत जातो. मुलांच्या सुखात माझे सुख आहे...म्हणून म्हटले, श्रीधरला कशी बायको पाहिजे ते विचारून घ्या...रोज कुठकुठल्या मुली सांगून येतात...''

बाबा अवाक् होऊन आईचे बोलणे ऐकत होते. तिचे बोलणे संपले तसे बाबा म्हणाले,

''बघ रे श्रीधर...तुझ्या आईचा केवढा अभ्यास आहे..मला वाटले, आणेल एखाद्या पैसेवाल्या बापाची मुलगी करून.''

''आई बाबा, तुम्हाला सांगू का...माझ्यासाठी मुलीचा शोध घेणे सोडून द्या.''

''म्हणजे...तू एखादी डॉक्टरीण शोधून ठेवलीस की काय...?'' आईने विचारले.

''तसेच समज.'' नजर न वळवता श्रीधर बोलला.

''मग तू. मला आत्ता सांगतो आहेस...''

''अगं आई...काही गोष्टी योग्य वेळ आल्यावरच सांगाव्या लागतात.

वेळेआधी जाहीर केलेले निर्णय सिद्धीस नेताना यश येईलच याची खात्री नसते.''

''म्हणजे तुझा निर्णय पक्का झाला?'' आईने आश्चर्याने विचारले.

आई एक एक प्रश्न विचारीत होती आणि श्रीधर व बाबा वर्तमानपत्राची पाने उलटसुलट करीत एकमेकांकडे पाहणे टाळत होते.

''तू तर छुपा रुस्तम निघालास रे बाबा..., मुलगी काय शिकली आहे रे...''

''माझ्या इतकीच, एमबीबीएस.''

''म्हणजे डॉक्टर मुलगी आहे...पण आपल्या जातीची आहे ना रे श्री? आपल्या जातीतलीच बघ रे बाबा...''

श्रीधर काहीच बोलला नाही असे पाहून आई पुन्हा एकटीच बोलत राहिली. ''आत्ताच्या मुलांचा काही भरवसा नाही...दूरदृष्टी न ठेवता आंधळे प्रेम करतात...आधी भलते निर्णय घेतात. मग पस्तावतात...चांगली निघाली तर होतो प्रपंच नेटका...नाहीतर प्रेमाचीच बायको...आयुष्यभर तिच्यापुढे नमते घेऊन चालायचे...तिचीच थोरवी गात जीवन कंठावे लागते.''

आईच्या वक्तव्याने श्रीधरच्या काळजात कालवाकालव झाली. 'आईला दुसऱ्या जातीची मुलगी नको आहे. उर्मिलाचा तर धर्मसुद्धा अलग आहे. आईला कसे समजवावे...कसे सांगावे...पण सांगायचेच आहे.' तो मनात विचार करीत होता. 'हे जात-धर्म अशी समाजरचना कुणी केली असेल...माणसामाणसांचे गट पाडून असे विभाजन का केले असावे...निसर्गाने तर फक्त मानव ही एकच जात निर्माण केली...सगळ्या मानवजातीची लक्षणे समान आहेत...जन्मापासून तर मृत्यूपर्यत कोणताही भेद देवाने केलेला नाही....सगळ्यांचा जगण्याचा संघर्ष सारखा आहे...जाणिवा सारख्या...गरजा सारख्या...एक ध्येय, एक श्वास...कोणतीही जात असो, कोणताही धर्म असो, तो माणूसच असतो ना...मानवधर्म निभावताना कुणी भेदाभेद करीत नाही. निसर्गसुद्धा नैसर्गिक आपत्ती किंवा वरदान देताना कुठला भेद ठेवत नाही...मग...जीवनसाथी निवडतानाच ह्या जातीभेदाच्या, धर्मभेदाच्या भिंती अडसर का बनतात...का ताणतणाव निर्माण होतात...आईला कसे समजवावे...'

डोळ्यापुढे वर्तमानपत्र धरून श्रीधरचा मनाशीच संवाद चालू होता. उर्मिलाचा धर्म सांगितला तर आई बाबा दोघेही माझ्यावर चिडतील...पण मी सांगणारच...आज नाही कळले तरी केव्हाना केव्हा कळणारच आहे...

बराच वेळ झाला तरी श्रीधर गप्प होता. बाबांना त्याचे मौन खूप काही सांगून गेले. श्रीधरकडे न बघता पेपर चाळीत त्यांनी श्रीधरला विचारले.

"अरे, आई काय विचारते आहे...जातीचीच मुलगी आहे ना?"

श्रीधर काहीच बोलला नाही. मग बाबांनी त्याला दुसरा प्रश्न विचारला

"मुलीचे नाव काय आहे रे..."

"उर्मिला." श्रीधरने मुद्दाम आडनाव सांगायचे टाळले.

"पूर्ण नाव सांग."

"उर्मिला रितेश गिलाणी. नाशिक." श्रीधरने सगळेच सांगून टाकले.

"गिलाणी म्हणजे...सिंधी ना...?" बाबांनी जोर देऊन विचारले.

"हो..." श्रीधर हळूच बोलला.

"प्रेमच करायचे होते तर, आपल्या जातीत मुली नव्हत्या काय? मनाची लाज नसली तरी जनाची लाज धरावी माणसाने...तुला सांगून ठेवतो...मला दुसऱ्या धर्माची काय, दुसऱ्या जातीतलीसुद्धा मुलगी घरात सून म्हणून चालणार नाही."

"मी मात्र लग्न करेन तर तिच्याशीच..." श्रीधर निश्चयाने बोलला.

"मी तुला पुन्हा सांगतो. ती मुलगी माझ्या घरात सून म्हणून अजिबात चालणार नाही."

"मी सुद्धा तिच्याशिवाय दुसऱ्या कोणत्याच मुलीशी लग्न करणार नाही."

श्रीधर त्याच्या निर्णयावर ठाम होता. जास्त वाद वाढायला नको म्हणून तो उठला. तयारी करून क्लिनिकमध्ये सकाळी सकाळी निघून गेला.

श्रीधर बाहेर जाताच बाबांनी आईला लक्ष्य केले. सगळा राग आईवर काढत होते.

"पाहिलेस ना...मुलाचे प्रताप...म्हणे मी तिच्याशीच लग्न करणार. आपल्याला समाजात राहायचे आहे की नाही? हे सगळे तुझे लाड नडले. प्रत्येक वेळेला तू मुलांना झुकते माप दिलेस...त्यांची बाजू घेत गेलीस...म्हणून तो शेफारला. बघितले ना...कसे बोलत होता...एका घरात दोघांचे दोन निर्णय असले तर मुले संधीचा फायदा घेतात. मुलांच्या बाबतीत माझी तत्त्वे तुझ्यामुळे सैल झाली...आपल्या जातीत मुलींची कमी होती काय...त्या सिंधी मुलीशी लग्न करणार आहे म्हणे...याला काय कमी केले मी...प्रत्येक वेळी पाहिजे तेवढे पैसे पुरवत गेलो. ते एवढ्यासाठीच का..."

बाबा उठबस करीत संतापत होते. बाबांचा संताप आई मूकपणे झेलत

होती. श्रीधरचे असे दुसऱ्या धर्मातील मुलीला निवडणे तिलाही आवडले नाही. पण वणव्यात तेल पडायला नको म्हणून ती शांत होती.

"समाजात राहायचे आहे आपल्याला. अशी छी: थूऽऽ करून घेऊन. कसे चालेल? एवढे शिक्षण घेतले, पण साधी अक्कल नाही...काय उपयोग आहे त्या ज्ञानाचा?" बाबा शांत होत पुन्हा तावातावाने बोलत. स्वयंपाकघरात दीपाली वहिनी घरात बदललेल्या वातावरणाचा कानोसा घेत होत्या.

"हे बघ. तुला सांगतो...त्या पोराला समजव. त्याला त्या सिंधी पोरीचा नाद सोडायला लाव...आपल्याला समाजरूढी विरुद्ध जाता येणार नाही. समाजमान्य असलेलाच निर्णय घ्यावा लागेल. आपल्याला गावात राहायचे आहे...गल्लीत राहायचे आहे...तू त्याला सांग...नाहीतर...मी हे घर सोडून निघून जाईन...नाहीतर जिवाचे तरी काही बरे वाईट करून घेईन." शब्दांवर जोर देऊन बाबा बोलत होते.

"असा संताप करू नका, त्याने कुठे लगेच त्या पोरीला घरात आणले..." बाबांना समजावण्याच्या सुरात आई बोलली.

"मग तिला घरात आणेपर्यंत वाट बघणार आहे का तू..."

"तसे नाही...सांगते मी त्याला समजवून."

"घे...अजूनही मुलाचीच बाजू घे...दर वेळेला तू त्यांचीच बाजू घेत गेलीस ना...त्याचेच हे परिणाम..."

बाबांचा राग शांत होता होत नव्हता. मधून मधून बडबड चालू होती. आईने तिचा राग आतल्या आत दाबला होता. घरात मोठी सून आहे. तिच्यासमोर अधिक तमाशा नको म्हणून आतल्या आत गिळत होती. अधिक वाद वाढायला नको म्हणून तिने बाबांसमोरून लांब जाऊन स्वत:ला कामात गुंतवून घेतले.

आज दुपारी बाबा जेवले नाहीत. आईच्या आग्रहाला न जुमानता राग करीत राहिले. विनाकारण आईवरच चिडत राहिले. जसा आईचाच गुन्हा होता. संपूर्ण दिवस संतापाने ठसठस करीत गेला.

सायंकाळी एकत्र जेवण्याची प्रथा बाबांनी पहिल्यांदा स्वत:हून मोडली. सगळ्यांच्या आधी कसेबसे दोन घास खाऊन त्यांच्या रूममध्ये निघून गेले. बाकी सगळे बरोबर जेवायला बसले.

घरातल्या तणावाचे कारण श्रीकांतला दीपालीकडून समजले होते. श्रीकांत उच्चशिक्षित होता. चांगल्या ठिकाणी नोकरीला होता. समाजात होणाऱ्या परिवर्तनशील बदलांना स्वीकारणारा होता.

घरात एकाच वेळेला तीन पिढ्या नांदत असतात. प्रत्येक पिढीत जनरेशन गॅप असते. प्रत्येकाची सभोवतालची भौतिक परिस्थिती आणि त्यानुसार वैचारिक क्षमतेत फरक असतो. तत्त्वे वेगळी असतात....दृष्टी वेगळी असते. तीनही पिढ्यांचा एकत्रित विचार करून योग्य निर्णय घ्यायचे असतात.

श्रीकांतच्या मते बाबांचे संतापणे बरोबर होते आणि श्रीधरही बरोबर होता. त्याचेही काही चूक नव्हते. मुलगा म्हणून तो बाबांना दुखवू शकत नव्हता आणि थोरला भाऊ म्हणून श्रीधरवर अन्याय करू शकत नव्हता. दोन पिढ्यांतील वैचारिक संघर्ष सुरू झाला. श्रीकांतला बाप आणि भावामध्ये समन्वयक म्हणून भूमिका पार पाडायची होती. आज बाबा जेवायला नसल्यामुळे श्रीधर आणि श्रीकांतला मोकळेपणाने बोलता आले. तरीही आई आणि दीपालीसमोर सगळे स्पष्ट बोलता न आल्याने दोघे श्रीधरच्या रूममध्ये रात्री उशिरापर्यंत बोलत होते.

⬜⬜

- अकरा -

तीन दिवसांपासून सगळे उर्मिलाला समजावत होते. तिच्या निर्णयापासून परावृत्त करीत होते. समाजात मानहानी होईल अशा विचाराने घाबरून तिला समजावत होते. उर्मिलाही आज्ञाधारकपणे हो...हो...म्हणत होती. आजी तर तिला मोकळे सोडतच नव्हती. पुन्हा पुन्हा इकडची तिकडची उदाहरणे सांगून समजवत होती. आजोबाही समजुतीच्या चार गोष्टी सांगत होते. आजी-आजोबांमुळे मम्मीचाही उर्मिलावरचा राग कमी झाला होता. म्हणजे मम्मीने संयम ठेवला होता. ती सुद्धा उर्मिलाला समजवत होती.

उर्मिलाला येऊन चार दिवस झाले. कॉलेजच्या ऑफीसमधून फोन आल्याने तिला कॉलेजवर परतणे आवश्यक होते. एक महिन्याने परीक्षा आटोपल्या की ती घरीच येणार होती. कामाच्या व्यापातही रितेशजी स्वत: गाडी घेऊन तिला होस्टेलवर सोडवायला निघाले.

उर्मिला सामानाची आवराआवर करू लागली तशी आजी आणि मम्मी तिच्या मागेमागेच फिरत होत्या. एक एक सूचना देत होत्या.

"उर्मिला, सगळे लक्षात ठेव हं! पुन्हा अशी चूक करू नको आणि आता त्या मुलाशी सगळे कॉन्टॅक्ट तोडून टाक. त्याला फोन करू नकोस. परीक्षा जवळ आल्या आहेत, चांगला अभ्यास कर." आजी सूचना देत होती. उर्मिला हो...हो...म्हणत होती. सगळ्यांना चरणस्पर्श करून, आशीर्वाद घेऊन उर्मिला गाडीत जाऊन बसली.

उर्मिला परत गेली तशी घरात पुन्हा एकदा चर्चा झाली. मायलेकी चिंता करीत बोलत बसल्या.

आणखी दोन दिवस शिवापूरला थांबून आजी आजोबा निघून गेले. पोरीच्या काळजीने नीताताई अंतर्मुख झाल्या. सारखी पोरीचीच चिंता करीत बसू लागल्या. काय होईल? कसे होईल? याची त्यांना सतत भीती वाटत होती. या सगळ्या घटनांचे त्यांना टेन्शन आले. त्या स्वत:वर नियंत्रण ठेऊन संयम ठेवत होत्या.

रितेशजींची स्थिती यापेक्षा वेगळी नव्हती. कोणत्याच कामात त्यांचे मन लागेनासे झाले. सतत स्वत:च अपराधी असल्यासारखे त्यांना वाटत होते. छोट्या छोट्या गोष्टींचा राग येत होता. उर्मिलाचा विषय डोक्यात घेऊन चिंताक्रांत होऊन बसत.

रितेशजींच्या घरातील बातमी नोकरांमार्फत घराबाहेर गेली. गल्लीत कामाच्या ठिकाणी या विषयावर खमंग चर्चा झाली.

श्रीधरच्या घरीही यापेक्षा वेगळी स्थिती नव्हती. बाबा घरातल्या घरात संताप करीत. कधी जेवणावर तर कधी बायकोवर राग काढीत. त्यांनी परत एकदा श्रीधरला समजविण्याचा प्रयत्न करून पाहिला. आईला सांगून त्यांनी श्रीधरला बोलवून घेतले. श्रीधरने उर्मिलाविषयी ठाम निर्णय सांगितला. त्या दिवसापासून बाबांनी श्रीधरशी बोलणे स्वत:हून टाळले होते. बाबांच्या त्राग्याने श्रीधरही अस्वस्थ झाला होता. घरात तणावाचे वातावरण तयार झाले होते. आई श्रीधरला समजाविण्याचा प्रयत्न करू लागली, की तो आपल्या निर्णयावर ठाम असल्याचे पुन्हा पुन्हा सांगत असे आणि बाबा 'तू त्याला काही समजव...' म्हणून आईला धमक्या देत होते. आई तिच्यापरीने दोघांना सांभाळत होती.

आज पुन्हा एकदा उर्मिलाशी लग्न करण्यापासून परावृत्त करण्यासाठी आईबाबांनी श्रीधरला जवळ बोलावून घेतले.

"श्रीधर, इकडे ये पाहू. बाबा तुला बोलवत आहेत." आईने हाक मारली. श्रीधर शांतपणे येऊन खुर्चीत बसला. मनात म्हणत होता, मी ज्या निर्णयापासून दूर जाणे शक्य नाही, तो निर्णय बदलण्यास हे मला का पुन्हा पुन्हा सांगत असतील.

आई दोघांजवळ येऊन उभी राहिली. वहिनी काम करता करता कानोसा घेत होत्या.

"श्रीधर, तू काय विचार केलास...?" बाबांनी सरळ विषयालाच हात घातला.

श्रीधर काहीही न बोलता गप्प बसून राहिला. त्याला असे गप्प बसलेले पाहून आईबाबांना चीड आली.

"अरे, बाबा काय म्हणताहेत ऐकायला येत नाही का...तुला बोलता येते की नाही?" आईला श्रीधरचा राग येत होता. अलीकडे ती त्याच्याशी रागानेच बोलत असे. आई बाबांचे असे रागीट बोलणे ऐकले की श्रीधरलाही राग येत असे. आत्ताही दोघांचे असे डाफरणे ऐकून तोही त्यांच्याकडे न बघता खाली मन घालून रागाने बोलला. "मी उर्मिलाशीच लग्न करणार...यापेक्षा वेगळा विचार मी

करू शकत नाही.'' श्रीधरच्या अशा बोलण्याने आई बाबा अधिक संतापले. याला खाऊ की गिळू असे त्यांना होऊन गेले. दात ओठ खात दोघे रागाने त्याच्याकडे बघत होते. बाबा मनात म्हणत होते...चांगला फोडून काढला पाहिजे.

''काही लाज वाटते का तुला? हे...हे...असे संस्कार केलेत का तुझ्यावर...आम्ही काय मूर्ख म्हणून तुला इतक्या दिवसांपासून सांगत आहोत का? आमचाही थोडाफार विचार करशील की नाही...हे...हे...असे ऐकण्यासाठी आम्ही तुला डॉक्टर बनवले का...आपली खानदान काय...आपले घराणे कोणते...आपले आईवडील, त्यांची समाजातील प्रतिष्ठा...यांचा थोडाफार विचार करशील की नाही...इतका निर्लज्ज होऊन उत्तरे देतोस...असे काय लागून गेले रे त्या पोरीत? आपल्या प्रतिष्ठेपेक्षा ती तीनपट पोर तुला जास्त महत्त्वाची वाटते.''

शब्दांवर जोर देऊन आई रागाने बोलत होती. तिच्या डोळ्यातून आणि शब्दातून प्रचंड राग बाहेर पडत होता. श्रीधर मात्र काहीही न बोलता खाली मान घालून बसला होता. त्याला बघून बाबांचा राग वाढत होता.

''हे बघ श्रीधर...तुला शेवटचे सांगतो...आपल्या घराण्यात आत्तापर्यंत कुणी सून म्हणून दुसऱ्या जातीधर्माची मुलगी आणलेली नाही...माझ्या घरात मी असे होऊ देणार नाही...माझ्या घराचा तमाशा झालेला पाहण्यापेक्षा मी हे घर सोडून निघून जाईन...या वयापर्यंत आमच्याकडे कुणी बोट दाखवलेले नाही...तिरप्या नजरेने कुणी पाहिलेले नाही...आता तुझ्यामुळे आमची निंदा होईल...असा डाग लावून खाली मान घालून चालण्यापेक्षा हे तोंड काळे केलेले बरे...अरे, आपल्याला समाज काय म्हणेल...आपले शेजारी काय म्हणतील...त्यांच्यात हसे करायचे का...त्यांच्या विषारी नजरा कशा चुकवायच्या...हे बघ...एवढी मोठी मानहानी पचवायची ताकद आमच्यात नाही...त्यापेक्षा मरण बरे...''

बाबा मोठ्याने बोलत होते. बोलता बोलता रागाच्या भरात आवाज वाढत गेला हे लक्षातही आले नाही. बाबा बोलून धुमसत राहिले तसे आईने पुन्हा सुरू केले,

''मला वाटले...तू बरा समजदार आणि आज्ञाधारक आहेस...तुझा केवढा अभिमान होता मला...एवढ्यासाठीच का लहानपणापासून तुझे लाड केले....आपल्या घरात असली थेरं मुळीच चालणार नाहीत, सांगून ठेवते...तुला तुझ्या पसंतीचीच मुलगी करायची आहे ना...मग आपल्या जातीतली मुलगी घेऊन ये...मी करून देते तुझे लग्न...ती शिंदी का फिंदी तिला काय एवढे मोती लागून गेलेत

रे?...तिच्यासाठी जन्मदात्यांचा विचार सोडून वेडा झालास ते...? हे बघ आम्ही तुला बजावून सांगतो...आपल्या घरात ती मुलगी सून म्हणून आलेली कुणालाही आवडणार नाही...कळले...?''

''अगं...ह्या मूर्खाला तू काही समजव...आपल्या घरात असले फालतू लाड कधी केले जात नाहीत...असे काही खपवून घेतले जात नाही...त्याला चांगला विचार करायला सांग...आणि तो आपले ऐकत नसेल तर मी माझ्या जिवाचे बरेवाईट करून घेईन...लांच्छनास्पद जीवन जगण्यापेक्षा मेलेले बरे...कळले?''

बाबा धमकी देऊन उठले. या सगळ्यांचा त्यांच्या मनावर ताण पडला होता. आणखी ताण करून घेण्यापेक्षा धमकी देऊन ते घराबाहेर निघून गेले.

बाबा घराबाहेर गेले तसे श्रीधरवरचे दडपण कमी झाले. तो आईकडे बघत शांततेत बोलला.

''अगं आई, कोणत्या का धर्माची असे ना...माणूसच ना! त्याने असा काय फरक पडतो.''

''तुला नसेल फरक पडत रे...आम्हाला पडतो ना.'' आई रागाने बोलली.

''अगं आई...तुमचा काळ वेगळा होता...आता काळ बदलला आहे...शहरात तर अशा गोष्टी सर्रास चालतात बघ.'' श्रीधरने त्याची बाजू मांडली.

''हे बघ श्रीधर...ह्या पुण्या-मुंबईच्या गोष्टी आहेत. तिथे कुणाकडे बघायला कुणाला वेळ नाही. तिथे ना भाऊबंदकी...ना रीतिरिवाज...काहीही केले तरी चालून जाते. आपण ग्रामीण भागात राहतो. ग्रामीण भागातले इंदापूर हे शहर...इथे आपली भाऊबंदकी आहे. सगळे रीतिरिवाज पाळले जातात इथे. आपण ज्या ठिकाणी राहतो त्या ठिकाणच्या रीतिरिवाजाप्रमाणे वागायचे असते. खेड्यापाड्यात तर अजूनही या सगळ्या गोष्टींना खूप महत्त्व दिले जाते. सगळे रिवाज पाळले जातात. आपण या दोन्ही संस्कृतीचा मध्य साधून आपले जीवन सुखकर व आनंदी कसे होईल हे पाहायचे. उगीच दुसऱ्यांचे अंधानुकरण करण्यात काय हशील आहे?''

''आई, आता पूर्वीची लोकंही राहिली नाहीत. पूर्वीचे विचारही राहिले नाहीत. तुम्ही ना...स्वतःच्या मुलांपेक्षा समाजाचाच जास्त विचार करता. संस्कारांच्या नावाखाली माणसातला माणूस दडपून ठेवता.''

''हे तू मला शिकवू नकोस...घरात आणि समाजात शांतता टिकवायची असेल तर जेष्ठांचे म्हणणे विचारात घ्यावेच लागेल. तुझे ओठ पिळले तरी दूध

गळेल...आणि मला तू शिकवतोस...? गधड्या, लाज ठेव थोडी.''

"तुझे म्हणणे मला पटतेय गं आई, पण घरात आणि समाजात शांतता टिकविण्यासाठी जुन्या विचारांचाच अट्टहास का...नव्या विचारांचे स्वागत का केले जात नाही अजूनही...समाज म्हणजे आपणच ना...मग दोन पिढ्यांनी हातात हात घालून चालायला नको का...तुमच्या पिढीचा आदर आणि माझ्या पिढीतील परिवर्तनाचे स्वागत करायला नको का...?''

"तू कितीही गोड बोललास ना...तरीही आमच्या निर्णयात तीळभरही फरक पडणार नाही.''

"पण आई...उर्मिला माझ्यासारखीच माणूस आहे ना गं? धर्म बदलला म्हणून शरीराचे अवयव आणि वर्तन थोडीच बदलते.''

"श्रीधर, ते काहीच सांगू नकोस...आम्हाला ते आवडणार नाही म्हणून किती वेळा सांगायचे...तुझे बाबा हे सगळं सहन करू शकणार नाहीत. ते कर्मठ वृत्तीचे आहेत...तुझे असे वागणे ते मनाला फारच लावून घेतील...ते खरेच आत्महत्या करतील रे...श्रीधर, तू त्यांचा विचार कर.''

"तुझे म्हणणे बरोबर आहे गं. पण उर्मिला मला खूप खूप आवडते. मी तिच्याशिवाय राहूच शकत नाही...पाच वर्षापासून आम्ही एकाच कॉलेजला आहोत. खूप हुशार आहे गं ती. आम्ही एकमेकांना लग्नाचे वचनसुद्धा दिले आहे. तिला पाहुणे पाहायला येऊन गेले. तिने स्पष्ट नकार देऊन घरात सांगून टाकले आहे. आम्ही दोघे एकमेकांवर जिवापाड प्रेम करतो. एकमेकांशिवाय राहूच शकत नाही आम्ही. मी तुझ्याकडे प्रेमाची भीक मागतो आई...तू तरी मला समजून घे...तुम्ही मला लग्नाची परवानगी दिली तर ठीक, नाही तर --

श्रीधर पुढे बोलायचा थांबला. उर्मिलाविषयी पुरेशी माहिती सांगून त्याने आईला भावनिक गुंत्यात अडकविले. तो नाही तर...म्हणून थांबला. तसे आईच्या काळजात धस्स झाले. तिने पटकन रागातच विचारले.

"नाहीतर काय...?''

"नाहीतर मी सुद्धा जगणार नाही.''

श्रीधर भावनाविवश झाला. चेहऱ्यावरच्या नसा ताठरल्या. आवाजात मृदूपणा येऊन तो खूप हळवा झाला. त्याच्या डोळ्यात पाणी दाटले. त्याची मानसिक स्थिती बघून आईला गलबलून आले. मुलगा प्रेमाची भीक मागण्यासाठी झोळी पुढे करतो आहे आणि आपण त्याची झोळी टराटरा फाडून फेकून देत आहोत. पण काय करणार. त्याने मोठी चूक करून ठेवली आहे. अशा चुकांचे

समर्थन कसे करणार? तिला श्रीधरचा रागही येत होता आणि वाईटही वाटत होते. श्रीधरचे संतुलन सुटायला नको म्हणून त्याच्या भावना जपणे तिला आवश्यक वाटले. तिचे सगळे अवसान गळून गेले. तीही मृदू झाली. भावनाविवश होऊन श्रीधरला प्रश्न केला. "हेच दिवस बघण्यासाठी आम्ही खस्ता खाऊन तुला लहानाचे मोठे केले. तुझे लाड पुरविले. तुला डॉक्टर बनविले, होय ना?"

"आई...तुम्ही माझ्यासाठी आत्तापर्यंत खूप खस्ता खाल्ल्या याची मला पूर्ण जाणीव आहे. यापुढेही राहील. तुम्ही माझ्या मनासारख्या सगळ्या गोष्टी केल्या. माझे लाड केले. त्याबद्दल माझ्या मनात तुमच्याविषयी नितांत आदर आहे. तुम्हाला दुःख होईल अशी कोणतीच गोष्ट माझ्या हातून घडणार नाही...पण आई, मी उर्मिलाशीच लग्न करणार...या निर्णयात कोणताच बदल होणार नाही. तुला हवी तशीच आहे ती आई. तुम्ही माझ्या सुखासाठी केलेल्या धडपडीला मी विसरलो नाही. विसरणारही नाही. मला आई-बाबा, दादा-वहिनी सगळे पाहिजे आहेत आणि उर्मिलासुद्धा हवी आहे. प्लीज आई, माझ्यासाठी बाबांना तू समजव. फक्त एवढ्या वेळेस...आई, मी पुन्हा सांगतो- मी उर्मिलाशिवाय दुसरा कुणाचाच विचार करू शकत नाही."

त्याच्या मनाचा भार त्याने आईजवळ हलका केला. "आई, चल...मला क्लिनिकला जायला उशीर होतो." असे म्हणत श्रीधर उठला. तयारी करून क्लिनिकला निघून गेला. बाबा आणि श्रीधर दोघांनीही आईपुढे न निस्तरण्यासारखा भावनिक गुंता निर्माण केला होता. हा गुंता कसा सोडवायचा या विवंचनेत आई होती. दोघेही आपआपल्या निर्णयावर ठाम होते. कुणाची समजूत घालावी हे तिला कळत नव्हते. श्रीकांत मात्र मवाळ धोरण ठेवून तटस्थ होता.

❏❏

- बारा -

रितेशजींनी उर्मिलाला होस्टेलवर सोडले. ते गेल्यावर उर्मिला रूममध्ये आली. दुलई पांघरून झोपून गेली. सायंकाळ झाली तरी ती झोपलेली होती.

"ए उर्मिला, एवढ्या काय झोपा काढतेस...अभ्यास नाही का करायचा...उठ..." मैत्रिणीने आवाज दिला.

"प्रवासात कंटाळा आला गं...कशी काय झोप लागली कुणास ठाऊक."

"चल...चल...उठ लवकर...मेसवर जायचे आहे."

उर्मिलाला मैत्रिणींनी उठवले. मेसमध्ये जाऊन सगळ्यांनी जेवण केले. दुसऱ्या दिवशी सकाळी उर्मिला तयारी करून लायब्ररीत अभ्यासासाठी गेली.

घरून परत आल्यापासून उर्मिला विचलित झाली होती. घरच्या वातावरणाचा अंमल अजून ओसरला नव्हता. डोके जड झाल्यासारखे वाटत होते. परीक्षा जवळ आल्याने अभ्यासाचेही टेन्शन होते.

नेहमीप्रमाणे अभ्यासासाठी उर्मिला लायब्ररीत गेली. पुस्तक उघडे करून शून्यात बघत बसली. प्रयत्न करूनही मन पुस्तकात एकाग्र होत नव्हते. तिच्या डोक्यात विचारांचे थैमान होते. तिची चुळबूळ चालू होती.

पंडित मॅडम लायब्ररीत आल्या. कपाटातील पुस्तकांची चाळाचाळ करताना त्यांचे लक्ष अचानक उर्मिलाकडे गेले. उर्मिला विमनस्क स्थितीत बसल्याचे त्यांच्या लक्षात आले. मॅडमकडे तिचे लक्ष नव्हते. मॅडमने खूप वेळ तिचे ऑब्झर्वेशन केले. तिचे पुस्तकात लक्ष नव्हते. कुठेतरी शून्यात एकटक बघत होती. काहीतरी विचारत होती ती आणि नाराजही दिसत होती. पुस्तक चाळता चाळता त्यांनी विचारले,

"उर्मिला, काय वाचन चाललंय?"

उर्मिला चपापली. पुस्तक सावरत व्यवस्थित बसली. मान नकारार्थी हलवित मॅडमकडे बघितले. तिला तिची मम्मीच वाटली. तिच्या चेहऱ्यावरचे

भाव लगेच बदलले. दुसऱ्याच क्षणी तिने स्वत:ला सावरलेही.

तिच्या चेहऱ्याचे वाचन मॅडमने केले होते. तिची अस्वस्थता त्यांना जाणवली. "उर्मिला, काही प्रॉब्लेम आहे का? असला तर आपण सॉल्व करू." उर्मिला काहीच बोलली नाही. पुस्तकात खाली मान करून बसली.

दुपार टळून गेली तरी उर्मिलाचे कशातच लक्ष लागले नाही. थोडासुद्धा अभ्यास झाला नाही. ती मनात म्हणत होती, मी उगीच घरी गेले. अभ्यासाची सगळी लिंक तुटली. कशात लक्ष लागत नाही. काही सुचत नाही. काय करावे काहीच समजत नाही. उर्मिला विचारात असतानाच तिची मैत्रीण निशा तिच्या रूममध्ये काही कामासाठी आली.

"उर्मिला, नाराज दिसते आहेस."

निशाला काय उत्तर द्यावे तिला काही सुचले नाही.

"अगं, तू खरंच डिस्टर्ब झालेली दिसतेस. घरून आल्यापासून तू टेन्शनमध्ये आहेस. लायब्ररीत पंडित मॅमसुद्धा हेच म्हणत होत्या." उर्मिलाला खूप गहिवरून आले. डोळ्यातून टप् टप् अश्रू ओघळू लागले.

"उर्मिला, काय झाले...?"

उर्मिला ओंजळीत चेहरा झाकून स्फुंदत होती. निशाला वाईट वाटले.

"ए उर्मिला...काय गं...काय झाले...? का रडतेस तू...सांग ना..."

"चल, आपण बाहेर जाऊ. मी सगळे सांगते तुला."

दोघींनी तयारी केली. होस्टेलच्या बाहेर पडल्या. चालता चालता त्या कॉलेजमध्ये आल्या. त्यांना लायब्ररीत बसायचे होते. इतरांना डिस्टर्ब नको म्हणून त्या दोघी उघड्या असलेल्या एका डिपार्टमेंटमध्ये बसल्या.

उर्मिलाने सगळे सांगायला सुरुवात केली. बोलता बोलता रडत होती. निशाजवळ मनमोकळे करून मनसोक्त रडली. निशाने तिला धीर दिला.

"उर्मिला, खूप मोठा गुंता दिसतो गं. तुमचे दोघांचे धर्म वेगवेगळे असल्याने मोठ्ठा प्रॉब्लेम आला. श्रीधरच्या घरचेसुद्धा परवानगी देणार नाहीत तुमच्या लग्नाला."

"मी पण त्याच्याशिवाय राहू शकत नाही गं. आईवडिलांनाही दुखवावेसे वाटत नाही. काय करावे, काहीच सुचत नाही. कुणाला सांगावे. कुणाला विचारावे माझे मलाच कळत नाही. यातून कोणता मार्ग काढू?"

"उर्मिला, आपण पंडित मॅमला सांगू हे सगळं. त्या योग्य मार्गदर्शन करतील."

''माझ्याही मनात तेच होते गं...पण त्या काय म्हणतील?''

''त्या काय म्हणतील हे सोडून दे...त्या काय सल्ला देतील ते बघ...या वेळेला हेच महत्त्वाचे आहे.''

''चल, लगेच जाऊ या त्यांच्या घरी...हा एक विचार संपला की अभ्यासात लक्ष तरी लागेल.''

''चल जाऊ या.''

दोघी पंडित मॅडमच्या रूमवर गेल्या. मॅडम पुस्तक वाचीत बसल्या होत्या. या दोघींना दारात बघताच त्यांना शंका आली.

''या गं. पोरींनो...आज काय प्रॉब्लेम घेऊन आल्यात? बसा.'' दोघी मोठ्या खुर्चीसमोरच्या सोफ्यावर बसल्या. मॅडम त्यांच्यासमोर खुर्चीत बसल्या.

''काय उर्मिला, नाराज दिसतेस.''

उर्मिला खाली मान घालून बसली. ती काही बोलली नाही. निशाने बोलायला सुरुवात केली.

''मॅम, उर्मिलाला थोडा पर्सनल प्रॉब्लेम आहे. तुमच्याशी थोडी चर्चा करावी म्हणून आलो होतो.''

''हां. तिला सकाळी लायब्ररीत पाहिले तेव्हाच ती डिस्टर्ब असल्याचे लक्षात आले. काय उर्मिला, काय झाले?''

मॅमला काय सांगावे. कुठून सुरुवात करावी तिला काही सुचेना. ती मनात शब्दांची जुळवाजुळव करीत होती. उर्मिला बोलत नाही असे पाहून निशाने बोलायला सुरुवात केली.

''मॅम...दोन वर्षापूर्वी आपल्या कॉलेजला श्रीधर सोळंकी होता. आठवते का...''

''हां...सगळे आठवते. तू बोल, मी ऐकते आहे.''

''मॅम, उर्मिला आणि श्रीधरचे पाच वर्षापासून एकमेकांवर प्रेम आहे. दोघेही एकमेकांना जिवापाड जपतात. फोनवर सतत संपर्क असतो त्यांचा. उर्मिला चार-पाच दिवसांपूर्वी घरी गेली होती. तिला पाहायला पाहुणे आले होते. तिच्या पप्पांनी दुसरे स्थळ पाहून आणले आहे. हिने स्पष्ट शब्दात श्रीधरशी लग्न करणार असल्याचे त्या मुलाला सांगितले. हिचे मम्मी पप्पा हिच्यावर चिडले आहेत.''

''पण श्रीधर काय म्हणतो...तो आहे का लग्नाला तयार?''

''हो मॅम...आम्ही दोघेही एकमेकांशिवाय दुसऱ्या कुणाचा विचारही सहन

करू शकत नाहीत. आम्हाला लग्न करायचे आहे. मीही घरी तसे सांगितले. त्यानेही घरी सांगितले आहे. दोघांच्या घरातून प्रचंड विरोध होत आहे. दोघांचे धर्म वेगवेगळे असल्याने आमच्या दोघांच्या घरचे आमच्यावर चिडले आहेत...पण आम्ही दोघेही आमच्या निर्णयावर ठाम आहोत. आमचे लग्न होऊ दिले नाही तर आम्ही दोघेही..."

उर्मिला बोलायचे थांबली. ओंजळीत चेहरा लपवून रडू लागली.

"आम्ही दोघेही काय...आत्महत्या करणार?" कणखरपणे मॅडम बोलल्या.

"होय मॅम...आम्ही एकमेकांशिवाय राहणे शक्यच नाही. आम्ही बरोबरच हा जीवनप्रवास संपवायला तयार आहोत..." उर्मिला स्फुंदत बोलली.

"मनासारखे झाले नाही तर आत्महत्या हा एकच पर्याय आहे का...? प्रत्येक प्रश्नाला शंभर पर्याय असतात. त्यातला एकच आणि योग्य पर्याय निवडून, आपले प्रश्न सोडवून जीवन सुंदर बनवायचे असते...या जगण्यावर प्रेम करावे...मरणावर नाही...आत्महत्या करणारी माणसे भ्याड असतात...अविचारी असतात...संकटांना सामोरे जाण्याची हिंमत त्यांच्यात नसते. त्यांना जीवनाचा खरा अर्थच समजलेला नसतो...सगळ्या गोष्टी आपल्या मनासारख्या घडतील असे नाही...मनासारखे घडवून आणण्यासाठी, येणारी संकटे पूर्ण ताकदीनिशी झेलावी लागतात."

"मॅम, मी माझ्या मम्मी पप्पांनाही सोडू शकत नाही आणि श्रीधरलाही सोडू शकत नाही. काय करू मी...?"

"उर्मिला, यज्ञात समिधांची आहुती द्यावीच लागते. तेव्हा सर्व मंगल मांगल्य होते. एक तर मम्मी पप्पा...नाहीतर श्रीधर...विचार कर."

"मॅम, श्रीधर माझ्या मनात भरून राहिलेला आहे. हृदयात साठलेला आहे. क्षणोक्षणी त्याच्या आठवणी सोबत असतात. श्रीधरशिवाय दुसऱ्याबरोबर मी संसार करू शकत नाही."

"एकावर प्रेम करायचे आणि लग्न दुसऱ्याशी करायचे– हे खरे प्रेम नसते हा व्यभिचार झाला...ही प्रेमाशी प्रतारणा आणि स्वत:ची फसवणूक असते...लग्न म्हणजे पत्रिका छापणे...भांडीकुंडी जमवणे आणि मूल जन्माला घालून आयुष्यभर सांभाळणे नव्हे...जीवनाला नवी दिशा देणारे आयुष्यातील महत्त्वपूर्ण वळण असते हे...फार महत्त्वाचा टप्पा असतो हा...येथे दोन शरीरांचे नव्हे तर दोन मनांचे मीलन महत्त्वपूर्ण असते...जुळलेली दोन मने जीवनात आनंदाचे ताटवे फुलवतात...जीवन सुंदर बनवतात. जगण्यावर प्रेम करतात आणि भंगलेली

मने...? आयुष्यभर होरपळत राहतात...निराशेच्या वणव्यात दु:खाचे असह्य चटके सोसत...आतल्या आत विव्हळत तडजोड करीत जगतात...आतल्या आत आक्रोश करीत एकांतात स्फुंदत राहतात. जगाच्या दृष्टीआड...

"तुम्ही एकमेकांच्या हृदयात स्थान मिळविले आहे...ते स्थान जीवनाच्या शेवटपर्यंत तिथेच राहणार आहे...गळ्यात एकाच्या नावाने काळे मणी बांधायचे आणि हृदयात दुसऱ्याच्या नावाचा जप करीत राहायचे...हे कशासाठी? हे सहन करणे सुद्धा असह्य असते...फार वाईट असते ते...अक्षरश: क्षणोक्षणीचे जळणे असते ते...दुसऱ्याने कितीही सुखात ठेवले तरी सुख वाटत नाही...मग भांडणे होतात...टोकाच्या भूमिका घेतल्या जातात...बदल्याची भावना तयार होते...काहींना अर्धवट संसार सोडावा लागतो किंवा अर्ध्यात जीवनयात्रा संपवावी लागते...पहिल्याच्या आठवणीने आयुष्यभर विव्हळत, कण्हत कुंथत दुसऱ्याशी तडजोड करीत कसेतरी जगायचे...याला जीवन नाही, फक्त जगणे म्हणतात...पशुपक्ष्यांसारखे...आला तो दिवस घालवायचा...

"खरे तर या क्षणिक मोहापासून तुम्ही मुलींनी सुरुवातीपासूनच जागरूक राहून लांब राहायला हवे...योग्य वयात वैचारिक पक्वता आणि क्षमता आल्यावर पूर्ण विचारांती ह्या भानगडीत पडावे...आणि जो असेल त्याच्याशीच शेवटपर्यंत एकनिष्ठ राहावे...

"प्रत्येकाला स्वत:चे जीवन स्वत: जगायचे असते. नव्हे तर घडवायचे असते...आपल्या जीवनावर पहिला अधिकार आपला. जीवनाबाबतचा पहिला विचार आपला...मग दुसऱ्यांचा...तू मॅच्युअर आहेस...चांगला विचार करू शकतेस...चांगला निर्णय घेऊ शकतेस...ज्या निर्णयामुळे तू जीवनभर आनंदी राहशील असा निर्णय घे...ते तुझे स्वातंत्र्य आहे...

"ही सुरुवात आहे. आयुष्यात संघर्षाचे असे अनेक प्रसंग येतील. प्रत्येक प्रसंगाला खंबीर राहून योग्य निर्णय घ्यावे लागतात...त्यातून स्वत:ला पटकन सावरायचेही असते...त्याच दलदलीत फसायचे नसते...जो स्वत:ला पटकन सावरायला शिकतो तो यशस्वी होतो. आनंदी होतो.

"आता परीक्षा जवळ आल्या आहेत. सावर स्वत:ला."

"मॅम, आता मला खूप हलके-हलके वाटत आहे. मनाला आलेली मरगळ गळून गेली. शिशिरातली पानगळ संपून मनाला नवी उभारी येत आहे. सगळे स्वीकारून नव्या दमाने माझा रस्ता मी चालणार आहे...चालताना कुठे अडखळलेच तर तुमच्यासारखी प्रकाशाची बेटं आहेतच जागोजागी. हार्टिली

थँक्स मॅम, येतो आम्ही...''

●●●

उर्मिलाने डोक्यातले सगळे विचार झटकून अभ्यासात मन गुंतविले. रात्र-रात्र जागून अभ्यास करीत होती. भरपूर अभ्यास करून चांगले मार्कस् मिळवायचे तिने ठरविले. दिवसभर लायब्ररीत बसून अभ्यास करीत होती. तिची अभ्यासाची लिंक लागलेली असताना मध्येच मम्मीचा फोन येई. अलीकडे विनाकारण मम्मीचे पुन्हा पुन्हा येणारे फोन तिला अभ्यासात व्यत्यय आणत होते. ती ज्या गोष्टी जाणीवपूर्वक विसरण्याचा प्रयत्न करीत होती त्याच गोष्टींचे स्मरण मम्मी फोनवरून करून देत होती. फोनवरून शेकडो सूचना देत होती. मम्मीचा आलेला फोन उचलू नये असे तिला वाटे. पुन्हा मम्मीला काय वाटेल, असा विचार करून तिचे बोलणे, तिच्या धमकीवजा सूचना शांतपणे ऐकून घेई. आज्ञाधारकपणे उत्तरे देई.

परीक्षा जवळ जवळ आल्या तसा अभ्यासाचा कालावधी वाढत गेला. अभ्यासाचे वेळापत्रक बनवून स्वत:ला रात्रंदिवस अभ्यासात गाडून घेतले. अभ्यासाचाही ताण पडू लागला की, श्रीधरशी फोनवरून बोलत असे. दोघेही फोनवर पुढच्या निर्णयाचे नियोजन करीत होते.

●●●

आज उर्मिलाचा शेवटचा पेपर होता. पेपर संपल्यानंतर रितेशजी लगेचच तिला घरी घेऊन जाण्यासाठी कॉलेजवर येणार होते. तिने कालपासून सामानाची बांधाबांध करून ठेवली. सकाळपासून छातीत धडधड वाढली होती. जीव हुरहूर करीत होता. परीक्षेला जायचे होते. जीव दोन ठिकाणी वाटला गेला होता.

पेपरला जायच्या आधी तिने सगळे सामान आवरले. कपड्यांच्या घड्या बॅगेत ठेवल्या. पुस्तकांच्या दोन मोठ्या बॅगा भरल्या. बाकी किरकोळ सामान बॅगेत कोंबले. होस्टेलकडून मिळालेल्या वस्तू रेक्टरकडे जमा करून पावती घेतली. नको असलेले किरकोळ सामान लेडी वॉचमनच्या हवाली केले. सगळ्या मुलींना सकाळीच भेटून आली. तिची ही लगबग मुलींना खटकली. पेपरचा अभ्यास सोडून हिला काय घाई झाली म्हणून त्यांनी तिला छेडले.

''अगं, उर्मिला, अभ्यास सोडून हे काय चालले आहे? सामान कुठे पळून चाललंय! परीक्षा संपल्यावर आवरता येईल सावकाश. पेपर द्यायला जायचे आहे ना...तिथे बोंबा पाडण्यासाठी आधी अभ्यास करावा लागतो. चल, अभ्यासाला बस.''

"अगं, माझा अभ्यास झालेला आहे. पप्पा आजच घ्यायला येणार आहेत. त्यांना वेळ नसतो ना! त्यांनीच सांगितले सामान आवरून ठेव. पेपर संपल्याबरोबर तुला घ्यायला कॉलेजवर येतो म्हणून."

"अगं, एवढी काय घाई आहे? सगळ्या मुली अजून दोन दिवस होस्टेलवर थांबणार आहेत. तू पण थांब ना गं! आपण खूप धम्माल करू... ए उर्मे, पप्पांना फोन करून कळव ना, दोन दिवस उशीराने घ्यायला या म्हणून."

"माझे पप्पा ऐकणार नाहीत गं."

"काय खोटे बोलतेस...? अंकलचा स्वभाव जसा आम्हाला माहितीच नाही. तुला घरी जायची घाई झाली आहे ते सांग ना...कशाला उगीच अंकलवर ढकलतेस?"

"काहीही समजा गड्यांनो...मी जात आहे हे नक्की. वेळेवर फजिती नको म्हणून आवरून ठेवलेले बरे...आणि शहाण्यांनो, मी गेल्यावर माझी आठवण ठेवा बरं का! कुणीतरी उर्मिला नावाची आमची मैत्रीण होती म्हणून."

"उर्मिले, तुला काय झालंय गं आज...तू अशी काय बडबडतेस, जशी कायमचीच चालली आहे. अगं अजून किती कामांसाठी कॉलेजवर यावे लागणार आहे. आणि मोबाईल कशासाठी आहेत आपल्याकडे? रोजचा कॉन्टॅक्ट राहणारच आहे ना.

"तुमचे सगळे खरे आहे गं! पण आले माझ्या तोंडात म्हणून सांगितले. सॉरी बाबा!"

"अगं, काय टाईमपास चालला आहे. पेपरला जायचे आहे ना. परीक्षा संपल्यावर बोलू आपण. चला, सगळ्यांनी आता अभ्यासाला लागा." गप्पांमध्ये खूप वेळ गेल्याचे लक्षात येताच त्यातील एकीने पेपरची आठवण करून देऊन विषय संपविला.

पेपरची वेळ होत आली. सगळ्या मुली तयारी करू लागल्या तरी उर्मिला वाचत होती. ती आज मुद्दाम उशिरा तयारीला लागणार होती. मुलींची तयारी झाली तरी वाचत असल्याने बघून त्यांनी तिला हटकले.

"अगं उर्मिला, वाचत काय बसलीस. किती वाजले बघ ना! पेपरला उशीर होईल."

उर्मिला पुस्तक ठेवून उठली तेव्हा मुली तयार होऊन निघायच्या बेतात होत्या. उर्मिलाची तयारी व्हायची बाकी होती. तिला आवराआवर करता करता सगळ्याजणी तिला मागे सोडून पेपरला निघून गेल्या.

सगळ्या मुली पेपरला निघून गेल्यावर तिने पटपट तयारी केली. श्रीधरला फोन लावला. श्रीधर हॉस्टेलच्या गेटजवळ गाडी घेऊन आला. उर्मिलाने झटपट सामान आणून गाडीत ठेवले. पेपरला उशीर व्हायला नको म्हणून श्रीधरने तिला पुढेपर्यंत सोडून दिले.

मागचा सगळा घटनाक्रम विसरून उर्मिला पेपर लिहीत होती. लिहिताना तिच्या मनात एखाद्या क्षणी चुकार विचार चमकून जात होता. विचार झटकून ती पुन्हा पेपर लिहीत होती. पेपर संपायची वेळ होईपर्यंत तिने बराच पेपर कव्हर केला. पेपरची वेळ संपत आली तशी तिची हुरहूर वाढली. हृदयाचे ठोके वाढले. पाय थरथरल्याचा भास होत होता. शेवटच्या दहा मिनिटात पेपरमध्ये काय लिहिले ते तिलाही कळले नाही.

पेपर संपल्याची बेल झाली. सरांनी पेपर जमा करायला सुरुवात केली. पेपर जमा करून उर्मिला झपकन क्लासच्या बाहेर पडली. बहुधा सगळ्यात आधी जिना उतरून तीच खाली आली असावी. क्लासच्या बाहेर पडताच तिने श्रीधरला मिसकॉल केला. काही क्षणातच कॉलेजच्या मागच्या गेटने बाहेर पडली. गेटमध्ये झपकन गाडी येऊन थांबली, दरवाजा उघडला गेला. उर्मिला गाडीत बसली. हृदय अक्षरशः उसळ्या घेऊन धडधडत होते. अंग थंडगार वाटत होते.

दोन नात्यातील दोन जीवांचा संघर्ष सुरू झाला. एका बाजूला नऊ महिने पोटात वाढवून श्वासातील श्वास पुरवून, कणाकणाचा घास भरवून, आनंदाने पोटात ओझे पेलून गर्भाशयात नाळेने जोडलेल्या नात्याचा संघर्ष तर दुसरीकडे नुकतेच पंख फुटू पाहणारे, गगनभरारी घेण्यासाठी स्वतःचे क्षितिज शोधण्यास धडपडणारे, दोन कोवळ्या जीवांनी जोडलेल्या नात्याचा संघर्ष. गर्भातून जन्म मिळाला तर हृदयाकडून संजीवनी. वात्सल्य आणि प्रेम दोघांत द्वंद्व सुरू झाले. एका बाजूला जन्मदात्याचे उपकार आणि दुसऱ्या बाजूला जगण्यासाठी संजीवनी. नाळ तुटली म्हणून प्राण थोडीच जातो! पण हृदय बंद पडले तर...

जन्मदात्याशी तुटलेली नाळ जोडता येईल. बंद पडलेले हृदय पुन्हा कार्यरत होणे अशक्य. दोघांच्या संघर्षात हृदयाच्या नात्याचा विजय झाला.

उर्मिलाला घेऊन श्रीधर इंदापूरच्या दिशेने निघाला. उर्मिलाचा घाबरलेला चेहरा आणि थरथरणारे हात पाहून तिला धीर देत श्रीधर म्हणाला,

"उर्मिला, घाबरू नकोस, मी आहे ना."

"नाही रे! मी घाबरत नाही. आपोआप धडधड वाढली आणि हाताला कंप सुटल्यासारखे झाले बघ."

गाडी शहराच्या बाहेर येईपर्यंत दोघे शांत होते. गाडी सुसाट चालविताना श्रीधरचीही धडधड वाढली होती. गाडी शहराबाहेर आली तेव्हा दोघांनी मोकळा श्वास घेतला.

"श्रीधर, आता कुठे जाणार?"

"इंदापूरला... तिथे माझे मित्र आहेत. त्यांना सगळे सांगून ठेवले आहे."

"एक विचारू?"

"विचार ना...!"

"तुझ्या घरचे मला स्वीकारतील ना?"

"...घरी बाबांचा तीव्र विरोध आहे. ते कर्मठ विचारांचे आहेत. आपल्याला पाहून अकांडतांडव करतील. आपण अतिशय संयम ठेवून वेळ मारून न्यायची. थोड्या दिवसांनी आपोआप सारे शांत होईल. घरात काहीही झाले तरी आपण अतिशय नम्रतेने वागायचे. कोणत्याच गोष्टीचा स्वतःवर परिणाम करून घ्यायचा नाही. विचारशीलता आणि कृतिशीलता हे माणसाचे वैभव असते. आपण या वैभवाला जपायचे. आईला सांभाळून घेता येईल. शेवटी आई ही आईच असते. तिच्या पोटी साप जन्माला आला तरी ती फेकून देत नाही. मांजराने पिलू दातात धरून आणले तरी त्याचे ओरखडे उमटत नाहीत. आईशी प्रेमळपणे वागले की सगळे जिंकून घेता येते. श्रीकांत आपल्या बरोबरीचा आहे. सुशिक्षित, समंजस आणि बदलत्या समाजव्यवस्थेची त्याला जाणीव आहे. मी त्याला आपल्या दोघांच्या बाबतीत सगळे सांगितले आहे. तो आपल्याला सहकार्य करेल. दीपाली वहिनी कशा वागतील हे काही सांगता येणार नाही. सुरुवातीला आपल्या दोघांनाही घरात विरोध होईल. त्रास होईल. आपण दोघांनी एकमेकांसाठी शांत राहून सगळे सोसायची तयारी ठेवू. होईल तेवढे सत्कर्म करू. कुणाला प्रत्युत्तर न करता संयमाने हे सगळे वादळ शमण्याची वाट पाहू. उर्मिला, जीवन हा एक यज्ञ आहे. त्याला जे जे उत्तम त्याच्या समिधा वाहाव्या लागतात. आपण डोळसपणे यज्ञकुंडात उडी घेतली आहे. यज्ञात समिधांची आहुती दिली की तो सुद्धा उसळून शांत होतो आणि सगळे पवित्र होऊन मंगल मांगल्य होते. आपल्या भविष्यात आपण रंगविलेल्या स्वप्नांना सुंदर रंग चढणार आहेत हा आशावाद ठेवून आपण आनंदी राहायचे. हाच आशावाद आपल्याला जगण्याची ऊर्जा आणि उर्मी देईल. सगळे चांगले होईल अशी दृष्टी ठेवू या. त्यासाठी परमेश्वराची प्रार्थना करू या... उर्मिला... माझ्यासाठी नव्हे, आपल्या दोघांसाठी हे सगळे थोडे दिवस सहन करशील ना...?"

“आपल्या स्वप्नांचे धुंद क्षण आपल्याला आवडतात ना मग त्या क्षणांसाठी पलटवू ही क्षणांची पाने...”

“तुझं हे वेगळेपण मला आवडतं. तूही म्हणूनच आवडतेस.”

श्रीधरने त्याच्या घरातील एकूण वातावरणाचा अंदाज उर्मिलेला दिला. त्याच्याबरोबर आता संयमाने पुढचे सगळे प्रयोग धीराने सोसावे लागतील असा विचार करतानाच तिचे मन म्हणत होते,

‘श्रीधरसाठी वाट्टेल ते करताना मी फक्त माझ्या भावनांचाच अधिक प्रकर्षाने विचार केला. श्रीधरविषयी असणाऱ्या प्रेमाने बाकी परिस्थितींचा विचार करून पहायला संधी दिली नाही. फक्त श्रीधरला डोळ्यात ठेवून सगळे साहस केले. आता बंडखोरी करून पळाले तर...जिवाची सारखी धडधड होत आहे.

श्रीधरसोबत कायमची निघाले. सगळे सोडून, ती पण अशी कुणाला न सांगता सवरता. वात्सल्याने सावरणारे, कौतुकाने पाठीवर थाप देणाऱ्या हातांचे आशीर्वाद न घेताच. अशी कैदाशासारखी पळून चालली. कायमची... दयाळ पक्षासारखी घरटे रिकामे करून.. काय वाटेल त्यांना? माझ्या सुखासाठी धडपडणारे. माझ्यात त्यांची स्वप्ने बघणारे. माझ्यावर जिवापाड प्रेम करणारे. मायेची पाखरण करणाऱ्या जन्मदात्यांना मी कायमचीच मुकणार आहे... आणि तो किरण किती मस्तीखोर... सारख्या माझ्या खोड्या काढून चिडवायचा. किती एकटं एकटं वाटेल त्याला. मी पण प्रेमात किती स्वार्थी झाले ना... एकच विचार डोक्यात ठेवून वागले. या बाकी मायाममतेला पूर्ण विसरून गेले.

त्यांना दगा देऊन अशी पळून चालले. हे सगळे सहन होईल का त्यांना? माझ्यामुळे त्यांची समाजातील प्रतिष्ठा धुळीला मिळेल. अपमान सहन करावा लागेल. मम्मीला तर वेड लागायची वेळ येणार... तिने स्वत:शीच हात जोडले. डोळे मिटून वाहेगुरुचे, झुलेलालचे स्मरण केले. हे वाहेगुरू, हे झुलेलाल हे सर्व दु:ख पचविण्यासाठी माझ्या मम्मी पप्पांना आणि मलाही शक्ती दे. सगळे मंगल होऊ दे...! माझ्या जीवनाच्या पुढच्या प्रवासासाठी तुझे शुभ आशीर्वाद माझ्या पाठी भक्कमपणे राहू दे.’

हक्काचे प्रेमळ पाश तोडून उर्मिला स्वत:हून काळोख्या रस्त्याने निघाली. फक्त प्रेमासाठी. घरटे कायमचे सोडून... दुसऱ्या घरट्यात, कोणत्याच बाबतीत थोडीशी कल्पना नसलेल्या परिवारात. त्या परिवाराचा शेवटपर्यंतचा एक घटक बनून.

तिने आत्तापर्यंत विचार न केलेल्या सगळ्या समस्या तिच्या मनात काट्यासारख्या टोकदार बनून टोचू लागल्या. श्रीधरचे बाबा मला सून म्हणून

घरात घेतील का? की हाकलून देतील... घरातले सगळे माझा परिवारातील एक सदस्य म्हणून स्वीकार करतील की श्रीधरने काढून आणलेली मुलगी म्हणून माझी अवहेलना करतील? मला समजून घेतील की छळतील... मला त्या परिवाराची थोडीही कल्पना नसल्याने कोणताच अंदाज करता येत नाहीये.

विचार करता करता तिचे लक्ष श्रीधरकडे गेले. तो तणावाखाली गाडी चालवत असल्याचे जाणवले. त्याच्याकडे बघून तिच्या मनात आले,

'हा श्रीधर पण माझ्याशी असाच प्रेमाने शेवटपर्यंत वागेल की लग्नानंतर बदलून जाईल?' तिला आजीचे शब्द आठवले. लग्नाआधीचे उच्छृंखल प्रेम आणि लग्नानंतर जबाबदाऱ्यांनी झुकलेले प्रेम यात खूप फरक असतो आणि काय म्हणत होती आजी? हां...लग्नाआधी निस्सीम प्रेम करणाऱ्यांचा प्रेमाचा झरा लग्नानंतर आपोआप आटतो आणि प्रेमासाठी तारे तोडणाऱ्यांचे हात लग्नानंतर झाडावरचे आंबेही तोडू शकत नाहीत. बाप रे! या विचारांनीही ती निवडुंगासारखी शहारून आली. हात जोडून तिने झुलेलालचे स्मरण केले. हे झुलेलाल, माझ्या श्रीधरविषयी माझ्या मनात असे वाईट विचार चुकूनसुद्धा येऊ देऊ नकोस.'

श्रीधरचाही आंतरिक संवाद चालू होता. बाबांनी खरेच आत्महत्या केली तर... एक प्रेम मिळविताना दुसरे प्रेम गमवावे लागले तर... हे परमेश्वरा, बाबांना सद्बुद्धी दे. त्यांना त्यांच्या विचारांपासून परावृत्त कर.

बाबांचेही काय चुकले म्हणा! आजपर्यंत त्यांनी माझ्यावर जिवापाड प्रेम केले, लाड केले. हट्ट पुरविले. माझ्या सगळ्या मागण्या पूर्ण केल्या. पण... मग... आत्ताच ही धर्माची, जातीची भिंत मध्ये अडसर बनून का राहिली?

हे बाबा पण ना... मला समजून का घेत नाहीत, बाबांनी परवानगी दिली असती तर उर्मिलाला असे पळवून आणून लग्न करायची वेळ आली नसती. ही मोठी माणसे आपल्या तत्त्वांशी इतकी घट्ट रुतून का बसतात कुणास ठाऊक? तत्त्वे लवचीक ठेवली तर प्रगती होते. शांतता राहते. ही माणसे समाजात वावरताना आधुनिकतेचे खोटे मुखवटे चढवून ज्ञानाने प्रगल्भ झाल्याचे भासवतात. या मुखवट्यांचा युवा पिढीवर सतत अन्याय चाललेला असतो. प्रत्येक बाबतीत त्यांच्या पिढीची तुलना आमच्या पिढीशी करतात. काळ बदलला...यांची मने काही बदलायला तयार नाहीत. मजबूर होऊन आम्हाला असे चुकीचे निर्णय घ्यावे लागतात.

बाबाच्या स्वभावात बदल झाला तर चांगलेच आहे. नाहीतर उर्मिलेला खूप त्रास सहन करावा लागेल. आई आणि श्रीकांतदादाचा काही त्रास नाही.

दीपाली वहिनी? वहिनी उर्मिलेला बहिणीसारखे वागवतील, की पळून आलेली म्हणून तिच्यावर वर्चस्व गाजवतील? कोणताच अंदाज करता येत नाही.'

तणाव आणि आनंद अशा संमिश्र भावनांची अनुभूती घेत श्रीधर आणि उर्मिला नवे स्वप्न घेऊन, प्रेमपाशात धुंद होऊन नव्या वाटेने निघाले होते.

आत्तापर्यंत नियोजनानुसार सगळे जुळून आले होते. मनात हुरहूर असली तरी पाठीवर आभाळ पडलेल्या सशासारखे पळा... पळा... करीत सगळीकडे फिरून आले. मनातली हुरहुर, वाटणारी भिती, सतावणारी चिंता सगळे मनाच्या तळाला ठेऊन आनंदाच्या सायीचे पांघरूण घालून एकमेकाला सुखावत होते. शहर जवळ येताच धावणाऱ्या गाडीचा आणि मनाचाही वेग कमी झाला.

●●●

इंदापूरला एका छोट्या बंगल्यासमोर येऊन गाडी थांबली. गाडीतूनच श्रीधरने मित्राला फोन लावला. मित्र त्याच्या सौभाग्यवतीसह घरातून बाहेर आले. गाडीपर्यंत येऊन दोघांना घरात नेले. पुढच्या नियोजनाची चर्चा आणि तयारी झालेली होती. मित्रांच्या सौभाग्यवतींनी चहा, नाश्ता बनविला. तोपर्यंत दोघे फ्रेश झाले. गरमागरम चहा आणि नाश्ता घेताना चर्चाही चालू होती.

चहा घेऊन दोघे तयारीला लागले. उर्मिला पहिल्यांदाच साडी नेसत होती. तिला साडी नेसताही येत नव्हती. मित्राच्या सौभाग्यवतींनी उर्मिलाला साडी नेसवून दिली. साडी नेसवताना सगळे क्रम लक्षात घेऊन ती शिकून घेत होती.

पाचू रंगाच्या सोनपिवळ्या काठांच्या चमचमीत सळसळणाऱ्या पैठणीत उर्मिलाचे सौंदर्य खुलून दिसत होते. तिने मेकअप करून केसात गजरा माळला. त्याचा सुगंध वातावरणात भरून राहिला. साडी नेसून चालताना उर्मिलाला अडखळल्यासारखे वाटत होते. निऱ्यांचा सोगा चिमटीत धरून ती सावकाश पाय उचलीत होती. तिच्या सुखसोयींनी आधारलेल्या आखीवरेखीव जीवनाला तिनेच वळण दिले होते. त्या वळणावरचा बदल खडखडाट न करता तिने निमूटपणे स्वीकारला होता.

श्रीधरने कॉफी कलरच्या पँटवर पांढरा शर्ट घातला. उर्मिलाला पांढऱ्या रंगाचा शर्ट आवडतो म्हणून त्याने मुद्दाम पांढरा शर्ट घातला होता. शर्ट इन करून तो अधिकच स्मार्ट दिसत होता. कोट घालायचे त्याने मुद्दाम टाळले.

दोघांची तयारी झाली. श्रीधरचे मित्र कचेरीतील कागदपत्रांची सगळी तजवीज करून दोघांना घ्यायला आले.

कचेरीत निघण्यापूर्वी श्रीधरने उर्मिलेला जवळ बोलविले. उर्मिला साडीत मराठमोळी सौंदर्यवती वाटत होती. या क्षणी श्रीधरला ती खूप खूप वेगळी आणि खूप सुंदर वाटली. तिच्याकडे कौतुकाने पाहताना त्याच्या ओठात हसू दाटलं. तिच्याकडे क्षणभर स्तिमित होऊन पहातच राहिला. आणि उर्मिलाही स्वत:कडे बघत श्रीधरकडे पाहून लाजेने चूर झाली.

"असे टक लावून काय बघतोस..."

"माझी उर्मीच आहे की... दुसरीच कुणीतरी...? खात्री करीत होतो गं. साडीत किती सुंदर दिसतेस ना तू."

उर्मिला काहीही न बोलता गालातल्या गालात हसत उभी होती.

लज्जेने आणि स्तुतीने चेहऱ्यावर मोरपीस फिरल्यासारखे भाव उमटले होते. लाजाळूच्या पानासारखी दोन्ही हातांनी साडी सांभाळत ती श्रीधरजवळ आली. तिचा हात हातात घेत श्रीधरने विचारले,

"उर्मिला, तुझा निर्णय पक्का आहे ना?"

"असे काय विचारतोस श्रीधर..."

"नाही, मी बळजबरी करून तुझ्याशी रजिस्टर मॅरेज केले असे व्हायला नको, म्हणून निघायच्या आधी..."

उर्मिलाने त्याच्या हातावर हात ठेवत मूक संमती दिली. दोघांनी एकमेकांकडे आश्वासक नजरेने पाहिले. मनात अनेक तरंग सळसळत गेले. दोघे उठले. मित्राच्या सौभाग्यवतींनी दोघांचे कुंकुमतिलक लावून औक्षण केले. हातावर दहीसाखर ठेवली. दोघांना शुभेच्छा दिल्या. देवघरात नेऊन दोघांना देवांचे आशीर्वाद घ्यायला लावले.

प्रेमाच्या सुंदर धाग्यांनी गुंफलेली गंधाळ स्वप्ने सत्यात उतरविण्यासाठी ते निघाले. एकमेकांचे जीवनसाथी बनविण्यासाठी. एकमेकांच्या आधाराने. स्वप्नाळलेल्या पंखाना नवचैतन्याचा गंध माखून. भावभावनांच्या अनंत हेलकाव्यात दोन मने कायमची सांधण्यासाठी. अकल्पित इच्छाशक्ती घेऊन. अनंत ध्येयासक्ती घेऊन, कचेरीच्या दिशेने निघाली. श्रीधरच्या मित्रांनी कचेरीत कागदपत्रांची सर्व जमवाजमव करून ठेवली होती. फॉर्मवर ओळख, परिचय, वय, व्यवसाय सगळी माहिती भरून श्रीकांतदादाने साक्षीदार म्हणून सही केली. उर्मिला आणि श्रीधरने मॅरेज सर्टिफिकेटवर सह्या केल्या. आणखी एका मित्राने सह्या केल्या. फॉर्म आणि कागदपत्रे वकिलांकडे जमा करून मॅरेज सटिफिकेट घेऊन सगळे कचेरीच्या आवरात आले.

श्रीधरच्या मित्रांनी दोघांजवळ हार पुष्पगुच्छ दिले. दोघांनी एकमेकांच्या गळ्यात हार टाकले. एकमेकांना शुभेच्छा दिल्या.

उर्मिलाच्या चकाकणाऱ्या डोळ्यात आनंदाचे आणि विरहाचे अश्रू एकाच वेळी दाटून आले. तिच्या डोळ्यातील ओलाव्याने श्रीधरलाही गहिवरून आले. हा क्षण आनंदाचा, विजयाचा की परम इच्छाशक्तीच्या पूर्ततेचा होता. श्रीधरने हलकेच उर्मिलाच्या पाठीवर हात ठेवला. कॅमेरे चमचम करीत एका जिद्दीच्या प्रवासाला सुरुवात करणाऱ्या अविस्मरणीय क्षणांना नजरकैद करून टिपत होते.

दोन प्रेमळ मनांच्या सुरेल सनईत प्रेमाच्या वर्षावात पंडिताविना एक 'लव्ह मॅरेज' पेढ्यांच्या गोड गोड आशीर्वादात संपन्न झाले.

❏❏

- तेरा -

उर्मिलेला घ्यायला जायचे म्हणून रितेशजींनी दुकानातल्या सगळ्या कामगारांना सूचना देऊन दिवसभराच्या कामाचे नियोजन करून दिले. स्वतःची कामे पटपट आवरून घेतली. तोपर्यंत ड्रायव्हर संतोषने गाडी स्वच्छ पुसून तयार ठेवली. परतायला उशीर होईल म्हणून नीताताईंनी डबा तयार करून दिला. थंड पाण्याची बॉटल भरून दिली.

"उर्मिलाचे सामान जास्त असेल. गाडीत रिकाम्या पिशव्या ठेवल्या आहेत. सगळे सामान व्यवस्थित आवरून आणा. आणि हो... डबा भरपूर दिला आहे. उर्मिलाच्या मैत्रिणींना डबा खायला बोलवून घ्या." नीताताईंनी सूचना दिल्या "हो...हो" म्हणत रितेशजी गाडीत बसले.

गाडी कॉलेजवर येऊन थांबली. उर्मिलाचा पेपर अजून चालू होता. पेपर संपायला अर्धा तास बाकी होता. रितेशजी तिथेच कॉलेजच्या आवारात उर्मिलाचा पेपर संपायची वाट पहात थांबून राहिले.

पेपर संपल्याची बेल होताच गोठून थंड झालेली इमारत सळसळू लागली. हसत खिदळत जिन्यावरून सरसरत येणारी तरुणाई पटांगणात पसरू लागली. फटाक्यांच्या आतिषबाजीतून मुक्त झालेली तेजस्वी मनोहारी किरणे आकाशात विखरून आकाशाला सौंदर्य प्राप्त व्हावे, ते अधिक विलोभनीय दिसावे तसे कॉलेजचे आवार क्षणार्धात फुलून गेले.

रितेशजी जिन्याजवळ उभे राहून उर्मिलाची वाट बघत होते. खूप वेळ झाला. उर्मिला जिन्यातून येताना दिसली नाही. जवळजवळ सगळी मुले जिना उतरून खाली आली.

रितेशजींनी उर्मिलाला फोन लावला. फोन लागला नाही, कव्हरेज क्षेत्राच्या बाहेर येत होता. ते पुन्हा पुन्हा फोन लावून बघत होते. तेवढ्यात उर्मिलाच्या मैत्रिणींचा एक घोळका समोरून येताना दिसला.

"उर्मिला दिसली का गं मुलींनो..."

"नाही अंकल, फोन लावून बघा ना.. इथेच कुठेतरी असेल."

'रेंज प्रॉब्लेम आहे. आऊट ऑफ कव्हरेज येतो..." असे म्हणून

रितेशजी पायऱ्या चढून इमारतीला चक्कर मारून आले. कॉलेजच्या सर्व डिपार्टमेंटमध्ये शोधून आले. उर्मिला कुठेच दिसली नाही. त्यांनी दिसेल त्याच्याजवळ चौकशी केली. खूप शोधाशोध केली. उर्मिला कुठेच दिसली नाही. फोनही लागला नाही.

रितेशजींना काळजी वाटू लागली. हळूहळू छातीत धडधड वाढू लागली. चौकशी करीत शोधत होते. उर्मिला कुठेच दिसत नव्हती.

ती हॉस्टेलवर गेली असेल असा विचार करून ते घाईघाईने गाडी घेऊन हॉस्टेलवर आले. हॉस्टेलवर येताच तिच्या मैत्रिणींनी निरोप दिला-

"अंकल, रूममध्ये उर्मिलाचे सामान नाहीये."

रितेशजी गेटवर यायच्या आधीच उर्मिला पळून गेल्याची बातमी फुटली होती. पाच मिनिटांच्या आतच फोनवरून बातमी सर्वत्र जाऊन धडकली.

"उर्मिलाचे सामान रूममध्ये नाही." एवढ्या वाक्याने रितेशजींच्या संतापाचा उद्रेक झाला. दयाळ पक्ष्याच्या घरट्यातून तिच्या नाजूक पिलाला शिक्रा पक्षाने दयाळला गाफील ठेवून झडप घालून पिलू उचलून नेले. दयाळच्या लक्षात येताच बेभान होऊन प्राणांतिक वेदनेने क्रॉक... क्रॉक करीत शिक्रावर झडप घालण्याचा, जिवाच्या आकांताने अयशस्वी आणि हतबल प्रयत्न करताना सगळ्या वातावरणात सहानुभूतीची लाट उसळावी, तिच्या सांत्वानासाठी सगळ्यांनी गोळा व्हावे आणि तिने अधिकच कलकलाट करीत स्वत:ला विसरून कर्कश वातावरणाला भेसूर करावे तशी रितेशजींची अवस्था झाली.

मुलींचे वाक्य पूर्ण व्हायच्या आत रितेशजींच्या हृदयाचे ठोके वाढले. क्षणार्धात त्यांच्या शरीरात वेगवान हालचाली झाल्या. वाढलेले ठोके अधिकच धडधड करू लागले. हृदय आतून झणझण करीत भरभरून गेले. प्रत्येक क्षणाला ठोक्यांचा वेग वाढला. सर्वांगातून घामाच्या धारा पाझरून घाम निथळून वाहू लागला. रितेशजीचे शरीर ओलेचिंब झाले. हृदयात सणसणत कळ येऊन रितेशजी जागच्या जागी कोसळले.

'अंकल, अंकल' करीत सगळ्या मुली गोळा झाल्या. कुणी शर्टची बटणे सैल केली, कुणी छातीवर दाब देऊन चोळू लागले. कुणी ठोक्याचा वेग मोजू लागले तर कुणी पाणी आणले. सहानुभूतीने सगळ्या चुकचुकत होत्या. प्राध्यापकांना फोन लावून पटकन ॲम्ब्युलन्स मागवली. कॉलेजच्या हॉस्पिटलमध्ये पुढच्या उपचारांसाठी रितेशजींना हलविण्यात आले.

पाच वर्षांपूर्वी कॉलेजच्या पहिल्या दिवशी प्रवेश घेताना उर्मिलाला सोबत

घेऊन रितेशजींनी कॉलेजची इमारत, हॉस्टेल, हॉस्पिटल सगळे पायाखाली घातले होते. पाच वर्षानंतर कॉलेजच्या शेवटच्या दिवशी पोटच्या गोळ्यानेच दगा देऊन मायेचे पाश तटातटा तोडले होते. रितेशजींनी कासावीस होऊन कॉलेजची इमारत आणि हॉस्टेल पुन्हा पायाखाली घातले होते. हॉस्पिटलमध्ये वेदना घेऊन कॉटवर तळमळत होते. दुखणी निस्तरायला घरचाच डॉक्टर म्हणून पाहिलेली स्वप्ने भंग झाली. दुखणे देऊन डॉक्टर फरार झाला होता...

◻◻

- चौदा -

श्रीधर आणि उर्मिला गावातील शिवमंदिरात देवदर्शनासाठी आले. गळ्यातील हार गाडीतच काढून ठेवले. दोघेही मंदिराच्या पायऱ्या चढून मंदिरात आले. मंदिराच्या पायऱ्या चढताना उर्मिलेची साडी पायात अडखळत होती. बोटाच्या चिमटीत साडीचा सोगा धरून चालताना तिला अवघडल्यासारखे झाले. श्रीधर तिला बरोबर घेऊन मंदिरात येताना सगळ्यांच्या नजरा त्यांच्यावर खिळल्या. गावात आतापर्यंत ही बातमी बहुतेकांना फोनवरून कळली होती. ज्यांना बातमी कळली होती ते खात्री करून घेण्यासाठी श्रीधरच्या मागे मागे मंदिरापर्यंत आले होते.

दोघे मंदिराच्या गाभाऱ्यात आले. तेथील पुजारी आणि इतर भाविकांच्या नजरा दोघांवर रोखल्या गेल्या. दोघांनी मंदिराच्या घंटेवर हात ठेऊन घंटा वाजविली. घंटा किणकिणली. दोघांनाही याआधीचा भगवान शंकरजींच्या मंदिरातला क्षण स्मरून गेला. पुढे येऊन हात जोडून नतमस्तक होत उभयतांनी देवाला मनोभावे नमस्कार केला. उठणाऱ्या वावटळीत स्वत:ला सावरण्यासाठी हिंमत मागितली. भावी जीवनाच्या जिद्दी वाटचालीसाठी भगवंताकडे आशीर्वाद मागितले. रंगवलेल्या सुखी स्वप्नांचे सगळे धागे भगवंताकडे सोपवून पुन्हा एकदा भगवंताला नमस्कार केला. उर्मिलाने मनातल्या मनात वाहेगुरूचे स्मरण करून आशीर्वादांची याचना केली, पेढ्यांचा प्रसाद ठेवला.

पुजाऱ्याच्या हातावर पेढ्यांचा प्रसाद ठेवताच त्याने दोघांकडे बघितले. उर्मिलाच्या गळ्यात मंगळसूत्र दिसत होते. आणि सोबत श्रीधर होता. उर्मिलाकडे बघत त्याने विचारले,

"डॉक्टरसाहेब, पेढे कसले वाटताहेत... आणि ह्या पाहुण्याबाई कोण?"

पुजाऱ्याच्या प्रश्नाने उर्मिला थोडी बावरली. श्रीधरने मात्र धीटपणे सांगितले,

"या तुमच्या सूनबाई!"

उत्तर देऊन श्रीधर वळणार तोच पुढचा प्रश्न

"वा...वा... डॉक्टरसाहेब, आम्हाला न कळविताच सूनबाईंना घेऊन आलेत होय?"

त्यांच्यात चाललेला संवाद ऐकून मंदिरातील इतर सगळे आश्चर्याने दोघांकडे बघत होते. उर्मिलाला या नजरा नकोशा झाल्या. ती श्रीधरला मंदिरातून लवकर बाहेर पडण्यास खुणावत होती.

"आम्हालाही लग्नाला बोलवायचं ना!"

"जोडा छान आहे हो..."

"मुलगी डॉक्टर असेल."

"सोबत कुणी दिसत नाही. लव्ह मॅरेज केले की काय?"

"श्रीधर लग्न लावून सरळ इकडेच आला होय?"

मंदिरात कुजबूज झाली. या कुजबुजीकडे दुर्लक्ष करीत दोघे मंदिराच्या बाहेर आले. गाडीत येऊन बसले. श्रीधरने उर्मिलाला त्याच्या शेजारी पुढच्या सीटवर बसविले.

उर्मिलाला आतून भीती वाटत होती. "आता कुठे जाणार?"

तिने श्रीधरला प्रश्न केला. तिला धीर देत श्रीधरने सांगितले,

"उर्मिला, घाबरू नकोस. आपण आता घरी जाणार आहोत. घरी आपले स्वागत होणार नाही. आपल्याला बघून बाबा चिडतील. घरात संघर्ष होईल. आपल्याला हे पूर्णपणे माहीत आहे. कधी ना कधी हे असे होणारच आहे. त्यापेक्षा जे होईल ते पेलण्याची आपण आजच तयारी ठेवू. आजच हा संघर्ष पेलला तर पुढे लवकरच सगळे काही हळूहळू पूर्वपदावर येईल. तेव्हा खूप धीट होऊन परिस्थितीला सामोरे जायचे आहे. कधीतरी या वावटळीचा सामना करायचाच आहे. सोशिक बनून सगळे सहन करू. ही आपली सत्त्वपरीक्षा समज. जीवनात सगळ्याच गोष्टी मनासारख्या होत नसतात. खूपदा तडजोड करावी लागते. आपल्या रूढीपरंपरेची पाळंमुळं खोलवर रुतलेली आहेत. ती सहजासहजी उखडली जाणार नाहीत. या सगळ्या रूढीपरंपरा समाज संस्कृतीच्या नावाखाली जोपासत आहे. आपण परंपरेच्या शृंखला तोडून, दोन भिन्न धर्म हातात हात घालून प्रवाहाच्या विरोधाच्या प्रवासाला निघालो आहोत. प्रवाहाच्या विरोधात चालताना त्रास होणारच. हे सगळं आपल्याला सोसायचं आहे. एकमेकांसाठी काळ बदलला की मते बदलतात. माणसे बदलतात. समाज बदलतो. परिवर्तन होते. आत्तापर्यंत जातीपातीच्या अमानवी बेड्यांनी समाज जखडलेला होता.

जातीच्या नावाखाली कितीतरी निरपराध माणसांना पशूंसारखे वागविले गेले. हळूहळू जातिभेदाचे पाश सैल झाले. दरी कमी झाली. कुणी कोणत्या जातीधर्मात जन्म घ्यायचा हे कुणाच्या हातात नसते परंतु माणसाच्या जातीत जन्माला आल्यानंतर माणूसधर्म निभवावा लागतो हे उशिरा का होईना मानवजातीला कळले आहे. त्यामुळे समाजपरिवर्तन होत आहे. हा जातीभेद-धर्मभेद कमी झाला तरच मानवजातीचे कल्याण आहे. नाहीतर माणसा-माणसातील पशू जागा होऊन धर्माच्या नावाने लढाया करतील. माणसातील माणूस संपवून टाकतील. उर्मिला, तू एकटी नाहीस, मी एकटा नाही. आपण दोघे आहोत. कोणतेही टेन्शन न घेता आपण घरी जाऊ. सगळे सहन करू.''

बोलता बोलता गाडी घरापुढे येऊन थांबली. श्रीधर उर्मिलाला घेऊन घरी यायच्या आधीच ही बातमी फोनवरून शहरात वाऱ्यासारखी पसरली होती. श्रीधरची गाडी दारात थांबली तशी प्रत्येक घराच्या दारातून, खिडकीतून त्यांना बघत होते. काही गल्लीत उभे राहून त्यांच्याकडे बघत होते. घरातील इतरांनाही हाका मारून बोलवून घेऊन दाखवत होते. आपआपसात कुजबुजत होते.

''अरे... ती बघ ना... ती बघ.''

''दिसायला सुंदर आहे हं. पण श्रीधरला काही लाज?''

''श्रीधर असे करील असे कधीच वाटले नव्हते ना...''

''हो ना... आत्ताच्या मुलांचा काही भरोसा नाही. सोळंकीबाईंनी किती अडचणी काढून पोरांना शिकविले हो..''

''हो ना... कोणत्या जातीची आहे हो...?''

''दुसऱ्याच धर्माची आहे म्हणे. याला करायचेच होते तर जातीची मुलगी बघायची ना याने.''

''अशीच मुलांना शोक संगत लागते बघा... एकमेकांचे बघून दुसरी मुलेही असे करतील...''

''सोळंकीबाईंना केवढा अपमान वाटत असेल ना...''

''मुलांपुढे काय करतील बिचाऱ्या... त्या तर खूप चांगल्या आहेत.''

''सोळंकीबाईंना केवढे कौतुक होते श्रीधरचे ना... हा असा निघाला...''

''सोळंकीकाका यांना घरात घेतील का हो...''

''ए...ए...बघ ना... ती बघ... गाडीतून खाली उतरली... कशी दिसते बघ ना...''

''चांगली उंचीपुरी आहे हो.''

"चांगली धीट पण वाटते. बघा ना... थोडीसुद्धा घाबरत नाही..."

"त्याशिवाय का असे लग्न केले तिने..."

"तिची सुद्धा कमालच ना हो..."

"नाही तर काय..."

दोघे उंबरठा ओलांडून घरात येईपर्यंत, बायका पुढे काय होते याचा तर्कवितर्क करीत उभ्या होत्या. आपआपसात कुजबुजत होत्या. ते दोघे घरात जाऊन दिसेनासे होताच बायका घोळक्याने एकमेकींच्या घरात जमा होऊन चर्चा करू लागल्या. माणसेही बातमीची खात्री पटल्याने आपआपसात उत्साहानेच चर्चा करीत होती. गल्लीत वेगळेच थरारक वातावरण तयार झाले.

श्रीधर रजिस्टर्ड लग्न करून उर्मिलाला घरी घेऊन येत आहे याची श्रीकांतला माहिती होती. साक्षीदार म्हणून त्याने सह्या केलेल्या होत्या. तशी त्याने आई आणि दीपालीला कल्पना दिलेली होती.

आईला कळल्यापासून ती अतिशय चिंतेत होती. श्रीधर तिला बरोबर घेऊन घरी आल्यावर बाबांना कसे आवरावे? की श्रीधरला समजवावे? येणाऱ्या प्रसंगाचा सामना कसा करावा... या विचाराने ती त्रस्त झाली.

श्रीधरची गाडी दारात येऊन थांबली तशी आईच्या उरात धडकी भरली. दारात गाडी बघताच घरातून दुसरीकडे निघून जावे असेही विचार तिच्या मनात येऊन गेले. ती घरात नसली तर वातावरण अधिक तापेल आणि गल्लीत प्रदर्शन होईल म्हणून तिने मनातला विचार झटकला. उतरल्या चेहऱ्याने आतल्या रूममध्ये निघून गेली.

बाबांना या सगळ्या घटना माहीत नसल्याने ते बैठकीत निवांत बसले होते. रोजच्या वेळेपेक्षा आज श्रीधर लवकर घरी परतला म्हणून त्यांनी बसल्या बसल्या खिडकीतून पाहिले. गाडीतून श्रीधर उतरला, त्यापाठोपाठ उर्मिला उतरली. उर्मिलेला बघताच बाबांना शंका आली. ते बसल्या जागेवरून दोघांकडे बघतच राहिले.

श्रीधरने उर्मिलाला सोबत घेऊन दारातून आईला हाक मारली. त्याच्याकडे कानाडोळा करीत आई आतमध्ये बसून राहिली. बाबांनी त्यांच्याकडे बघितले. त्यांना शंका आली. ते काही बोलायच्या आत श्रीधर उर्मिलाला घेऊन घरात आला. त्याने बाबांना उर्मिलाची ओळख करून दिली.

"बाबा, ही उर्मिला, मी रजिस्टर्ड मॅरेज करून, हिला तुमची सून म्हणून घेऊन आलो."

बाबा उखडलेच. जागच्या जागी उभे राहून बडबडू लागले.

"काही लाज... कुणाला विचारून घरात आलास... हे घर माझे आहे... मी सांगेन तसेच या घरात होईल. जे माझ्या आज्ञेबाहेर वागतील त्यांनी माझ्या घरात थांबू नये. चल... चालता हो..."

बाबा रागारागाने हातवारे करीत बोलत होते. बाबांकडे दुर्लक्ष करीत श्रीधरने उर्मिलाला त्याच्या रूममध्ये आणले.

बाबा संतापाने बडबडत होते. आईला दूषणे देत होते. श्रीकांतदादा आणि दीपालीवहिनी निमूटपणे सारे काही तटस्थपणे ऐकत होते.

हातातली बॅग रूममध्ये ठेवून आई कुठे दिसत नाही म्हणून घरात सगळीकडे फिरून आला. आतल्या रूममध्ये आई दिसताच त्याने उर्मिलाला बरोबर घेतले. आईजवळ जाऊन उभा राहिला.

श्रीधरने अक्षम्य चूक केली असा आईचा समज होता. तिची मानहानी झाली असे तिला वाटत होते. श्रीधरचा राग येत होता. लोकलज्जेस्तव आकांडतांडव न करता ती गप्प होती.

"आई!" श्रीधरने हाक मारली.

"आई, प्लीज माझ्याकडे बघ ना..." त्याने आईचे दोन्ही हात धरून विनंती केली. त्याच्या हातातून हात सोडविण्याचा आईने प्रयत्न केला.

"आई, आशीर्वाद तरी दे..." म्हणत आईच्या पायांवर जबरदस्ती डोके ठेवून नमस्कार केला. उर्मिलाही नमस्कारासाठी वाकली. आईने तिला हातानेच विरोध केला. तरीही उर्मिलाने वाकून जमेल तसा नमस्कार केला.

दीपालीवहिनी किचनमध्ये मुद्दाम भांडी आवरत होत्या. श्रीधर उर्मिलेला घेऊन किचनमध्ये आला. त्यांच्या पाठोपाठ श्रीकांतदादाही आला.

"वहिनी," श्रीधरने दीपालीला हाक मारली.

हातातली भांडी घाईघाईने सोडून त्या किचनओट्यापासून लांब झाल्या.

"ही उर्मिला... तुमची दिराणी... उर्मिला, ह्या दीपाली वहिनी..."

श्रीधरने दोघांची ओळख करून दिली.

"चॉइस चांगला आहे हं भाऊजी..." वहिनींनी हासत पण दबक्या आवाजात अभिप्राय दिला. उर्मिलाने वहिनींना वाकून नमस्कार केला.

"उर्मिला, हा श्रीकांत दादा..."

उर्मिला नमस्कारासाठी वाकणार तोच श्रीकांतने तिला विरोध केला. हसून त्याने तिला शुभेच्छा दिल्या.

बाबा एकटेच आकांडतांडव करीत होते. संताप करीत त्यांनी स्वत:ला रूममध्ये कोंडून घेतले.

थोडा वेळ शांततेत गेला. कुणी कुणाशी बोलले नाही. बाबांच्या क्रोधिष्ट बडबडीने घरात शांतता पसरली होती. घरात काहीच हालचाल होत नाही असे पाहून श्रीकांतने हळू आवाजात दीपालीला चहा करण्यास सांगितले.

दिपालीला सासू सासऱ्यांची भीती वाटली. तिने मनाशी विचार केला, 'यांना चहा करून दिला तर आई बाबांना आवडेल का? यांचाही पाठिंबा होता असे म्हणून माझाही राग करतील.'

"वहिनी, चहा जरा गोड करा बर का..." श्रीधरने मुद्दाम सांगितले. श्रीधर आणि श्रीकांतची आज्ञा मोडून त्यांचा रोष ओढवून घ्यायचा नव्हता. तिने चहा ठेवला. उर्मिला तिला मदत करू लागली. "तू आत्ताच आली आहेस. जरा बस" म्हणून तिची मदत नाकारली. वहिनींनी चहा करून सगळ्यांना दिला. बाबांनी चहा नाकारला. चहा द्यायला गेलेल्या दीपाली वहिनींवर ते आज विनाकारण ओरडले. त्यामुळे घरातले वातावरण अधिक तंग झाले.

चहाची देवाण घेवाण करताना उर्मिला दीपालीशी बोलत होती. उर्मिलाला मराठी बोलण्याचा फारसा सराव नसल्याने ती मराठी बोलताना थोडी अडखळत होती. एकतर साडीचा सराव नसल्याने ती पायात सारखी अडखळत होती. साडीचे ओझे वाटत असताना आता भाषेची मोडतोड करीत बोलताना तिला ओशाळल्यासारखे वाटत होते. मायेची ऊब सोडून रानात भरकटलेल्या पाखरासारखी तिची स्थिती झाली. सगळे मूकपणे सहन करीत कणखर होऊन सोसायचे तिने मनाशी ठरविले होते.

❏❏

- पंधरा -

उर्मिला पळून गेल्याची बातमी क्षणार्धात वाऱ्यासारखी सर्वत्र पसरली. घरोघरी 'उर्मिला' या एकाच विषयावर खमंग चर्चा झाली. एकमेकांना फोन करून खात्री करून घेण्यात आली. प्रत्येक जण या विषयावर बोलत होता.

उर्मिला पळून गेल्याचे समजताच सगळ्यांच्या काळजाचा ठोका चुकला. पोरीच्या अविचाराने सगळे घर मलूल झाले. रितेशजींना योग्य उपचारांनंतर कॉलेजच्या कर्मचाऱ्यांनी घरी आणून सोडले. घरी येताच रितेशजींना अश्रू अनावर झाले. नीताताई तर हतबल झाल्या होत्या. रितेशजींच्या बिघडलेल्या तब्येतीमुळे त्यांना संतापही व्यक्त करता येत नव्हता. अश्रूंना आवर घालीत, आतल्या आत राग गिळून रितेशजींच्या प्रकृतीची काळजी घेत होत्या.

आजी आजोबांना ही बातमी कळताच तेही तातडीने शिवापूरला आले. घरात पुन्हा उर्मिलावर जोरदार चर्चा होऊन संताप आणि हळहळ व्यक्त झाली.

जवळचे नातेवाईक आणि मित्रमंडळी घरी येऊन गेली. बोलण्यासारखे खूप होते, पण विषय बोलण्यासारखा नव्हता. सगळे येऊन बसत. रितेशजींच्या तब्येतीची चौकशी करीत. उर्मिलेच्या निर्णयावर हळहळ व्यक्त करून निघून जात.

ओढवलेल्या प्रसंगाने खचलेल्या श्री. व सौ. गिलाणींची समजूत कशी घालावी हे आजी आजेबांनाही समजत नव्हते. तरीही ते धीर देत राहिले.

संताप आणि चिंतेने सगळ्यांचेच चेहरे काळेठिक्कर पडले. अन्नावरची वासना उडाली. झोपेने तर पाठच फिरविली. जगण्याचे त्राणच संपल्यासारखे वाटत होते.

घरी भेटायला येणारे रितेशजींचे सांत्वन करीत. धीर देत वेगवेगळे उपाय सुचवीत. तशातच कुणीतरी पोलिसात तक्रार नोंदविण्याचे सुचविले.

उर्मिलाला तिच्या निर्णयापासून परावृत्त करण्याचा प्रयत्न गिलाणी कुटुंबीय करीत होते. एक शेवटचा प्रयत्न म्हणून रितेशजींनी पोलिसात तक्रार नोंदविण्याचा निर्णय पक्का केला. त्यासाठी श्रीधरचा पूर्ण पत्ता माहिती असणे आवश्यक होते. श्रीधरचा पत्ता कुणालाही माहीत नव्हता. पत्ता कॉलेजवर मिळेल असे कुणीतरी सुचविले. मुलीला फूस लावून पळवून नेल्याची तक्रार रितेशजींनी पोलिसांत नोंदविली.

❑❑

- सोळा -

रजिस्टर्ड मॅरेज करून इंदापूरला श्रीधरच्या घरी येऊन उर्मिलाला चार दिवस झाले. वावटळ येऊन गेली तरी तांडव शांत झाले नव्हते. घरात बाबांची धुसफुस चालूच होती. आईने असहकार पुकारला होता. घरी जवळच्या नातेवाईकांचे येणेजाणे वाढले. घरात केव्हा पहाडी आवाजात तर कधी दबक्या आवाजात संवादाच्या फैरी झडत.

प्रचंड विरोधातही लवचीक होऊन दोघेजण लव्हाळ्यासारखे तग धरून होते. श्रीधरला त्याच्या आईवडिलांच्या प्रेमावर आणि चांगुलपणावर प्रगाढ विश्वास होता. श्रद्धा होती. त्सुनामी आली तरी ती केव्हा ना केव्हा ओसरतेच. हे तर मानवी मन आहे. किती दिवस विरोध करणार? हळूहळू मावळून सर्व पूर्वपदावर येईल या आशेने दोघेही मनाची कुचंबणा शोषून रक्ताच्या आणि प्रेमाच्या नात्याला सांभाळत होते. प्रेमात रंगविलेल्या स्वप्नांकडे आत्मविश्वासाने पाहात होते. आत्मविश्वास संकटातही जगण्याचे बळ देतो.

चार दिवसांच्या ब्रेकनंतर श्रीधर हॉस्पिटलमध्ये रूजू झाला. रुग्णांच्या तपासणीसाठी सगळ्या वॉर्डमधून फिरून आला. स्टाफला योग्य त्या सर्व सूचना देऊन नवीन आलेल्या पेशंटची तपासणी करण्यासाठी केबिनमध्ये येऊन बसला. तो चार दिवसापासून हॉस्पिटलला नसल्याने आज फारशी गर्दी नव्हती. तो शांतपणे एकएक रुग्णाची तपासणी करीत होता. तेवढ्यात एक पोलीस श्रीधरला भेटायला हॉस्पिटलमध्ये आला. तो येऊन श्रीधर समोरच्या खुर्चीत बसला.

"नमस्ते डॉक्टरसाहेब."

"नमस्ते, बसा. काय प्रॉब्लेम आहे." रुग्ण समजून श्रीधरने चौकशी केली.

"प्रॉब्लेम नाही. मी पोलीस डिपार्टमेंटकडून आलो आहे. तुमच्यासाठी नोटीस आहे." असे म्हणून त्याने एक लिफाफा श्रीधरच्या हातात ठेवला.

लिफाफा हातात घेताच श्रीधरच्या मनात शंकेची पाल चुकचुकली.

त्याने लिफाफा फोडून आतली नोटीस वाचली.

"ठीक आहे. दिलेल्या तारखेनुसार आम्ही दोघेही पोलीसस्टेशनला हजर होऊ." पोलीस नोटीस देऊन गेल्यानंतर श्रीधरचे कामात फारसे लक्ष लागले नाही.

ही गोष्ट घरात सांगणे आवश्यक होते. त्याशिवाय उर्मिलाला सोबत घेऊन पोलीस स्टेशनला हजर राहणे शक्य झाले नसते. आता काय करावे... याचा तो दिवसभर विचार करीत होता. श्रीधरला समजून घेणारा घरातला एकमेव घटक श्रीकांत होता. श्रीधरने रात्री उशिरा श्रीकांतशी या विषयावर चर्चा केली आणि उर्मिलालाही सगळी कल्पना दिली.

"उर्मिला, ही नोटीस बघ." त्याने उर्मिलाच्या हातात लिफाफा दिला.

उर्मिलाने नोटीस वाचली. तिला पायातले त्राण गेल्यासारखे झाले. "पोलिसांसमोर मम्मी पप्पांचा सामना कसा करणार...?" ती गोंधळली

"श्रीधर, हे काय... आता काय करायचे?"

"तू घाबरू नकोस. तू एकटी नाहीस. आपण दोघे आहोत. आपल्या स्वप्नपूर्तीसाठी या सगळ्या कळा सोसाव्याच लागणार. प्रेमविवाह सहजासहजी यशस्वी होऊ लागले तर त्यातले थ्रिल संपून जाईल. आपण दोघे या थ्रिलचे नायक-नायिका आहोत. कायद्याच्या चौकटीत राहून आपल्याला यशस्वी व्हायचे आहे." उर्मिलाचा ताण घालविण्यासाठी त्याने तिची समजूत घातली.

"अरे, पण मम्मीपप्पांसमोर उभे राहण्यासाठी मला फार तयारी करावी लागेल."

"मनाची तयारी असेल तर आपोआप आत्मविश्वास वाढतो. स्वतःच्या निर्णयावर मनुष्य अढळ राहतो. तू धीट आहेस. तुझे म्हणणे स्पष्ट मांड. तुझे विचार, तुझा निर्णय त्यांना सांग. आपण कायद्याच्या दृष्टीने गुन्हेगार नाहीत हे शाबीत करून द्यायचे. तुला मी फूस लावून पळवून न आणता तू विचारपूर्वक निर्णय घेऊन तुझ्या निर्णयावर तू ठाम आहेस एवढे जरी स्पष्टपणे मांडले तरी पुरेसे आहे."

"पण मग घरात आईबाबांना कसे सांगणार? त्यांना विचारल्याशिवाय आपण थोडेच जाणार आहोत? त्यांना कळले तर आपल्यावर फारच आरडाओरड करतील. मला बाबांची खूप भीती वाटते रे..."

"तू त्यांच्याकडे लक्ष देऊ नकोस. फारसा विचारही करू नकोस."

"तुला काही वाटत नाही रे... तू क्लिनिकला गेलास की मला हे घर

खायला उठते. हे घर भूतबंगला वाटायला लागते. घरातल्या सगळ्या माणसांची भीती वाटायला लागते. सारखे अपराध्यासारखे वाटत राहाते. सगळे घरात असूनही एकटे एकटे वाटते. खूप मोठ्ठा गुन्हा केल्यासारखे वाटते. वेळ जाता जात नाही.''

''मला का हे समजत नाही वेडाबाई... तरीही सहन करायला पाहिजे.''

''आपली सगळी तयारी आहे रे... पण उगीच मनात आले म्हणून.''

''ठीक आहे. ऑल दि बेस्ट.'' म्हणत श्रीधरने उर्मिलाला हलकेच जवळ ओढून घेतले. त्याच्या स्पर्शानेही उर्मिलाला आधार वाटला.

श्रीधर ही गोष्ट बाबांजवळ सांगू शकत नव्हता. आईला सांगण्यासाठी तो योग्य संधीची वाट बघत होता.

सकाळी बाबा चहा घेऊन पेपर वाचीत हॉलमध्ये बसले होते. आई स्वयंपाकघरात बसलेली होती. चहासाठी श्रीधर मुद्दाम आईजवळ येऊन बसला. मुद्दाम काहीतरी बोलून आईला राजी करण्यासाठी तो बोलते करू लागला.

''ए आई.'' त्याने लाडानेच हाक मारली. त्याला कोणताच प्रतिसाद न देता आई तशीच बसून राहिली.

''ए आई.. अशी काय करतेस गं, बोल ना काहीतरी. इतका वाईट नाही गं मी.''

आई त्याच्या बोलण्याकडे दुर्लक्ष करीत होती.

''ए आई... तुझ्या दृष्टीने मी गुन्हेगार असलो तरी माझी आई आहेस तू. तू माझ्याशी अशी अबोल झालीस ना... मला कसंतरीच वाटतं आहे गं... तुझ्याशिवाय मला करमत नाही... काहीतरी बोल गं आई.. प्लीज, अशी अबोल नको होऊस माझ्याशी.'' तरीही आई गप्प होती.

''आई, नको बोलूस माझ्याशी पण मग माझे ऐक तरी... आई, तू ऐक की नको ऐकूस; पण एक गोष्ट तुला सांगतो...'' त्याने आईचा अंदाज घेत हळूहळू सांगायला सुरुवात केली.

''आई... परवाकडे पोलिस स्टेशनवरून नोटीस आली आहे. उर्मिलाच्या मम्मी पप्पांनी आमच्या दोघांच्या विरोधात तक्रार दाखल केली आहे. एक तारखेला पोलीस स्टेशनला हजर राहावे लागणार आहे.'' श्रीधरचे बोलणे पूर्ण व्हायच्या आत आई मोठ्याने फणकारत बोलली.

''जा...जा...पोलिसात जा. कोर्टात जा. घराची इज्जत वेशीला टांगा. तेवढेच करायचे बाकी राहिले. आमच्या खानदानीत आतापर्यंत कुणी पोलीसस्टेशनची

पायरी चढलेले नाही. बरे झाले. तुम्ही पोलीस स्टेशन दाखविले.क्ष्क्ष

आईच्या आवाजाने बाबाही पेपर वाचता वाचता कानोसा घेऊ लागले.

"ए आई... हळू बोल ना गं."

"हां... हां... हळूच बोलते ना...तुम्ही मात्र कसाही धिंगाणा घाला."

"ए आई... प्लीज हळू बोल गं, उगीचच बाबा संताप करतील." घरातले वातावरण तापायला नको म्हणून श्रीधर आईला विनवित होता.

"तुम्ही तुमच्या मनासारखे कसेही वागा. आम्ही पाळतो सगळी बंधनं. आता तू काय बाकी ठेवले आहेस... कशाला कुणाचा धाक पाळायचा? कशाला कुणाचा सल्ला घ्यायचा? ज्याला जे करायचे ते करा. उगीच आम्हाला विचारत बसू नका."

"ए आई... मला थोडे तरी समजून घेशील की नाही?"

"अरे, तुम्ही मोठे झालात ना आता... आईवडिलांच्या निर्णयाची आता तुम्हाला गरज वाटत नाही. जा... तुमच्या मनात येईल तसे खुश्शाल नाचा... पाहिजे ते करा..."

"तुला सांगून ठेवलेले बरे म्हणून सांगितले."

"सांगतो तरी कशाला?"

आईजवळ जास्त वेळ बसले तर उगीच विषय लांबत जाईल म्हणून श्रीधर उठला आणि आंघोळीला निघून गेला.

आई बाबा दोघेही बडबड करीत रागराग करीत होते.

उर्मिलाने लाईट लिंबू कलरची साडी नेसली. रस्त्यात फजिती नको म्हणून दीपाली वहिनींकडून ठिकठिकाणी टाचण्या लावून चापूनचोपून पॅक केली. पिवळ्या साडीवर सोनपिवळे ठसठशीत मंगळसूत्र नजरेत भरत होते. कपाळावर लालकंच टिकली नक्षत्रासारखी उठून दिसत होती. बांगड्यांची नाजूक किणकिण घरातल्या सगळ्यांना खिजवत होती. उर्मिला खूप खूप सुंदर दिसत होती. श्रीधरनेही फिकट पिवळ्या रंगाचा शर्ट घातला. दोघे घरातून बाहेर पडले. त्यांच्याकडे फारसे लक्ष न देता प्रत्येकजण आपआपले काम करीत होता.

"आई, येतो गं..." म्हणत श्रीधर उर्मिलाला घेऊन गाडीत जाऊन बसला. चार दिवसांपासून त्यांना मोकळेपणाने बोलायलाही संधी मिळाली नव्हती. आज पोलीस स्टेशनच्या निमित्ताने दोघे प्रथमच बाहेर पडले. गाडीत मोकळेपणाने बोलत होते. कुरकुर कुठेच नव्हती. तडजोड करायची दोघांची तयारी होती. चर्चेतून दोघांचा एकमेकांवरचा विश्वास दृढ होत होता. विश्वास आणि हृदयापासून

केलेले प्रेम जगण्याचे उत्तुंग बळ देते. दोघांनाही आत्मविश्वासाची देणगी मिळाली होती. त्या जोरावर ते घरातले तुफान उमटणारा प्रतिसाद समजून परतवून लावत होते.

गाडी पोलीस स्टेशनच्या आवारात येऊन थांबली. गाडीतून उर्मिलाच्या रूपातील रूपगर्विता आपल्या जोडीदारासह रुबाबात चालत ऑफिसमध्ये आली.

उर्मिलाचे मम्मी पप्पा आणि काही नातेवाईक पोलीस स्टेशनमध्ये आधीच हजर होते. उर्मिलाला मराठमोळ्या वेशात पाहून त्यांना खटकलेच. ती कितीही सुंदर दिसत असली तरी ते सौंदर्य स्वीकारणारे मन सुद्धा सुंदर असावे लागते. उर्मिलाने घेतलेल्या निर्णयामुळे तिची कोणतीच कृती त्यांना सुंदर वाटली नाही. सुंदर डोळ्यांनाच सौंदर्याचा आस्वाद घेता येतो. येथे सगळेच रोगट झाले होते.

उर्मिला आणि श्रीधरने इन्स्पेक्टर साहेबांची भेट घेतली. त्यांची बराच वेळ चर्चा चालली होती.

"नमस्ते साहेब. मी डॉ. श्रीधर सोळंकी आणि ही माझी मिसेस डॉ. सौ. उर्मिला श्रीधर सोळंकी." श्रीधरने दोघांची ओळख करून दिली.

"नमस्ते, बसा..."

दोघे खुर्चीत बसले. श्रीधरने त्याला मिळालेली नोटीस साहेबांना दाखविली.

"अच्छा... तुम्हाला येथे का बोलविले माहिती आहे का?"

"होय साहेब," म्हणत श्रीधरने कोर्टाचे मॅरेज सर्टिफिकेट, लीव्हिंग सर्टिफिकेट आणि फोटो साहेबांना दाखविले. इन्स्पेक्टर साहेबांनी श्रीधरची सर्व चौकशी केली. बराच वेळ दोघांत चर्चा झाली.

चर्चेनंतर श्रीधरला वेटिंगरूममध्ये बसायला सांगून, इन्स्पेक्टर साहेबांनी उर्मिलाला तिथेच थांबवले. तिच्या मम्मी पप्पांना बोलवून घेतले.

उर्मिलाची मम्मी उर्मिलाचा निर्णय बदलविण्यासाठी, तिचे मन वळविण्यासाठी पूर्ण तयारीनिशी आली होती.

एकाच पिंजऱ्यात वाघापुढे शेळीला उभे करावे आणि शेळीने न डगमगता वाघाचा सामना करावा असे दृश्य दिसत होते. उर्मिला न घाबरता मम्मीजवळ खुर्चीत बसली. निर्विकारपणे मम्मीकडे बघत मनातल्या मनात मम्मीपप्पांची माफी मागत होती. मम्मी तिच्याकडे बघून तिने वेडेपणात घेतलेल्या वेड्या निर्णयावर हसत होती. पप्पांनी तिच्याकडे बघणे टाळले. काही क्षण शांततेत गेले. इन्स्पेक्टर साहेबांनी उर्मिलाला बोलते केले.

"बेटा, तुझे नाव काय?"

"उर्मिला.''

"पूर्ण नाव सांग...'' साहेबांनी मुद्दाम सांगितले.

"सौ. उर्मिला श्रीधर सोळंकी.''

"अच्छा, तुला इथे का बोलविले माहीत आहे का?''

"होय.''

"तू तुझ्या लग्नाच्या बाबतीत घेतलेला निर्णय तू स्वत: पूर्ण विचारांती घेतला की, तुला कुणी जबरदस्ती केली?''

"साहेब, मी एक उच्चविद्याविभूषित मुलगी आहे. माझे लग्न हा माझ्या जीवनातील माझ्या संपूर्ण आयुष्याला वेगळे वळण देणारा एक महत्त्वपूर्ण टप्पा आहे, हे मी जाणते. माझा आनंद कशात आहे, मी केव्हा सुखी राहू शकते याचा मी विचार करू शकते. स्वत:चा निर्णय घेण्याइतकी मी सक्षम आहे. माझ्या लग्नाचा निर्णय मी स्वत: पूर्ण विचारांनी घेतला आहे. कुणी जबरदस्ती करण्याचा प्रश्न येतोच कुठे.''

"तुझ्या या निर्णयामुळे तुझे जन्मदाते तुझ्यापासून दुरावलेत याची तुला कल्पना आहे का?''

उर्मिला काहीही न बोलता गप्प बसली. दोघांचा संवाद मम्मी ऐकत होती. तिने उर्मिलाला समजवून तिचे मतपरिवर्तन करण्याचा प्रयत्न केला.

"उर्मिला, बेटा... काय केलेस तू हे... निदान आमच्या प्रतिष्ठेचा तरी विचार करायचा होतास. आपल्या सिंधी धर्मात मुले नव्हती काय...?''

"मम्मी, तुम्ही जाती-धर्माचा का एवढा बाऊ करता. आणि आपल्या मुलांच्या आनंदापेक्षा समाजाचा जास्त विचार का करता? मम्मी, श्रीधर एक हुशार डॉक्टर आहे. त्याची प्रॅक्टीसही चांगली चालते. दिसायलाही स्मार्ट आहे... त्याचे घर... घरातील माणसे सगळे काही चांगले आहे गं. मला कुठेही कसली उणीव वाटत नाही. मुख्य म्हणजे मला श्रीधर खूप खूप आवडतो. मुलीच्या आनंदापेक्षा समाज मोठा समजू नकोस. जाती-धर्माच्या नावाखाली समाजाची कूपमंडूक वृत्ती वाढत चालली आहे. धर्म कुठला का असेना... माणूसच ना तो...''

"तसं नाही गं, माहेरची उबदार घडी, रक्ताचे नातेसंबंध सोडून अनोळखी परिवारात सासरी जाताना खूप तडजोडी कराव्या लागतात. इथे तर सगळाच बदल आहे. कुठेकुठे तडजोड करशील? दमछाक होईल तुझी.''

"मम्मी... जीवनात प्रत्येकाला कुठे ना कुठे तडजोड करावीच लागते.

सगळे मनासारखे झाले असते तर दु:ख ह्या शब्दाची निर्मितीही झाली नसती. अगं... माहेरची नाती रक्ताची असली तरी सासरची नाती प्रेमाची असतात. रक्ताच्या नात्याला जपावे लागत नाही. ते आपोआप बहरत जाते. पण प्रेमाच्या नात्यात संजीवनी असते. प्रेमाच्या नात्याला आपलंसं करायला आपल्याजवळही मायेचा ओलावा असावा लागतो. प्रेमाने सारे जग जिंकता येते. मी श्रीधरसाठी सगळे सहन करेन.''

''अगं पोरी... लग्नाआधीचे उच्छृंखल प्रेम आणि लग्नानंतर अनेक जबाबदाऱ्यांनी झुकलेले प्रेम यात फार तफावत असते.''

''मम्मी, प्रेम ही जगण्याची आशा आहे. अंतरात्म्याने जिवापाड केलेल्या प्रेमाचे नाते जोपासण्यात, त्या नात्याला प्रेमाने फुलविण्यात, तृप्त झालेल्या मनाला प्राप्त होणारा आनंद स्वत: अनुभवल्याशिवाय नाही कळत गं. आपल्यावर आपला विश्वास असेल तर अनेक मार्ग सुकर होतात. आमचा परस्परांवर विश्वास आहे. श्रीधर प्रेमात अशी तफावत कधीच करणार नाही.''

''त्याचे ठीक आहे. त्याच्या परिवारातील बाकीच्यांचे काय? तुला या वाटेवरून चालताना प्रत्येक पावलावर काटे टोचतील... अडखळशील, ठेचाळशील, रक्तबंबाळ होशील...पडशील. कुणाकडे याचना करशील? चिंता वाटते गं.''

''तू असा टोकाचा नकारात्मक विचार का करतेस मम्मी?... जगातील सगळीच माणसे वाईट नाहीत. चांगली माणसेसुद्धा अजून जगात आहेत हे तू लक्षात का घेत नाहीस...? तू असे नकारात्मक विचार डोक्यात भरून घेऊन स्वत:ला त्रास करून घेते आहेस. आपण जशी दृष्टी ठेवली तसे जग दिसते. तू जरा चांगल्या बाजूने विचार करून बघ ना... आणि तू म्हणतेस तसे वाईट घडणार असेल तरी नियतीने ठरवून दिलेली स्वत:ची वाट स्वत:च चालावी लागते. चालताना ठेच लागली तरी उठून स्वत:च सावरायचे असते. आपली वाट सोडून दुसऱ्याच्या वाटेवरून चालता येत नाही. माझ्या वाटेने मी जाणार आहे. काटे असले तरी बाजूला सारून कडेच्या हिरवळीतला आनंद शोधत त्याच वाटेवरून चालणार आहे. माझा निर्णय पक्का आहे.''

''तुझा निर्णय ठाम असला तरी तू आमचा विचार केलास का? समाज आम्हाला पावलोपावली अपमानित करेल.''

''मम्मी, तू समाजाचे काय घेऊन बसलीस... समाज खूप शिकला असेल. अनेक क्षेत्रात गगनभरारी घेतली असेल; पण जगायचे कसे आणि जगवायचे कसे हेच तर या समाजाला कळले नसेल तर त्या ज्ञानाचा, तंत्रज्ञानाचा...

त्या प्रगतीचा काय उपयोग आहे? समाजात अशा घटना घडणारच आहेत. त्याच्या परिणामाचा किती त्रास करून घ्यायचा हे स्वत:च्या मनावर असते. हा सगळा मनाचा खेळ आहे. समाज बदलावा, परिस्थिती बदलावी, असे वाटत असेल तर आधी स्वत:ला बदलावे लागते. या धावपळीच्या जीवनात लोकांना स्वत:साठी वेळ नाही. दुसऱ्यांकडे लक्ष द्यायला कुणाला वेळ आहे... मम्मी, हळूहळू सगळे शांत होईल. तू स्वत:ला सावर. मी खूप खूश आहे. स्वत:ला बदलण्याशिवाय दुसरा पर्याय नसतो. स्वत:ला बदलण्यातच सुख आणि आनंद आहे.''

उर्मिलाचे बोलणे ऐकूण मम्मीचे डोळे डबडबले. ''स्वत:ला सावरणे इतके का सोपे असते? मनाला फार वेदना होतात... तुझ्या चिंतेने माझी चिता झाली आहे आणि तू मला बदलायला सांगते आहेस. बोलणे सोपे असते पोरी. निभावून नेणे फार फार अवघड असते.'' मम्मी स्वत:शी बोलत रुमालाने अश्रू टिपत होती. उर्मिला नाउमेद न होता तिच्या निश्चयावर ठाम होती.

''मम्मी, मी आनंदात आहे. सावर स्वत:ला. माझ्या आनंदासाठी माहेरचे सुंदर उबदार जग सोडून मी स्वत:च घराबाहेर पाऊल टाकले आहे.''

उर्मिलाच्या बोलण्याने पप्पांचा संताप होता होता. इन्स्पेक्टरसाहेबांपुढे ते सगळे आतल्या आत गिळत होते. उर्मिलाच्या आत्मविश्वासपूर्ण बोलण्याने इन्स्पेक्टरसाहेब भारावून गेले. तरीही उर्मिलाचा आत्मविश्वास डळमळीत करण्यासाठी त्यांनी एक तिरका प्रश्न टाकला.

''उर्मिला, खूप श्रीमंत पार्टी असलेले एक छानपैकी स्थळ आहे...''

''क्षमा करा साहेब. पुन्हा असे काही सुचवू नका. खऱ्या प्रेमाची किंमत पैशात कधीच होत नसते. आमचे एकेमकांवर खरे प्रेम आहे. एकमेकांशिवाय आम्ही क्षणभरही राहू शकत नाहीत. आमचे प्रेम लग्नबेडीत अडकले आहे. आमच्या शेवटच्या श्वासापर्यंत आम्ही दोघे एकमेकांसोबत आनंदात राहू. आमच्या निर्णयावर आम्ही अढळ आहोत. आता आमच्यावर कोणताच परिणाम होऊ शकत नाही. श्रीधर माझा आहे. मी त्याच्या परिवारातील एक सदस्य आहे. कृपया पुन्हा असे काही सुचवू नका!'' काहीही केले तरी उर्मिलाच्या निर्णयात बदल होणार नव्हता. ती वयाने सज्ञान होती. जन्म दाखला आणि कोर्टाचे मॅरेज सर्टिफिकेट तिच्याजवळ होते. तिच्या निर्णयापासून तिला कुणीही परावृत्त करू शकत नव्हते. मम्मी पप्पांचा शेवटचा प्रयत्नसुद्धा अयशस्वी झाला. तिचे मनपरिवर्तन करण्यासाठी नीताताई तिच्याशी समजुतीने बोलत होत्या. उर्मिलाचा ठाम निर्णय

ऐकून त्यांची चिंता वाढली. पोटच्या पोरीचा खूप राग आला. चांगली फटकारून काढावी असे मनापासून वाटत होते. आतल्या आत संताप होत होता. चिंता आणि चीड यांचे अश्रू डोळ्यातून टपटप ओघळत होते. रितेशजींना तर काही सुचेनासे झाले. त्यांच्या डोळ्यांसमोर मुलगी आली तशी निघूनही गेली. ते काहीही करू शकले नाहीत. विचारांनी डोके सुन्न झाले. उठून घरी जाण्याइतकेही त्राण पायात उरले नाहीत. रिकाम्या हातांनी घरी परतायची इच्छाही होत नव्हती. शरीराच्या संवेदना बोथट झाल्या. चिंता, जागरण यांचा शरीरावर पडलेल्या ताणाच्या खाणाखुणा चेहऱ्यावर उमटल्या होत्या. डोळे शुष्क होऊन निस्तेज झाले. चेहऱ्यावरचे तेज जाऊन काळपटपणा आला. जगण्याची आशा संपल्यासारखे वाटत होते. समाजात वावरताना आलेल्या अपराधी भावनेमुळे जीवन नकोसे झाले. ज्यांच्या भल्यासाठी आयुष्यभर खस्ता खाल्ल्या त्यांनीच दगा दिला तर तक्रार करायची तरी कुणाकडे...? इतका मोठा अपमान आणि अपयशाचे लेबल चिटकवून जगण्यापेक्षा हे जीवन संपवून टाकावे असेही विचार पुन्हा पुन्हा उसळी मारून वर येत.

श्री व सौ. गिलाणींच्या तनामनात विचारांच्या वादळाचे तीव्र आक्रंदन चालले होते. रितेशजी बसल्या जागी मान पाठीमागे भिंतीला टेकवून रक्ताच्या नात्याच्या जिव्हाळ्याची मोडतोड करीत घोंगावणाऱ्या वादळाचा सामना करीत निश्चल होऊन बसले. तर नीताताई दोन्ही डोळ्यातून ओघळणारे अश्रू रूमालाने टिपत मनातल्या आक्रंदनाला डोळ्यातून वाट करून देत होत्या. मनातल्या मनात चरफडत होत्या. माझ्या भावनांना पायदळी तुडवून त्या भिकार मुलाबरोबर जाऊ देण्यापेक्षा दोरखंडाने बांधून गाडीत टाकून तिला जबरदस्तीने घरी फरफटत नेऊन संपवून टाकावे इतके अविचार नीताताईंच्या मनात येत होते. त्या हतबल होऊन आतल्या आत क्रोध करीत आक्रंदत राहिल्या.

रक्ताच्या नात्यात तटातटा तुटणारे बंध असह्य यातना देत होते. या यातना हताशपणे झेलणारे आईबाप आणि रक्ताच्या नात्याचे नाजूक पाश हिसका देऊन तोडून जाणारी कन्या. हृदय हेलावून टाकणारा हा प्रसंग निमूटपणे पाहण्यापलीकडे इन्स्पेक्टरसाहेब काय करू शकणार होते?

''मम्मी पप्पा, प्लीज मला माफ करा... माझी आठवण आली तर फोन करा. तुमच्याविषयी माझ्या मनात आदर आहे. येते मी. जमले तर आशीर्वाद द्या'' म्हणत उर्मिला मम्मीच्या पायांवर झुकणार तेवढ्यात मम्मीने रागाने जोराचा हिसका देऊन तिला दूर सारले. उर्मिलाने जन्मदात्याकडे पाहिले. मनातल्या

मनात पुन्हा एकदा त्यांची माफी मागून आशीर्वादाची याचना केली, आणि ती श्रीधरकडे वेटिंगरूममध्ये निघू गेली.

इन्स्पेक्टरसाहेबांच्या परवानगीने दोघांनी पोलीसस्टेशन सोडले.

श्री व सौ. गिलाणी प्रेमपाशाच्या तटातटा तुटणाऱ्या वेदनांनी घायाळ झाले. दु:खाने मलूल झाले. क्रोधाने तप्त झाले. हृदयाला पीळ पाडणाऱ्या सगळ्या मनोविकारांची सरमिसळ झाली. वातावरण हलके करण्यासाठी इन्स्पेक्टर साहेबांनी शिपायाला पाणी आणून द्यायला सांगितले. शिपायाने सगळ्यांना पाणी दिले. थोडा वेळ शांततेत गेला.

रितेशजी केव्हापासून गप्प होते. मुलीच्या जाणाऱ्या पाठमोऱ्या आकृतीकडे पाहून पुटपुटले. "बघितले... किती कठोरपणे निघून गेली ती... केवढा हा फाजिल आत्मविश्वास..."

"गिलाणी शेठ.. शिक्षणाने मुलींना आत्मविश्वास दिला...त्यांच्या ज्ञानकक्षा विस्तृत झाल्या. त्यांच्यात निर्णयक्षमता आली..." इन्स्पेक्टर साहेबांनी सांगितले.

"हा कसला आत्मविश्वास अन निर्णयक्षमता? मूर्खपणाच्या इच्छेचे फळ आहे. दुसरे काय...?"

"गिलाणी साहेब... थोडे शांत व्हा. असा द्वेष ठेवून बोलू नका."

"मूर्ख नाहीतर काय... ती माणसे कशी आहेत? तो मुलगा कसा आहे? काही विचार न करता मोकळी झाली."

"असा नकारार्थी विचार का करता तुम्ही शेठ? त्या मुलामध्ये काहीतरी चांगुलपणा असल्याशिवाय उर्मिला एवढा ठाम निर्णय थोडीच घेणार आहे? एखाद्या व्यक्तीची किंवा वस्तूची परीक्षा घेतल्याशिवाय विश्वास ठेवणे जसे वाईट तसेच अनोळखी व्यक्ती किंवा वस्तूवर संशय घेणे दोन्ही वाईटच. दोहोंमुळे फार त्रास सहन करावा लागतो."

"इन्स्पेक्टरसाहेब, आमच्या खानदानात असे कधी घडले नाही. हिच्यामुळे आज आम्हाला किती अपराध्याचे जिणे वाट्याला आले आहे. लोकांना तोंड दाखवायची सोय राहिली नाही. सूर्याला ग्रहण लागावे आणि सर्वत्र गलबला माजावा असे आमचे झाले आहे."

"अहो शेठजी... समाज आहे ... चालणारच आहे, समाजात घडणाऱ्या घटनांचे पडसाद माणसाच्या अंतरंगात उमटतीलच ना .... समुद्रात थोडेच उमटणार आहेत?....समाजात अशा कितीतरी घटना घडत असतात. सुरुवातीला वावटळ उठते. थोडे दिवस लोक लक्षात ठेवतात. दुसरी घटना घडली की

आधीची घटना कालांतराने आपोआप विसरतात. विस्मरण त्यासाठीच तर दिले आहे ना देवाने.. आणि मी म्हणतो. लोकांच्या कोल्हेकुईला घाबरून जीव नकोसा का करून घ्यायचा?''

''साहेब...ज्याचे जळते त्यालाच कळते बघा... लोक आम्हाला बघून हसतात किंवा कुजबुजतात. तेव्हा ज्या वेदना सोसाव्या लागतात. त्या तुम्हाला कशा कळणार?'' इतक्या वेळ शांत बसलेल्या नीताताई बोलल्या.

''ताई, तुमचे दुःख मी समजू शकतो. तुम्हाला होणाऱ्या त्रासाचीही कल्पना करू शकतो. परंतु आता घडणारी घटना घडून गेली आहे. मनासारख्या घडणाऱ्या घटना आपण आनंदाने स्वीकारतो तसेच मुलाबाळांच्या बाबतीत घडणाऱ्या घटनाही मोठ्या मनाने स्वीकारायच्या. त्यातच चांगुलपणा आणि मोठेपणा आहे.''

''हे आमच्याच घरात असे घडेल म्हणून कधी स्वप्नातही वाटले नव्हते जीवनात अजून काय काय पाहायचे लिहून ठेवले आहे देव जाणे '' नीताताई उद्विग्न होत बोलल्या.

''ताई, अशा निराश होऊ नका. रागाने दुःख आणि मनस्ताप या शिवाय काहीही मिळत नाही. दैवाच्या मनात असलेले विधिलिखित थोडेच बदलणार आहे. ... आपण कितीही नको म्हटले तरी दैवाला आपल्या पदरात जे टाकायचे आहे ते तो टाकणारच आहे ''

इन्स्पेक्टरसाहेब त्यांच्या पद्धतीने शक्य होईल तसे दोघांची समजूत काढत होते. त्यांचे दुःख हलके करण्याचा प्रयत्न करीत होते.

''पोरीच्या प्रेमविवाहाला माझा नकार नव्हता हो .... हल्ली सरसकट प्रेमविवाह होतात. मीही तिच्या मनासारखे सगळे करून दिले असते. परंतु तिने आपल्या जातीधर्माचा विचार करायला नको का...?

''गिलाणीसाहेब, जाती... धर्म... या सगळ्या माणसांनीच माणसांमध्ये उभ्या केलेल्या अदृश्य भिंती आहेत. संपूर्ण पृथ्वी अखंड गोल आहे. तरीसुद्धा या पृथ्वीचे आपण किती खंडात तुकडे तुकडे करून ठेवले आहेत, नाही का ? .... मग पृथ्वीवरील सचेतन माणूस एकाच ठिकाणी कसा राहील? तो स्थलांतर करणारच ना ... या स्थलांतरातून माणसांची सरमिसळ झाली. ही सरमिसळ होताना तो धर्माच्या, प्रांताच्या या भिंती स्वतःबरोबर ओझं घेऊन फिरू लागला. धर्माचे ओझे एवढ्यासाठीच की भाषा, पेहराव, सण-उत्सव-सोहळे, संस्कृती चालीरीती, परंपरा, आहार-विहार यांत स्थलपरत्वे होणारे बदल. जगात जेव्हा

निरक्षरतेचे प्रमाण जास्त होते तेव्हा धर्माच्या भिंती वैवाहिक संबंध जोडण्यास मोठा अडसर बनून राहात. आज परिस्थिती खूप बदलली आहे. साक्षरतेचे प्रमाण वाढले. स्त्री शिक्षणाला आणि स्त्री शक्तीला प्राधान्य मिळाले. त्या स्वयंसिद्धा झाल्या. ज्ञानातून योग्य निर्णयक्षमता वाढली. समायोजन क्षमता वाढली. खंबीर नेतृत्वगुण त्यांनी विकसित केले. त्यामुळे आजच्या मुलींना प्रत्येक प्रातांच्या, प्रत्येक धर्माच्या चालीरीती माहिती असतात. मुलींच्या मनाची तयारी असेल तर समायोजन साधून त्या आनंदाने राहू शकतात. भाषेचे म्हणाल तर साक्षरतेने सगळे काही अवगत करून घेता येते. या माहिती तंत्रज्ञानाच्या महाजालात काहीही अशक्य राहिले नाही. म्हणून धर्माच्या या अदृश्य भिंती हळूहळू विरघळायला हव्यात. धर्म बदलला म्हणून मानवजात थोडीच बदलते?... भाषा अवगत झाली की संवाद कळतोच, तसे धर्म समजला की सगळ्या चालीरीती समजतात.

"ज्या तरुण मनांना त्यांचे जीवन एकमेकांच्या पसंतीने आनंदाने घालवायचे आहे, त्यांच्या मनाची पूर्ण स्वखुशीने तयारी असेल तर मग आपल्या पिढीने त्यांना विरोध का करावा? बदलत्या काळापासून मनेही बदलायला हवीत. आपल्या मुलांच्या ज्ञानकक्षा विस्तृत व्हाव्यात म्हणून आपण त्यांच्या बालपणापासून सगळी आधुनिक साधने पुरवत असतो. त्यातून त्यांच्या ज्ञानात, आचार-विचारात आदानप्रदान होऊन ते प्रगल्भ होतात. जीवनाकडे बघण्याचा त्यांचा दृष्टिकोन बदलतो. ते विकासात्मक परिपक्व दृष्टिकोन घेऊन वाढतात. त्यांच्या स्वयंवराची वेळ येते तेव्हा आपण मुलांना आपल्या पिढीत मागे खेचून आणतो. आपल्या जुन्या मतप्रवाहात आणण्याचा प्रयत्न करतो. मुलांचा किंवा त्यांच्या वयोगटातल्या पिढीचा विचार करायला आपल्या मनाची तयारी नसते. त्यातून कौटुंबिक पातळीवर वैचारिक संघर्षाच्या ठिणग्या पडायला लागतात. अहो... मुले आहेत ती. आपलीच आहेत... त्यांना जाऊ द्या त्यांच्या मार्गाने... धडपडले तर उठून उभे राहण्याची ताकद आहे त्यांच्यात. आपण त्यांचे फक्त काळजीवाहक आहोत... त्यांचे जीवन त्यांनाच घडवायचे आहे... काठी बनून आपण त्यांना किती दिवस टेकू द्यायचा? येणारी प्रत्येक पिढी मागच्या पिढीपेक्षा प्रत्येक बाबतीत एक पाऊल पुढेच असते. आपले म्हणणे त्यांच्यावर जसेच्या तसे न लादता त्यांचेही विचार ऐकून घ्यावेत. त्यांच्या आचार- विचारात काही धोके वाटले तर त्यांना तशा सूचना देऊन चूक त्यांच्या लक्षात आणून द्यावी. त्यांना मार्गदर्शन करावे. दोन्ही पिढ्या एक विचाराने हातात हात धरून चालू लागल्या तर शांततेने आणि आनंदाने घरादाराचा विकास होईल.

"समाजाचे म्हणाल तर प्रत्येकाने आधी स्वतःला बदलले पाहिजे. माणूस म्हणजे समाज असतो. माणसाने आधी स्वतःला बदलले पाहिजे. परस्परांवर प्रेम करणाऱ्या मनातील प्रेम जसजसे जगाला कळते तसतसे त्यांच्यातील प्रेमभाव अधिकच वाढत जातो. म्हणून मला वाटते; तुम्ही उर्मिलाच्या बाबतीत अधिक द्वेष न करता तिला समजून घ्यावे. त्यांच्यातील प्रेम धर्माच्या नावाखाली किंवा वात्सल्यापोटी मारू पाहात असाल तर ते तुपाने वणवा विझवण्यासारखे आहे. तुम्ही दोघेही अनुभवी व प्रगतीशील व सुजाण नागरिक आहात. मी तुम्हाला आणखीन काय सांगांवे... तुम्ही आता आहे ते सर्व मोठ्या मनाने स्वीकारून स्वतःला शांत आणि संयमित ठेवणे आवश्यक आहे. ज्या प्रेमात कलह निर्माण होतात ते प्रेमाचे सर्वस्व असते. परंतु हा कलह फार अधिक लांबला तर अन्नात मीठ अधिक पडून ते अन्न फेकून देण्यासारखे आहे."

उन्हात पाऊस पडावा आणि ऊनपावसाचे उष्ण-थंड फवारे वातावरणाला तापण्यापासून रोखून धरावे तसे इन्स्पेक्टरसाहेबांचे बोलणे श्री व सौ गिलाणींना शांत करून क्रोधातून उत्पन्न होणाऱ्या वैरभावनेला शमवत होते.

◻◻

- सतरा -

उर्मिला आणि श्रीधर गाडीत येऊन बसले. उर्मिलाने न दिसू शकणाऱ्या मम्मी पप्पांच्या दिशेने दृष्टी टाकली. मनात विजय-पराजय, जित-चीत अशा संमिश्र भावना दाटल्या होत्या. क्षणभर डोळ्यात अश्रू तरळले-डोळ्यातले पाणी पापणीआड लपवत तिने हसण्याचा प्रयत्न करीत श्रीधरकडे पाहिले. तिच्या मनाचे पुस्तक श्रीधर वाचत होता. दोघांची दृष्टादृष्ट झाली. डोळ्यांच्या भाषेला शब्दांची गरज नसते. नजरेच्या भाषेने श्रीधरला उर्मिलेच्या मनातले तरंग समजले होते. तिच्या भावना तो समजू शकत होता. श्रीधरसाठी तिने केलेल्या एवढ्या मोठ्या त्यागाने श्रीधरला कायमस्वरूपी जिंकून घेतले. त्याला उर्मिलेविषयी अधिकच प्रेम दाटून आले. ती जवळ असली की त्याला शांत शांत वाटत असे. या क्षणाने तो विचलित झाला होता. आजपासून तिला जास्तीत जास्त सुख देण्याचा निश्चय मनाशी करताना उर्मिलेकडे पाहिले. ती गालातल्या गालात नाजूकपणे हसली. तिचे ते छोटेसे स्मित श्रीधरच्या काळजाला भिडले. त्या छोट्या हास्यात आनंद पेरण्याची केवढी मोठी क्षमता होती. त्याने उर्मिलेचा हात अलगदपणे हातात घेतला. हाताची पकड घट्ट घट्ट झाली. एकाच वस्त्राचे दोन धागे अधिकच घट्ट होऊन एकसंध व्हावे तसे दोघे स्पर्शाच्या ओलाव्याने एकमेकांच्या दृढ विश्वासात सामावले गेले.

श्रीधर आणि उर्मिलाला घरी पोहोचायला बराच उशीर झाला. सायंकाळ होऊन घरोघरी दिवे लागले होते. तुळशीवृंदावनात प्रकाशणारी तेलवात आणि उदबत्तीचा मोहक गंध प्रसन्नता घेऊन गावभर रेंगाळला होता. हवेतला गारवा अंगाला चाटून जाताना सुखावत होता. घरोघरी सायंकाळी घरात येणाऱ्या लक्ष्मीच्या आगमनाच्या स्वागतासाठी सगळ्या घरांचे उंबरठे आसुसले होते. अशाच वेळी लक्ष्मी नारायणाचा जोडा घरी परतला होता. न दिसणाऱ्या अदृश्य लक्ष्मीचे स्वागत मोठ्या उत्साहात होत होते आणि घरची लक्ष्मी नारायणासह शांतपणे विनयाचा अलंकार घेऊन उंबरठ्याच्या आत आली होती. तरीही स्वागताशिवाय सारे कसे

शांत शांत होते...

श्रीधरने लग्न केल्यापासून बाबा एकदाही त्यांच्यासमोर आले नव्हते. श्रीधर घरी यायच्या आत जेवण आटोपून घ्यावे म्हणून ते जेवायला बसले. तेवढ्यात श्रीधर उर्मिलेसह घरात आला. त्याने आल्या आल्या बाबांचा संताप व्हायला नको म्हणून स्वयपांकघरात जाणे टाळले. फ्रेश होऊन कपडे बदलले. सततच्या दगदगीने आणि तणावपूर्ण वातावरणाने श्रीधरलाही ताण येत असे. आज कोणत्या का निमित्ताने असे ना उर्मिलेसोबत बाहेर जाऊन आल्याने दगदगीचा त्रास वाटत नव्हता.

पोलीस स्टेशनला गेल्यानंतर काय घडले? याची उत्सुकता सगळ्यांना होती. तशी आईलाही होती. तिने आज अगोदर जेवण घेणे टाळले. श्रीकांत बाहेरून आला. त्याने जेवणासाठी श्रीधरला हाक मारली. सगळेजण जेवायला बरोबर बसले. उर्मिला आणि दीपाली वहिनीही बसल्या. जेवताना श्रीकांतदादाने श्रीधरला विचारलेच.

"पोलीस स्टेशनला गेला होतास ना.... मग काय झाले? "

"उर्मिलाचे मम्मी पप्पा पोलीस स्टेशनला आले होते. त्यांनी माझ्या विरोधात पोलिसांत 'फूस लावून पळवून आणल्याची' तक्रार दाखल केली होती."

"मग" ...?

"मग काय .... दोघांचे लिव्हिंग सर्टिफिकेट, राजिस्टर्ड लग्नाचे सर्टिफिकेट आणि फोटो इन्स्पेक्टर साहेबांपुढे ठेवले. उर्मिलाचे वय चोवीस वर्ष आणि माझे वय सत्तावीस वर्ष, म्हणजे स्वनिर्णय घेण्याइतके दोघे सक्षम. कायद्याच्या नियमात असल्याने कुणीही काही करू शकत नाहीत. उर्मिलानेही स्वेच्छेने लव्ह मॅरेज केल्याचे सांगितले. सगळे पुरावे असल्याने तक्रार खोटी पडली. "

"इन्स्पेक्टरसाहेब काय म्हणाले मग ...?"

"त्यांनी माझ्याविषयी सगळी चौकशी केली. हॉस्पिटलची चौकशी केली. कुटुंबाची माहिती विचारली, परंतु ती फक्त त्यांच्या माहितीसाठी बरं का..."

"अजून .... "

"अजून काही नाही. स्वखुशीने एवढा मोठा निर्णय घेतला आहे तर दोघांनी शेवटपर्यंत सुखाने संसार करा म्हणाले."

"परत बोलावले आहे का.. "?

"नाही रे .... आता काही गरज नाही म्हटले. आम्ही कायदा मोडला नाही, त्यामुळे पुन्हा बोलावयाचा प्रश्न येत नाही. बाकी तिचे मम्मी पप्पांशी काय बोलणे झाले ते मला नाही सांगता येणार हं... तेव्हा त्यांनी मला वेटिंगरूमध्ये

बसवून ठेवले होते.''

जेवणे आटोपली. श्रीधर आणि श्रीकांत गप्पा करीत बैठकीत बसले. आज दिवसभराची कामे दीपाली वहिनींनी आवरली होती. त्यामुळे त्यांच्या कामात ढिलेपणा आला होता. उर्मिलाने पुढे होऊन सगळे आवरले. दिवसभराच्या दगदगीने तिला अवघडल्यासारखे झाले होते. पण काम टळणार नव्हते. दोघींनी मिळून भांडी घासून, किचन ओटा स्वच्छ केला. किचनमधला पसारा आवरून दोघीजणी आपआपल्या रूममधे निघून गेल्या.

उर्मिला रूममधे येऊन कॉटवर लवंडली. इतक्या लवकर झोपण्याची तिला सवय नव्हती. रात्री दोन दोन वाजेपर्यंत अभ्यास करून सकाळी उशिरा उठण्याची सवय तिच्या शरीराला लागलेली होती. शिवाय या आठवड्यात झोपेचे वेळापत्रक बिघडले होते. मनाने समायोजन साधायचे ठरविलेले असले तरी तिच्या शरीराची साथ असायला हवी ना...

उर्मिला डोळे मिटून पडून राहिली. निवांत वेळी एक तर शरीराची दुखणी तरी जाणवू लागतात किंवा मनाचे दुखणे तरी डोके वरती काढते. पडल्या पडल्या उर्मिलाच्या मन:चक्षूंसमोर पोलीसस्टेशन मधले दृश्य तरळू लागले. मम्मी पप्पांना आठवताना तिला गहिवरून आले. तिच्यातला आणि मम्मीतला संवाद तिला आठवत होता. उर्मिलाला श्रीधर पाहिजे होता आणि मम्मी पप्पासुद्धा हवे होते. परंतु धर्माबद्दलचा अट्टाहास तिला आवडत नव्हता.

ती आपोआप भूतकाळाच्या आठवणीत रमली. माझे संगोपन करताना बालपणापासून मम्मी पप्पांनी कोणतीच उणीव ठेवली नाही. मला कळत नव्हते त्या वयापासून घरात लॅपटॉप होता, पप्पांनी मला जवळ बसवून लॅपटॉप हाताळायला शिकवले. इन्टरनेट रर्फिंग, सर्चिंग, चॅटिंग, डाऊनलोडिंग, सगळे पप्पांनीच शिकवले. मी कुठल्याच बाबतीत मागे राहायला नको म्हणून किती काळजी घ्यायचे. दिवसभर वेळ नसला तरी सायंकाळी जेवताना विविध विषयांवर चर्चा करीत. पप्पा मुळातच हुशार. त्यांचे सगळे तोंडपाठ आहे. त्यांच्यापुढे बोलताना पूर्ण आत्मविश्वासानेच बोलावे लागते. कोणताही विषय असला तरी पप्पा त्या विषयावर मनापासून बोलतात. विषयांच्या मुळाशी जाऊन त्यातील सगळे बारकावे सांगतात. त्यांना संगीताची तर भयंकर आवड. कोणते गाणे कुठल्या पिक्चरमधल आहे. ते कुणी गायले...? त्याचे संगीतकार कोण..? इथपसून तर त्या गाण्याचा मुखडा लगेच चालीवर म्हणून दाखवितात. पप्पा संगीतावर बोलू लागले म्हणजे तल्लीन होऊन जातात आपण फक्त ऐकत राहावे. शेकडो गाणी त्यांना तोंडपाठ

आहेत. चालू घडामोडींवर बोलू लागले म्हणजे सारे तपशील बारकाव्यानिशी सांगतात. कोणतीही घटना सनावळींसह सांगतात. प्रत्येक व्यक्तीची, प्रत्येक राजकारण्याची आणि प्रत्येक घटनेची खुबी त्यांना माहीत. खरंच, माझे पप्पा किती ग्रेट आहेत. ती मनाशीच म्हणाली त्यांच्यामुळेच तर माझ्या ज्ञानाच्या कक्षा रुंदावल्या. जीवनाकडे बघण्याची दृष्टीही त्यांनीच दिली आणि माझ्यातला हा आत्मविश्वास! हा आत्मविश्वाससुद्धा त्यांनीच दिला.

माझ्या बालवयातल्या आठवणी सुद्धा पप्पा तितक्याच गोडीने सांगतात. बालपणीच्या फोटोंचा अल्बम पाहताना पप्पा कितीतरी खोडकर आठवणी सांगतात. मी लहान असल्यापासून मला कडेवर घेऊन मैल दीडमैल असलेल्या वाहेगुरूच्या दर्शनासाठी घेऊन जात. मी जरा चालण्यासारखी झाले होते तरी पप्पा मला कडेवर घेऊन झुलेलालच्या मंदिरात लंगरसाठी नेत. माझ्या भारामुळे हात दुखून आला म्हणजे मग मला खाली उतरून माझा बोट धरून चालायला लावीत. मी मात्र थोडे अंतर चालून झाले की वाटेवरच थांबून राही. पप्पा माझ्यापुढे उभे राहून चल चल म्हणून प्रोत्साहन देऊ लागलो की मी बोबड्या बोलात 'पप्पा, मला ना आपले घर सापडत नाही ' असे खोटेच सांगत असे ... तेव्हा 'लब्बाड कुठली..... घर कधी हरवते काय..... न सापडायला काय झाले ' असे म्हणून मला खाली सोडत. हा नित्यक्रमच होता.

अजून असाच एक लहानपणीचा प्रसंग पप्पा नेहमी सांगतात. पप्पा मोठे व्यावसायिक असल्याने त्यांचे अधूनमधून बाहेरगावी जाणे होत असे. मला दिवसभर पप्पांची आठवण यायची. 'पप्पा केव्हा येतील' मी पुन्हा पुन्हा विचारीत असे. जसजसा दिवस मावळायला येई तसतसा माझा हट्ट वाढत जाई अंधार पडू लागला की, 'पप्पा केव्हा येतील सांग ना ....मम्मी ....पप्पा केव्हा येतील?' असे म्हणत मोठ्यांने भोकाड पसरत असे, माझी समजूत घालायला मम्मीच्या नाकीनऊ यायचे. म्हणून पप्पा गावी गेले तरी माझ्यासाठी अजूनही घरी वेळेवर परत येतात. माझा प्रत्येक हट्ट पप्पांनी पुरविला. मम्मी बरोबर असली म्हणजे ती थोडीफार काटकसर करते मुलांचे जास्त लाड करता अशाने ती शेफारतील असे नेहमी पप्पांना ऐकवते. तरी तिच्या बोलण्याकडे दुर्लक्ष करून मी मागितलेली वस्तू घेऊन देतात. कपड्यांचे तर नेहमीचेच असे. एक ड्रेस निवडत असे आणि मग "पप्पा, हा ड्रेस घेऊ की हा दुसरा घेऊ?" असा प्रश्न विचारून त्यांचा निर्णय मागत असे. तेव्हा पप्पा दोन्ही ड्रेस घेऊन देत. माझ्या चेहऱ्यावरचा आनंद पप्पांना परमसुखाचा आनंद देऊन जाई.

साधे कपडे घेताना मी पप्पांचा निर्णय महत्त्वाचा मानत असे . आणि आता माझ्या जीवनातला एवढा मोठा निर्णय घेताना आता पप्पांना पूर्णपणे दृष्टीआड केले. माझ्याविषयी काय वाटले असेल त्यांना.... पप्पांना घरी यायला उशीर झाला म्हणून, पप्पांची आठवण येते म्हणून मोठ्याने रडणारी मी, आज त्यांच्यासमोरून निघून येताना त्यांच्याच डोळ्यांत अश्रूंच्या पखांखाली सोडून आले. पप्पांनी माझ्याकडे बघितले सुद्धा नाही. शब्दभर बोलले नाहीत. खरेच.... त्यांची मुलगी असून खूप वाईट वागले मी..... त्यांच्याशी ....

पप्पांच्या आठवणीने उर्मिला व्याकूळ झाली. मम्मी पप्पांचे रडणारे केविलवाणे चेहेरे ती जितक्या वेळा विसरण्याचा प्रयत्न करीत होती तितक्या वेळा ते चेहेरे तिच्या नजरेसमोर येत होते. उर्मिलाचा स्वतःच्या मनाशी संवाद चालू असताना डोळ्यातून अश्रूधारा ओघळत होत्या.

'बारावीनंतर मी इंजिनीयरींगला जावे अशी पप्पांची मनापासून इच्छा होती. तर मला मेडिकलकडे जाण्याची आवड होती. पप्पांनी त्यांची इच्छा माझ्यावर लादली नाही. माझी आवड लक्षात घेऊन मला एम बी बी एस साठी ॲडमिशन घेऊ दिली. चांगले कॉलेज मिळावे म्हणून किती ठिकाणी चौकशी केली. कॉलेजला ॲडमिशन घेतानाही त्यांनी मला बरोबर नेले होते. कॉलेजचे मॅनेजमेंट, तिथले लेक्चरर्स, हॉस्टेल, तेथील सुरक्षितता सगळ्यांची कितीदा चौकशी केली. चांगले कॉलेज मिळाल्याचा आनंद माझ्यापेक्षा त्यांनाच जास्त होता. घरी आईला सांगताना 'कोणतेही दुखणे येऊ देत. आता घरचा डॉक्टर आहे.' असे म्हणून मला चिडविले होते. आणि मी मात्र असे दुखणे मागे ठेवून आले की, तिथे डॉक्टरचे इलाज निष्फळ ठरतील....' विचार करता करता ऊर्मिलाला अश्रू अनावर झाले.

खूप दिवसानंतर श्रीधर आणि श्रीकांतला निवांत वेळ मिळाल्याने उशिरापर्यंत त्यांच्या गप्पा चालल्या होत्या. रात्रीचे बारा वाजत आले होते. तेव्हा त्यांच्या गप्पा संपल्या ...

श्रीधर बेडरूममध्ये आला. उर्मिला जागी असल्याचे दिसले. श्रीधरला बघताच उर्मिलाने घाईघाईने डोळे पुसून स्वतःला सावरण्याचा प्रयत्न केला. तिच्या डोळ्यातून वाहणाऱ्या अश्रूंनी उशी ओली झाली होती. तिने अश्रू लपविण्याचा केलेला प्रयत्न श्रीधरच्या नजरेतून सुटला नव्हता....

त्याने हळूच उर्मिलाचे डोळे पुसले

"मम्मी पप्पांची आठवण येते का?"

"नाही रे ....."

"मग हे अश्रू का ...."

"नाही ..... असेच"

"तू नाही म्हणालीस तरी सारं कळतंय बरं मला ..."

उर्मिलाने अश्रू आवरण्याचा खूप प्रयत्न करूनही ती थोडी गहिवरली. तिच्या पाठीवर हात ठेवून श्रीधरने तिला शांत केले .

"उर्मिला, शांत हो ..... जन्मदात्यांना सोडून येताना होणाऱ्या यातना मी समजू शकतो. माझ्यावर तुझा विश्वास आहे ना.... मग रडू नको. तू दुःखी होशील असे वर्तन मी कधी करणार नाही. तू एकटी नाहीस. तुझ्या प्रत्येक पावलासोबत मी आहे हे विसरू नकोस.."

त्याच्या कुशीत शिरत उर्मिला म्हणाली.

"तुझ्यामुळेच जगण्याचं बळं मिळतयं रे मला..."

●●●

श्रीधरचे लव्ह मॅरेज होऊन महिना होत आला होता. घरातले वातावरण थोडे निवळत होते. बाबांचा अबोला कायम होता. ते अलीकडे कुणाशी भांडत नसले तरी बोलत नव्हते. घराबाहेर जाणेही त्यांनी टाळले होते. आईशिवाय फारसे कुणाशी बोलतही नसत. बाकी सगळे व्यवस्थित असल्यासारखे वाटत होते.

श्रीधरचे हॉस्पिटल पूर्ववत झाले. तो सकाळी दहा वाजता हॉस्पिटलला गेला की दुपारच्या वेळी एक तास जेवणासाठी येई. रात्री केव्हा घरी परतेल याचे काही वेळापत्रक नव्हते.

उर्मिलेचा सगळा वेळ घरकामात जाऊ लागला. घरकामाची सवय नसल्याने कामात अनेक चुका होत. दीपाली वहिनी सुरवातीला सांभाळून घेत. परंतु रोजचेच झाल्यावर तीही कंटाळू लागली. उर्मिलाच्या कामांची तुलना करू लागली. आपोआप हेवा आणि त्यातून होणारा त्रास वाढू लागला. त्यातच शेजारणी काहीतरी निमित्त काढून घरी येऊ लागल्या. उर्मिलासमोरच होणाऱ्या संवादांनी ती हैराण होत असे.

एके दिवशी गल्लीतल्या चार पाच बायका दुपारच्या वेळी घरी आल्या. येऊन स्वयंपाकघरात बसल्या. उर्मिला आणि दीपाली वहिनी दुपारची कामे आवरून स्वयंपाकघरात बसल्या होत्या. त्यांना बघून दिपाली थोडी विचलित झाली.

" अहो ..... सोळंकी बाई, ही पाहुणी कोण हो ..... नवीन दिसते "

शेजारणींना सगळी माहिती असूनही त्या मुद्दाम खात्री करून घेत होत्या. आई तरी ह्या गोष्टी समाजापासून किती दिवस लपवून ठेवणार होत्या? सत्य कितीही लपविले तरी ते लपत नाही. श्रीधरच्या बाबतीतले सत्य आईबाबांच्या दृष्टीने कितीही त्रासदायक असले तरी ते दडवून ठेवण्यासारखे थोडेच होते? शेजारणींच्या प्रश्नाला उत्तर देताना काहीही वाटत असले तरी तिने सांगितले.

"ही श्रीधरची बायको आहे."

"श्रीधरने कधी लग्न केले हो....?"

"झाला असेल महिना...." आईने नाईलाजास्तव सांगितले.

"काही कळले नाही हो आम्हाला. कोर्टात लग्न लावले की काय?

"होय ना.... कोर्ट मॅरेज केले भाऊजींनी" वहिनींनी सांगितले.

"प्रेमाची बायको दिसते श्रीधरची ...."

"हो.... ते एकाच कॉलेजला मागे पुढे शिकत होते." वहिनी.

"अहो... लव्ह मॅरेज..... श्रीधर चांगला छुपा निघाला हो...."

"चालतं हो हल्ली सगळीकडे.... डॉक्टर मुलांच्या बाबतीत हे असे घडणारच"

"सूनबाई नाव तरी सांग...?"

"उर्मिला."

"उर्मिला, सगळ्यांना नमस्कार कर." वहिनींनी सुचवले.

उर्मिलाने सगळ्यांना वाकून नमस्कार केला. नमस्कार करताना बायकांनी तिला नखशिखान्त न्याहाळून घेतले. त्यांच्या कुचकट नजरांनी उर्मिलेला कसेतरीच झाले. काहीतरी काम काढून ती तिथून सटकली. मग बायकांनी दीपाली वहिनींना पकडले.

"तिला मराठी बोलता येतं का गं ?"

"नाही हो ... तिला मराठी चांगले बोलता येत नाही. हिंदी बोलते ती. "

"मग तू कोणत्या भाषेत बोलते तिच्याशी."

"मी कधी मराठीत तर कधी हिंदीत बोलते तिच्याशी ... तिला मराठी चांगले बोलता येत नसले तरी सगळे समजते. मराठीतून बोलण्याचा प्रयत्न करते. शिकेल हळूहळू. तशी हुशार आहे ती...." बायकांच्या नसत्या चौकश्यांची उत्तरे देता देता सगळ्यांच्या नाकीनऊ येत होते. पण त्यांना बळजबरी उठवताही येत नव्हते. बायका खास ठरवून आल्याने सगळे बोलून झाल्याशिवाय उठणार

नव्हत्या.

"मराठी समजते एवढे तरी बरे आहे बाई."

मग हळूच घशातून हळू आवाज काढून एकीने विचारले

"कोणत्या जातीची आहे गं ती...?"

बायकांच्या या प्रश्नाने आईला कसेसेच झाले. हा प्रश्न कुणी विचारू नये असे तिला वाटे. तिच्या शेजारणी म्हणजे रोजच्या बैठकीतल्या तिच्या जिवाभावाच्या मैत्रिणी. त्या आईचे दुःख हलके करण्याचा वसा घेतल्याचा आव आणून मर्मावर बोट ठेवत होत्या. त्यांच्या प्रश्नावर आई गप्प होती.

"ती सिंधी धर्माची आहे." वहिनींनी सांगितले.

बायकांनी तोंड वेडेवाकडे करीत एकमेकींकडे बघितले. चेहऱ्यावर नापसंतीचे भाव आणीत पुन्हा बोलणे सुरू केले.

"श्रीधर एवढा शिकलेला मुलगा आणि ही काय मुलगी करून आणली? जातीची ना पातीची. आपल्या समाजात मुलींचा दुष्काळ पडला होता काय?" दबक्या आवाजात बाया बोलत होत्या.

"नवीन सूनबाईंचे शिक्षण काय आहे हो?"

"श्रीधर भाऊजींइतकेच तिचेही शिक्षण आहे हो, एम.बी.बी एस."

"मग डॉक्टरीणच की... ती पण श्रीधरसोबत दवाखान्यात जाईल का हो....?

बायका मुद्दाम काहीबाही प्रश्न विचारून अडचणीत आणत होत्या. या प्रश्नांचे उत्तर दीपालीवहिनींच्या आवाक्याबाहेरचे होते. त्या गप्प बसल्या. बायकांच्या नजरा उत्तरासाठी आईवर रोखल्या गेल्या. या प्रश्नावर आईही निरुत्तर झाली. काहीही न बोलता हाताची बोटे जागच्या जागी गोलाकार फिरवून 'कोणास ठाऊक' असा इशारा केला... मग बायकांनी आणखी खोलात जाऊन चर्चा करायला सुरुवात केली.

"काही हुंडाबींडा दिला का हो..... हिच्या बापाने?"

ह्या विषयावर बोलण्याची आईची अजिबात इच्छा नव्हती. त्यांना घरी जा असे सांगावे असे तिच्या मनात आले पण घर अपमानित भावनेने वावरत आहे. त्यात शेजाऱ्याचा रोष ओढवून घ्यायला नको म्हणून हे सगळे काळजाला सलणारे खोचक आणि कुत्सित भावनेने विचारलेले प्रश्न आणि चाललेली चर्चा ती मन घट्ट करून ऐकून घेत होती. त्यांच्याशी बोलण्याची इच्छा अजिबात नसतानाही बोलत होती.

“नाही....” आईने पडत्या नजरेने मानेनेच सांगितले.

“अहो..... ती श्रीधर बरोबर पळून आली. आई बापाला न सांगता कोर्टात, सह्या करून लग्न केलं, कसला आला हुंडा आणि कसले काय ...? ”

अगदी हळू आवाजात हाताचे इशारे आणि चेहऱ्यावरचे हावभाव बोलके करून दबक्या आवाजात गप्पा रंगल्या होत्या.

“साळुंकी बाईंनी पोरांसाठी किती अडचणी काढल्या. मुलांच्या शिक्षणाला पैसा पुरवला, त्यांना चांगले शिक्षण दिले. आणि बघा ना बाई ..... आई बापाला न विचारताच आणली. स्वतःच्या पसंतीची बायको करून चांगले पांग फेडलेस रे तुझ्या आईबापाचे......”

“नाही तर काय, चांगले मोठे लग्न काढले असते. डॉक्टरची आई म्हणून मिरवल्या असत्या.... पोरीचीही सगळी हौसमौज केली असती. केवढा आनंद झाला असता सगळ्यांना. हे काय हुंडा ना गुंडा डॉक्टर मुलाला चांगला चार लाख रुपये हुंडा मिळाला असता....”

“अहो -माझ्या भाच्याला चांगला पाच लाख हुंडा मिळाला. तोही डॉक्टर आहे ना.... आणि वरतून वरमाईला दोन तोळ्याचा हार आणि लग्न तर असे काढले. नुसते डोळे दिपवणारे. काहीच कमी नव्हते हो त्या लग्नात.”

“सोळंकी बाईंनी असेच लग्न काढले असते हो. फार हौस होती त्यांना श्रीधरच्या लग्नाची ”

पुन्हा नकारात्मक बोटे फिरवून तोंडे वेडेवाकडी करून बायका एकमेकींना दुजोरा देत म्हणत.

“ आताची पिढी फार आगाऊ झाली आहे हो... त्यांना कसलीही भीती वाटत नाही. त्यांच्या मनात येईल तसे वागतात. कुणाचा धाक पाळीत नाहीत की आईबापाचा विचार करत नाहीत. मुलांच्या मनासारखे सगळे करूनही मुले अपमानाचे आणि असे मानहानीचे दिवस आणतात ना... तेव्हा फार वाईट वाटते हो....”

“जाऊ द्या.... सगळ्या जगात असेच चालले आहे. पोरांना कोणाचा धाक वाटेनासा झाला आहे. थोडे मनाविरूद्ध झाले की जीव द्यायची भाषा करतात. सगळ्यांना एकएकटी पोरं. काय करतील आई बाप तरी...? गप्प बसतात. करा बाबांनो तुमच्या मनासारखे.”

“मुले संधीचा फायदा घेतात दुसरे काय?”

“आता तर कुणाबद्दल बोलणे सुद्धा चुकीचे वाटते. कुणाच्या घरातली

मुले काय करतील.... काही सांगता येत नाही. एखाद्या दिवशी आपल्याही घरात असेच व्हायचे.'' त्यांची आपआपसात चर्चा रंगली. आई गप्प बसून सगळे ऐकत होती. बायकांचा गप्पांचा बहर ओसरला तेव्हा त्या आईला म्हणाल्या,

''जाऊ द्या सोळंकीबाई, काही मनाला लावू नका, पोरगा हट्टाला पेटला म्हटल्यावर आपणच शहाणे होऊन माघार घ्यायची. काही लावून घेऊ नका.''

बऱ्याच वेळ गप्पा रंगल्या... गप्पा कसल्या... दबक्या आवाजातली सारी कुजबूज

''दीपाली, चहा ठेव गं सगळयांना.'' आईने सांगितले.

शेजारणींना मात्र उर्मिलाचाच हातचा चहा पाहिजे होता. त्यांनी उर्मिलेला हाक मारून सांगितले

''अगं नव्या सूनबाई.... तुझ्या हातचा चहा तरी पाज.''

उर्मिलाने सगळ्यांना चहा ठेवला. जास्त चहा करायची तिला सवय नसल्याने दीपाली वहिनींना विचारूनच पाण्यात चहा-साखर घातली. साडी आणि साडीचा पदर सांभाळून काम करताना उर्मिलाची फजिती झाली. उर्मिलाकडे बघून बायकांच्या पुन्हा टिपण्या सुरू झाल्या.

''साडीची सवय नसेल ना तिला.''

''शिक्षणाच्या मुलींना कसली आली साडीची सवय?''

बोलता बोलता उर्मिलाच्या बारीकसारीक हालचालीकडे बायांचे लक्ष होते. चहा पिऊन झाल्यावर आल्या तशा दबक्या पावलांनी निघून गेल्या.

•••

घरकाम करून उर्मिलाला नकोसे झाले. धुणी भांडी आवरताना तिच्या हाताचे नाजूक तळवे रखरखीत झाले. त्या रखरखीत तळव्यांकडे पाहताना तिला कसेसेच होई. आजही तिच्या सोलवटलेल्या हातांकडे पाहताना तिला खूप वाईट वाटले. मम्मीची प्रकर्षाने आठवण आली. जाऊन मम्मीच्या कुशीत शिरावे, तिच्याकडून प्रेमाने लाड करून घ्यावेत. हातांना तेल लावून, मम्मीकडून हात चांगले दाबून दाबून चोळून घ्यावेत असे वाटले. मम्मीने आजपर्यंत अशी रफटफ कामे कध्धीच करू दिली नव्हती. फार तर भाजी निवडून देणे, कणिक करणे, चहा करणे. यापलीकडे धुणी भांडी, लादी पुसणे अशी कामे मम्मीने कधीच करू दिली नाहीत. 'घरातली कामे माणसे लावून करता येतील. अभ्यास माणसे लावून करता येत नाही. जो शिक्षण घेईल तोच या प्रगतिशील स्पर्धात्मक युगात टिकून राहील.' असे मम्मी नेहमी म्हणायची. एकदा स्वत:चेच कपडे

साबण लावून धुतल्याने हाताचे तळवे सोलले गेले तेव्हा मम्मीने तेल लावून हातांना चोळून कितीदा मालिश केली. त्या रखरखीत दुखऱ्या हातांकडे पाहताना उर्मिलेला मम्मीची तीव्रतेने आठवण झाली. तिच्या नकळत डोळ्यांच्या कडा पाणावल्या.

सासरी आल्यापासून आईच्या मायेच्या ऊबेला ती पारखी झाली. प्रेमाने खाऊ घालणारे, जिव्हाळ्याने सावरणारे मदतीचे हात सासरी दिसत नव्हते. ती हॉस्टेलवरून आली की तिच्या आवडीचा दाळपकवान मम्मी बनवत असे. जेवणात कितीतरी वेगवेगळे पदार्थ बनवून प्रेमाने खाऊ घालत असे. इथे आल्यापासून रोजचे महाराष्ट्रीयन जेवण जेऊन ती कंटाळली होती. ''मम्मीच्या हातच्या दालपकवानची पुन्हा पुन्हा आठवण येते. तिच्या हाताची चव स्वयंपाकाला येते.. म्हणून कोणत्याही आईने बनवलेला स्वयंपाक रुचकर असतो.'' मम्मीचे शब्द पुन्हा पुन्हा तिच्या मनात घोळू लागत.

जिव्हाळ्याने बोलणारे आणि समजून घेणारे श्रीधरशिवाय कुणी नव्हते. गप्प राहून दिवसभर किती कामे करणार.. तशी अजून तरी पोरटोरचं होती ती... दुपारपर्यंत सगळी कामे आवरून उर्मिला रूममध्ये निवांत येऊन बसली. रिकाम्या वेळेत मनातले विचार जागृत होतात. भुतं होऊन मनावर स्वार होतात. उर्मिलाचेही असेच झाले. तिला खोड्या करणाऱ्या किरणची आठवण आली. तो तिच्यापेक्षा लहान असला तरी तो कोणत्याच गोष्टीत उर्मिलाला जिंकू देत नसे. त्याचेही ज्ञान तोडीस तोड होते. आणि तो आता हारतोय असे वाटू लागले की मग उर्मिलाला मुद्दाम एक टपली मारून बसे. हार जीत बाजूला राहून दोघांची आरडाओरड सुरू होई. मग मात्र त्याच्यापुढे उर्मिला हार खाऊन ''ए मम्मा, याला काही सांग ना गं...'' म्हणत त्याला मम्मीकडे सोपवून स्वत:ची सुटका करून घेई. तिला आज किरणच्या अशा कितीतरी खोड्यांची आठवण झाली.

उर्मिलाला थकल्यासारखे वाटत होते. मनाची कितीही सहनशीलता असली तरी शरीराची तयारी पाहिजे ना... तिला माहेरच्या माणसांची ओढ लागली. मम्मीची तीव्रतेने आठवण आली. तिने वेळोवेळी केलेले मार्गदर्शन आणि प्रेमळपणे केलेल्या सेवेची आठवण येत होती. मम्मीला भेटावे, पप्पांना भेटावे, किरणला भेटण्याची तीव्र इच्छा झाली. त्यांना फोन करावा.. त्यांच्याशी बोलावे असे वाटले. पप्पांच्या प्रकृतीची चौकशी करावे असे तिच्या मनात येत होते.

तिने मोबाईल हातात घेतला. किरणचा नंबर ओपन करून कॉल केला. रिंग वाजायच्या आत कटही केला. कितीतरी वेळा तिने मम्मी, पप्पा, किरण

सगळ्यांच्या फोनवर कॉल करून रिंग वाजायच्या आत कट सुद्धा केला. त्यांना फोन करून फोनवर बोलण्याचे धारिष्ट्य तिच्यात नव्हते. कोर्टातून येताना तिने मम्मी पप्पांना 'माझी आठवण आली तर फोन करा' असे सांगितले होते. मी त्यांच्या मर्जीविरुद्ध त्यांच्यापासून दूर गेले आहे. मी स्वत:हून फोन केला तर मी दुर्बल ठरेन... नाही... मी स्वत:हून फोन करणार नाही. त्यांच्यापैकी कुणाचाही फोन आधी येऊ देत, मगच मी त्यांच्याशी फोनवरून बोलेन. असा तिने मनाशी पक्का निश्चय करून मोबाईल परत ठेवून दिला.

फोन ठेवताना तिच्या सोलवटलेल्या हातांना पर्सच्या रखरखीत स्पर्शाने टोचल्यासारखे झाले. दुखऱ्या रखरखीत सोलवटलेल्या तळहातांकडे बघून तिला भडभडून आले. डोळ्यातून आपोआप अश्रू ओघळू लागले. त्याच हातात चेहरा लपवून तिने अश्रूंना मोकळे केले.

मनसोक्त रडून झाल्यावर तिचे तिलाच थोडे बरे वाटले. तिने या आठवणीतून स्वत:ला सावरले. आता तिला खूप शांत वाटले. तिने मनाशी निश्चय केला. मी स्वखुशीने हा निर्णय घेतलेला आहे. त्यामुळे येणाऱ्या सर्व समस्यांचा सामना मला करायचा आहे. मम्मी पप्पांची आठवण काढून स्वत:ला दु:खी बनविण्यापेक्षा सगळा भूतकाळ जाणीवपूर्वक विसरण्याचा प्रयत्न करायचा. वर्तमानाशी लढायला शिकायचे. मी इतकी दुबळी नाही. या बदलणाऱ्या वर्तमानाशी मी टक्कर देईन. त्यासाठी दु:ख देणारे क्षण विसरून फक्त आनंद पेरणाऱ्या क्षणांनाच आठवायचे. आनंद आपल्या दृष्टीत असतो. आपल्या कृतीत सामावलेला असतो. मी नेहमी अशीच कृती करेन ज्यापासून मला आनंद मिळेल. आपल्या मनाच्या प्रतिक्रियेवर दु:खाची तीव्रता अवलंबून असते. माझ्या कृतीत माझे भविष्य सामावलेले आहे. माझ्या भविष्यातील स्वप्नात सुंदर रंग भरण्यासाठी मला स्वत:मध्ये बदल केले पाहिजे. कणखरपणे या सगळ्या समस्यांतून संयमाने मार्ग काढला पाहिजे.

आतल्या कोंडमाऱ्याने असह्य होऊन अश्रूतून बरसताना तिची हिंमत वाढली. तिचे विचार अधिक प्रगल्भ होऊन तिने मनाशी 'माझ्यातील मी' ला शोधून काढण्याचा पक्का निश्चय केला.

उर्मिलाला लहानपणापासून कथा, कविता लिहिण्याचा छंद होता. या छंदातून तिची आणि श्रीधरची ओळख झाली होती. रोज दुपारी भूतकाळ आठवत झुरण्यापेक्षा तिने वेळेचा सदुपयोग करून घेण्याचे ठरविले. तिने लेखणी हातात घेतली. मनातल्या भावना शब्दातून कागदावर उतरू लागल्या. तेव्हा तिच्या

लक्षात आले की, अरे! शब्द आपल्याशी बोलतात. संवाद साधतात. आपले सुखदुःख शेअर करतात. विविध गोष्टींची नव्याने अनुभूती देतात. आणि आपले मित्र बनून आपल्यात सामावले जातात. शब्दांच्या मैत्रीत सगळ्या दुःखांचा विसर पडतो. कुणाचा मत्सर करावासे वाटत नाही की कसला राग लोभ नाही. कुणाचा हेवा नाही. शब्दांचे विश्व हे व्यापक विश्व आहे. जिथे आपण स्वतःला शोधत शोधत स्वतः घडत जातो.

ती स्वतःला कागदावर व्यक्त करीत राहिली. जेव्हा जेव्हा रिकामा वेळ मिळेल तेव्हा तेव्हा तिने वाचन आणि लेखनात स्वतःला गुंतवून घेतले.

□□

- अठरा -

आज सकाळपासून उर्मिलाला चुटपूट लागली होती. परीक्षा संपून तीन महिने झाले होते. आज तिचा फायनल रिझल्ट लागणार होता. श्रीधरचा सकाळपासून नेटवर सर्च चालला होता. शेवटी सकाळी आकरा वाजता उर्मिलाचा रिझल्ट नेटवरती मिळाला. ती फर्स्टक्लासमध्ये पास होती. श्रीधरला खूप आनंद झाला. त्याने उर्मिलाचा हातात हात घेऊन अभिनंदन केले. आईलाही ही बातमी सांगितली.

"आई, उर्मिलाचा फायनल रिझल्ट लागला. ती फर्स्टक्लास मध्ये पास झाली."

"चांगले झाले बाबा... सगळे तुमच्या मनासारखे होऊ द्या. जीवनात यशस्वी व्हा आणि हो... नुसता पैसा म्हणजे यश नाही बरं. आपले चरित्र आणि चारित्र्य या दोघांना प्रतिष्ठा देऊन कर्तृत्वाला उत्तुंग उंची देणे म्हणजे यश. त्यासाठी आभाळाएवढे विशाल मन आपल्याकडे असावे लागते. तुम्ही दोघे स्नेहशील आहात. वागण्यात विनय आहे. तुम्हाला जीवनात नक्कीच यश मिळेल. मोठे व्हा."

खूप दिवसांनी आई श्रीधरशी मनापासून बोलली. श्रीधर आणि उर्मिला अवाक होऊन आईकडे पाहातच राहिली.

"बघ उर्मिला, आई किती ग्रेट आहे ना." श्रीधर दोन्ही हातांनी आईच्या खांद्यावर हात ठेऊन कौतुकाने बोलला.

"तू फार लबाड आहेस रे." आई कौतुकाने बोलली.

श्रीकांत आणि दीपालीनेही उर्मिलाचे अभिनंदन केले.

श्रीकांत स्वत: जाऊन पेढे घेऊन आला. उर्मिलाजवळ पेढे देत तो बोलला.

"उर्मिला, तूच पेढे वाट."

उर्मिलाने पेढ्यांचा बॉक्स हातात घेतला. प्रथम देव्हाऱ्याजवळ जाऊन देवांना पेढे अर्पण करून नमस्कार केला. मनात झुलेलालचेही स्मरण केले. नंतर आईजवळ आली. आईला पेढा दिला. चरणस्पर्श

करून नमस्कार केला. आईनेही तिला पेढा भरवला. उर्मिला आणि श्रीधरला अतिशय आनंद झाला. कारण आज खऱ्या अर्थाने आईने त्यांना माफ केले होते. दोघेही खूप खूश दिसत होते.

उर्मिलाने पेढे वाटले. सगळ्यांना चरणस्पर्श करून नमस्कार केला. आज तिला कुणीही विरोध केला नाही. दोघांसाठी आजचा रिझल्ट आनंद आणि समाधान देणारा होता. विनय आणि संयमाने सगळे मनासारखे हळूहळू मिळविता येते याची दोघांना अनुभूती आली.

उर्मिलाने घरून ये-जा करून इंटर्नशिप करावी असा दोघांचा एकमताने निर्णय झाला.

हळूहळू उर्मिला घराबाहेर पडली. सुरुवातीला तिला बघण्यासाठी उत्सुक असलेल्या नजरांचेही औत्सुक्य संपले. घराने स्वीकारले तसे गावानेही उर्मिलेला हळूहळू त्यांच्यात सामावून घेतले.

इंटर्नशिप चालू असतानाच ती श्रीधरच्या हॉस्पिटलमध्ये प्रॅक्टिसही करू लागली. आलेल्या रुग्णांची आपुलकीने चौकशी करून, रोगाचे योग्य निदान करून ट्रीटमेंट देताना तिच्या औषधाने रुग्णांना लवकर आराम पडू लागला. गावभर आधीच ती चर्चेत होती. आता तिच्या वैद्यकीय सेवेने ती अधिक चर्चेत आली. तिच्याकडे येणाऱ्या रुग्णांची संख्या दिवसेंदिवस प्रचंड प्रमाणात वाढत गेली.

बघता बघता इंटर्नशिप संपवून तिने स्वत:ला प्रॅक्टिसमध्ये गुंतवून घेतले. व्यवसायाशी इमान राखून जास्तीत जास्त चांगली सेवा देण्याची दोघांची वृत्ती होती. रुग्णाच्या आजाराचे निदान करताना त्याला मानसिक आधार देत, योग्य मार्गदर्शन करीत त्यातच रुग्णाचे मानसिक बल वाढून अर्धे दुखणे पळून जाई. रुग्णांचा डॉक्टरवरील विश्वास वाढला.

कितीही अवघड बाळंतपणाची केस असली तरी ते दोघे मिळून सुखरूप बाळंतपण करीत. त्यांच्यातील सद्‌गुणामुळे त्यांचा वैद्यकीय व्यवसाय बघता बघता भरभराटीस आला. श्रीधरने सगळ्या आधुनिक तंत्राच्या साधनांची खरेदी करून जास्तीत जास्त चांगली सेवा देण्याचा चंगच बांधला होता.

□□

- एकोणीस -

उन्हाळा संपून पावसाळा सुरू झाला होता. उन्हाच्या चटक्यांनी मांडलेला हैदोस संपून पाऊस वाट काढीत धरेवर येऊन बसरत होता. धरतीवर पडलेल्या पावसातून उधळलेला गंध घेऊन वारा आसमंतभर सैरावैरा पळू लागला. तर कधी मुका होऊन पावसाच्या माऱ्यात शांत बसू लागला. पावसाच्या ओल्या चिंब सरी नृत्यात भिजू लागल्या. धुक्यात झाकलेल्या पण मीलनासाठी वाकलेल्या फुलवेली शृंगाराने सजून बेहोश झाल्या. नदीनाले खळखळते चैतन्य घेऊन वाहू लागल्या. वसुंधरेनेही जुनी वाळकी वस्त्रे टाकून नवीन हिरवा शालू पांघरला. सगळा निसर्ग नटूनथटून सज्ज झाला. श्रावण महिन्याच्या श्रावणसरी सगळ्या सणांना आणि व्रत-वैकल्यांना आपल्या सोबत घेऊन आल्या. कुणी श्रावणी सोमवार, शनिवार, चातुर्मास तर कोणी श्रावण महिनाभर उपवास व्रत-वैकल्ये करू लागले.

श्रीधरने श्रावण महिन्यातही ही व्रत-वैकल्ये कधीही केलेली नव्हती. उर्मिला सिंधी संस्कृतीप्रमाणे श्रावण महिन्यात चाळीस दिवसांचा उपवास करीत असे. सासरी आल्यानंतर पहिल्यांदा श्रावण व्रत आले होते. उर्मिला मनाशी विचार करीत होती. या परिवारात आपण नवीन आहोत. माझ्या आणि इथल्या व्रत-वैकल्यात फरक आहे. झुलेलालला या महिन्यात हळद चढवली असल्याने उपवासाच्या चाळीस दिवसात हळद वर्ज्य करावी लागते. माझ्यासाठी सगळ्यांना हा बदल सहन करावा लागेल, काय करावे... उपवास करावेत की नाही...? उर्मिला विचार करीत बसली होती. तिला असे चिंतेत बसलेले पाहून श्रीधरने तिला विचारले,

"उर्मिला, काही झाले का...? नाराज दिसते आहेस."

"नाही नाराज नाही ... जरा विचार करीत होते."

"आता आणखीन कसला विचार करतेस...?"

"उद्यापासून श्रावण महिना लागतो आहे ना.... "

"मग त्यात विचार करण्यासारखे काय? दर वर्षी तर येतो श्रावण

महिना.''

"येतो रे श्री, पण तुला माहिती आहे का...?

"तू सांगशील तर कळेल ना....''

"आमच्यामधे श्रावण महिन्यात चाळीस दिवस उपास करतात.''

"आमच्यामध्ये म्हणजे... ही आमची तुमची भाषा आज का...?''

"सॉरी बाबा.... मला तसे नव्हते म्हणायचे. आपण एक आहोत. पण ना... या चाळीस दिवसात खूप कडक व्रत करायचे असते.''

"कडक व्रत म्हणजे किती कडक....?'' श्रीधरने विनोदाने विचारले

"म्हणजे बघ ना... या चाळीस दिवसात फक्त एक वेळ जेवण घ्यायचे इस्त्रीचे कपडे वापरायचे नाहीत. शिवाय झुलेलालला या चाळीस दिवसात हळद चढविली जात असल्याने स्वयंपाकघरात हळद वापरायची नाही. आणि शुक्रवारी झुलेलालचा बैराना निघतो तेव्हा लवंग, वेलची आणि हळद घालून तयार केलेला भात नैवेद्य म्हणून मंदिरात ठेवायचा.''

"उर्मिला, तू चाळीस दिवसांचा उपवास करू शकतेस. तुझ्या व्रतासंदर्भात मी आईला समजून सांगेन आणि मी सुद्धा तुझ्यासोबत चाळीस दिवसांचा उपवास करेन.''

"खरंच?''

"अगदी खरं... पण उर्मिला, इथे झुलेलालचे मंदिर नाही म्हणून घरातूनच त्याचे स्मरण करावे लागेल. देव फक्त भावाचा भुकेला असतो गं. श्रद्धा असली म्हणजे बस.''

"हो ना.. आपल्या अडचणी आपल्या पद्धतीने सोडविल्या पाहिजेत. इतक्या अडचणींमधून आपण मार्ग काढला आहे. झुलेलाल आपली आणखी एक अडचण समजून घेईल आणि माफ करेल...''

"इतकी समजदार आहेस ना.. तू, म्हणूनच तुझ्यावर जीव जडलाय गं. खूप खूप आवडतेस मला.''

"माहिती आहे.. तेच तेच डॉयलॉग कितीदा ऐकवणार आहेस...? सगळे तोंडपाठ झाले बरं.''

"बरं ते जाऊ दे... तुझे हे व्रत एवढेच ना... की काही बाकी राहिले आहे?''

"महत्त्वाचे व्रत सांगायचे बाकी आहे अजून हं.''

"महत्वाचेच?''

"होय ... महत्वाचेच."

"सांग पाहू."

श्रीधरकडे बघत गालातल्या गालात हसत उर्मिला नुसतीच बघत राहिली.

"ए... सांग ना"

"सांगू... अं... अरे ह्या चाळीस दिवसात पलंगावर झोपायचे नसते जमिनीवर अंथरूण करायचे आणि तिथेच झोपायचे... समजले...?

"अरे, या दिवसात सगळीच व्रते कठोरपणे पाळायची असतात. अं कसं सांगू.... हं आपले लग्न झाले आहे हे चाळीस दिवस विसरून जायचे."

"आता समजले हं.... पण आज....?"

उर्मिला लाजली. तसे श्रीधरने तिला जवळ ओढून घेतले.

दुसऱ्या दिवशी सकाळी उठल्यानंतर आईला काय सांगावे याची जुळवाजुळव श्रीधर मनात करीत होता. संधीची वाट पहात होता.

बाहेर पावसाची रिपरिप चालू होती. वातावरणात धुंद पावसाळी हवा गारठा धेऊन थांबली होती. अंगणात पायाशी फुलांचा पसारा मांडून झाडवेली ओल्याचिंब होऊन थरथरत होत्या. श्रावणसरींच्या लपंडावात सकाळही सादळली होती.

श्रीधर मुद्दाम आईजवळ येऊन बसला.

"आई, आज थोडी थंडी वाटते नाही का..."

"हो, पण थंडीसोबत थोडा ऊबदारपणाही जाणवतो ना..."

"श्रावणातली थंडी ऊबदारच असते ना गं आई ...."

"आज कुठे श्रावण लागला. अजून महिनाभर अशीच रिपरिप चालणारं."

"अरे हो.... आई, तू श्रावण व्रत करणार असशील ना..."

"हो ना.... बाबा चातुर्मास करतात. मी करेन श्रावण सोमवार."

"आई, मी पण श्रावणव्रत करू का गं?"

"तुला हॉस्पिटलला जावे लागते. रुग्णांमधे दिवसभर उभा असतोस. जेवायला वेळेवर घरीसुद्धा येत नाहीस आणि एखादी अडली नडली केस असेल तर पुन्हा रात्री, पहाटे धावपळ करतोस. हे काय कमी झाले? तुला उपवासाची सवय नाही. तुझ्याच्याने उपवास निघणार नाही."

"प्रयत्न करून बघतो गं आई. उपवास करून पाहिल्याशिवाय उपवास निभतात की नाही कसे कळणारं."

"तुझी इच्छा असेल तर कर बाबा... मी का नाही म्हणू...?"

"आई ..." श्रीधर पुढे काहीही न बोलता थांबला.

"काय रे, श्री, काय सांगतोस..."

"अगं उर्मिलासुद्धा श्रावणव्रत करणार आहे."

"करू दे ना....?"

"तिचे नियम जरा वेगळे आहेत. तू तिला समजून आणि सांभाळून घे."

"तू तिची बाजू मांडायला आलास काय?"

"नाही गं आई... ती तुला घाबरते अजून. मी तिला म्हटलं मी आईला सांगतो."

"तुम्हा दोघांना एवढे सांभाळून घेतले. पुढेही सांभाळून घ्यावे लागणार... अशा नाठाळांना सांभाळूनच घ्यावे लागते ना..."

"आई, तू पण ना.... खरचं ग्रेट आहेस हं."

"अरे मतलब्या, मी तुला लहानपणापासून ओळखते."

"नाही गं आई... तू पण ना..."

"चल लबाड कुठला .... सगळे मनासारखे करून घेतोस, दुसरे काय?"

श्रीधरला आईची परवानगी मिळाली. उर्मिलाने तिचे व्रत सांभाळून चाळीस दिवसाचा उपास केला. आई आणि दिपालीने श्रावण सोमवार केले.

दर सोमवारी शिवामूठ वाहण्यासाठी दीपाली वहिनी शिवमंदिरात जाताना उर्मिलालाही सोबत घेऊन जात. झुलेलालचे श्रावणव्रत करताना तिने दर सोमवारी शिवमंदिरात जाऊन भगवान शंकराला शिवामूठ वाहिली. शेवटच्या दिवशी खणानारळाने ओटी भरून आशीर्वाद घेतले. एकाच वेळेला दोन भिन्न धर्मीय संस्कृतीचे व्रतवैकल्य करताना देव एकच आहे याची अनुभूती झाली.

श्रावण महिना येताना सण, वैकल्य, उत्सव, साऱ्यांची नक्षी अंगभर गोंदूनच येतो. महिनाभर सगळ्या मंदिरांमधून खणा नारळाची शिवामुठीची ओटी भरून गर्भाळलेल्या सृष्टीला लागलेले डोहाळे सुहासिनींकडून पूर्ण करून घेतो. म्हणून श्रावण महिना अधिक लक्षात राहतो. या साऱ्या उधाणलेल्या उत्सवात जबाबदाऱ्यांचे स्मरण रहावे म्हणून श्रावण महिना बहिणींकडून राखीसुद्धा बांधून घेतो.

श्रावणातल्या पौर्णिमेला राखीपौर्णिमेचा सण अनादिकालापासून चालत आलेला आहे. उद्यावर रक्षाबंधन आल्याने वहिनींना राखीसाठी माहेरी जायचे होते. त्यांनी आईकडून तशी परवानगी घेतली.

"आई ... उद्याकडे रक्षाबंधन आहे. दादांचा फोन आला होता."

"त्याला काय सांगितले तू?"

"सकाळी इथले सगळे आवरून झाले की मग येते. म्हटले दहा, अकरा वाजता. नाहीतरी आता उर्मिला आहे. मला निश्चिंतपणे जाता येईल."

"जा... जायच्या आधी या दोन्ही पोरांना राखी बांधून जा.... त्यांना तरी कुठे बहिणी आहेत? तुम्हीच त्यांच्या बहिणी."

दीपाली वहिनीना आईची परवानगी मिळाली. माहेरी जायचे म्हणून त्या आनंदात होत्या. उर्मिलाच्या मदतीने साड्या निवडून बॅग भरत होत्या. बॅग भरता भरता त्यांच्या माहेराविषयी माहिती पुरवीत होत्या. माहेरी जायचे म्हणून दीपालीवहिनींमध्ये संचारलेला उत्साह उर्मिलेला जाणवत होता. तिला किरणची आठवण आली. किरणला भेटण्यासाठी जीव हुरहुर करून आला. दीपालीच्या गप्पा ऐकताना तिचा हेवा वाटला. तिने मनातले भाव पटकन झटकून टाकले. तरीही तिच्या अंतःकरणातील भाव चेहऱ्यावर उमटलेच. उर्मिलेच्या चेहऱ्यावरचे हावभाव दीपालीला खुणवत होते.

"उर्मिला, चल... तू पण येतेस का माझ्याबरोबर?

"नको... घरात पाहिजे एकजण. येता येईल केव्हांतरी"

सगळ्या भावना आतल्या आत दडपून ओठांवर हसू आणण्याची कला तिला लीलया जमली होती.

रक्षाबंधन आणि माहेरी जायचे या दोन्ही कारणास्तव वहिनी आज थोड्या लवकर उठल्या. होईल तेवढी आवारआवर केली. दोघी छान साड्या नेसल्या वहिनी दागिन्यांनी चमचमत होत्या.

उर्मिलाचे लावण्य मोजक्या अलंकारतही खुलून दिसत होते.

उर्मिलाने पाटाभोवती काढलेल्या नाजूक पण मोहक रांगोळ्या तिच्यातील कलासक्त कलाकाराचा आविष्कार दाखवित होत्या. दोघींनी पूजेचे ताट तयार केले. आईने श्रीकांत आणि श्रीधरला बोलावून पाटावर बसविले. प्रथम वहिनींनी दोघांना ओवाळून राख्या बांधल्या. उर्मिलानेही वहिनींच्या पद्धतीनुसार दोघांना ओवाळून त्यांच्या मनगटावर राखी बांधली. श्रीकांतने दोघींना साड्यांची भेट दिली. उर्मिलाला सासरकडून मिळालेले हे पहिलेच गिफ्ट होते. सासरच्या माणसांनी तिला त्यांच्यात सामावून घेणारे चिन्ह होते. उर्मिलेला झालेला आनंद लपवणे अशक्य झाले. तिचे डोळे पाणावले. अश्रूंना आवर घालूनही ते आवरले गेले नाहीत. दोन्ही डोळ्यांतून ओघळणारे अश्रू तिने रुमालाने टिपून घेतले . उर्मिलाला रडताना पाहून सगळयांच्याच हदयात कालवाकालव झाली. आनंदी

वातावरणात एकदम गंभीर शांतता पसरली. उर्मिलेला असे रडताना पाहून आईचेही मन विरघळले.

"उर्मिला, शांत हो...." उर्मिला आईजवळ येऊन आईला खेटून बसली. आईच्या इतक्याजवळ ती प्रथमच आली होती. आईनेही तिच्या भावना समजून घेऊन उर्मिलाच्या पाठीवरून मायेने हात फिरवला. आईच्या स्पर्शातल्या त्या मूक सांत्वनाने उर्मिलेला जगण्याचे कितीतरी बळ मिळाले. आई मात्र श्रीधरकडे पाहून मनातल्या मनात म्हणत होती... "तुझी बायकोही तुझ्याच वळणाची आहे रे बाबा..."

नाश्ता करून सगळे आपआपल्या कामाला लागले. वहिनी श्रीकांतला घेऊन माहेरी गेल्या. श्रीधरलाही हॉस्पिटलला जायचे होते. आज तो मुद्दाम जास्त वेळ रेंगाळला. उर्मिलाला घरी एकटे सोडून कोठे जावेसे वाटत नव्हते. उर्मिलेला घेऊन कुठेतरी फिरून यावे असे त्याला वाटले. तशी त्याने आईची परवानगी घेतली.

"जाऊन या दोघे. पण फार लांब नका जाऊ हं."

सायंकाळी बाहेर जाण्यासाठी उर्मिलाला तयार राहायला सांगून घरी थोडे लवकर परतायच्या इराद्याने श्रीधर हॉस्पिटलमध्ये निघून गेला. आज प्रथमच दारात उभे राहून उर्मिला हात हलवून श्रीधरला निरोप देत होती.

❑❑

- वीस -

उर्मिला आणि श्रीधरने संपूर्ण लक्ष हॉस्पिटलमध्येच घातले. रुग्णांची आपुलकीने चौकशी करून रोगाचे योग्य निदान करून उपाययोजना करताना ते रूग्णांची आपुलकीने चौकशी करत. त्यांच्यात समरस होत. बायकांना विविध समस्यांवर समुपदेशन करताना उर्मिलाने कधी कंटाळा केला नाही. तिच्या औषधोपचाराने रुग्णाला लवकर आराम मिळे. थोड्या कालावधीत डॉ. श्रीधर सोळंकी आणि डॉ. उर्मिला सोळंकी चांगले नावारूपाला आले. लोकांचा त्यांच्यावरील विश्वास वाढला. हॉस्पिटलमध्ये येणाऱ्या रुग्णसंख्येत दिवसेंदिवस वाढ होत होती.

पैशापेक्षा दर्जेदार वैद्यकीय सेवा पुरविण्यावर त्यांचा भार असे. दोघांनी हॉस्पिटलसाठीच वाहून घेतले. दीपाली वहिनींना घरकामाला जास्त त्रास नको म्हणून घरी सगळ्या कामांसाठी कामवाली नेमून दिली. घरात येणारा पैसा वाढला तशी सुबत्ताही वाढली. उर्मिला आणि श्रीधरमुळे घराच्या आर्थिक विकासास वेग आल्याने घरात त्यांच्याविषयी प्रेमही वाढले. त्यांच्याशी सगळे प्रेमाने आणि जिव्हाळ्याने व्यवहार करू लागले. घराची भरभराट होऊ लागली. हळूहळू बाबांच्या मनस्थितीत बदल झाला. सगळे कुटुंब पूर्वीसारखे जिव्हाळ्याने घरात रमू लागले.

हॉस्पिटल सांभाळून वेळ मिळेल तेव्हा उर्मिलाचे लेखनही चालू होते. रुग्णांबाबत येणारे विविध अनुभव आणि वैद्यकीय व्यवसायासंदर्भातील विविध लेख वर्तमानपत्रातून प्रसिद्ध होऊ लागले. विविध प्रसंगावर तिने लिहिलेल्या ललित लेखांचा संग्रह तयार झाला.

श्रीधरचे लग्न झाल्यापासून घरात कोणताच मोठा कार्यक्रम झाला नव्हता. एखादा कार्यक्रम घ्यायचे श्रीकांतच्या मनात येत होते.

रविवारच्या दुपारी सगळे बैठकीत बसले होते. वेगवेगळ्या विषयांवर गप्पा रंगल्या होत्या. बोलता बोलता श्रीकांतने उर्मिलाच्या लेखनाविषयी चौकशी केली.

"उर्मिला, तुझे लेखन काय म्हणते...?"

"वेळ काढून लिहीत असते ना... दादा."

"एक दोन पुस्तके होतील एवढे लेखन झाले की नाही...?"

"होय... कविता तर भरपूर आहेत. ललित लेखांचा चांगला जाडजूड संग्रह तयार होईल."

"तुझी हरकत नसेल तर ते सगळे लेखन माझ्याकडे सोपव. त्याचे काय करायचे ते मी ठरवतो. तुम्हा दोघांना वेळ मिळत नाही. मलाच पुढाकार घ्यावा लागेल."

"अरे दादा...त्या लेखांचे काय करायचे ठरवितो आहेस तू...?" श्रीधरने विचारले.

"अरे... कालच माझ्या एका मित्राच्या पुस्तकाचा प्रकाशन सोहळा झाला. त्या कार्यक्रमाला मी गेलो होतो. त्याला उर्मिलाच्या लेखनाबद्दल बोललो. तो म्हटला, पुस्तक काढून टाक. मी तुला मार्गदर्शन करतो."

"मग तू काय सांगितले त्याला?"

"मी काही सांगायचा प्रश्नच येत नाही. चर्चा करण्यासाठी तो सायंकाळी घरी येतो आहे. उर्मिलाचे पुस्तक काढण्याचा निर्णय त्यानेच पक्का करून टाकला."

"उर्मिला, तुला काय वाटते..." श्रीकांतने पुन्हा उर्मिलाला विचारले.

"बाबांना विचारायला हवे." उर्मिला.

"मला काय विचारता... तुमचे तुम्ही ठरवा. माझे काही म्हणणे नाही."

"पुस्तक काढून टाका रे पोरांनो... काय बिघडले..." आईनेही संमती दिली.

पुस्तके काढायला आई बाबांची हरकत नव्हती. श्रीकांतने पुढाकार घेऊन एक ललितलेख संग्रह आणि एक कविता संग्रह चांगल्या प्रकाशकाकडून छापून घेतला.

दोन्ही पुस्तके छापून तयार झाली. त्यांचा प्रकाशनसोहळा करण्याचे नियोजन श्रीकांत करीत होता.

सायंकाळी जेवणासाठी सगळे एकत्र जमले तेव्हा पुस्तकांवर पुन्हा चर्चा झाली.

"श्रीधर, पुस्तके छापून तयार झाली आहेत. प्रकाशकाने रॉयल्टीचा चेक आणि काही पुस्तके पाठवून दिली आहेत. आजच कुरिअर सोडविले. तू पुस्तके पाहिलीस का...?" श्रीकांतने विचारले.

टेबलावर पडलेल्या पुस्तकांच्या काही प्रती आईने त्याच्याकडे दिल्या. कुरिअर सोडविल्याबरोबर दिपाली वहिनींनी पुस्तकांवर आई बाबांशी चर्चा केली होती.

पुस्तकांची मुखपृष्ठे छान आहेत. पुस्तकेही दर्जेदार झाली आहेत. पुस्तके

आणि पुस्तकांतील लिखाणावर भरपूर स्तुतिसुमने उधळली गेली. या पुस्तकाचा मोठा प्रकाशन सोहळा करावा असे श्रीकांतला आणि श्रीधरला वाटत होते. त्यांनी आई बाबांची परवानगी मागून घेतली.

"आई... या पुस्तकांचा प्रकाशनसोहळा करावा लागेल..." श्रीकांतने सांगितले.

"मला त्यातले काही माहिती नाही. काय करायचे असते ते करून टाका."

"प्रकाशन सोहळ्याला थोडा खर्च येईल आणि आपले जवळचे नातेवाईक, मित्रमंडळींना बोलवावे लागेल."

"खर्चाचे काय... तुम्हीच तर पैसे कमवता. तुमच्यासाठीच आहे तो पैसा. पैशांचा विचार करू नका. प्रकाशन सोहळा करून टाका." आईने परवानगी दिली.

"चांगला वक्ता बोलवू आणि चांगल्या साहित्यिकाच्या उपस्थितीत आई-बाबांच्या सोबत पुस्तकाचे प्रकाशन करून टाकू. म्हणजे बाजारात विक्रीसाठी उपलब्ध होतील." श्रीकांतने सुचवले.

"बाबा, पत्रिकाही छापाव्या लागतील."

"तुम्ही दोघे तिघे कार्यक्रमाचे नियोजन करा. पत्रिका छापायला मी मदत करतो."

"कुणाकुणाला बोलवायचे त्या नातेवाईकांची यादी मी आणि दीपाली दोघी मिळून करतो. तुम्ही तिघांनी तुमचे मित्र आणि परिचयाचे असतील त्यांची यादी करून आमच्याकडे द्या. आम्हीही थोडा खारीचा वाटा उचलतो." आईने सांगितले.

सगळ्यांनी चर्चा करून कामाचे नियोजन करून घेतले. श्रीधर आणि श्रीकांतने रात्री उशिरापर्यंत बसून प्रकाशन सोहळ्याचे नियोजन केले. प्रमुख पाहुणे, उद्घाटक, वक्ते सगळ्यांची यादी करून, फोनवरून त्यांच्या तारखा मिळवून घेतल्या. कार्यक्रमाचा कच्चा आराखडा तयार केला.

आठ दिवस श्रीकांत आणि श्रीधर याच विषयावर चर्चा करीत होते अखेर कार्यक्रमपत्रिका तयार होऊन स्थळ, वेळ, दिनांक, पाहुणे, वक्ते याचे नियोजन पक्के झाले.

प्रकाशनाच्या दिवशी उर्मिला घरी थांबली. श्रीधर सकाळी हॉस्पिटलला जाऊन सगळे नियोजन करून आला. खूप दिवसांनी जवळचे सगळे नातेवाईक एकत्र जमले होते. आलेल्या सर्व पाहुण्यांची उर्मिलाने दखल घेतली. लगबगीने

सगळ्यांना चहापाणी दिले. सगळ्यांशी ओळख करून घेतली. तिला जमेल तसे सगळ्यांशी बोलत होती. तिने मराठी बोलायला शिकून घेतले होते. साडीचीही सवय झाली होती. मराठी पाहुण्या बायांची आपआपसात मोकळेपणाने तर केव्हा आपआपसात कुजबुज चालू होती.

श्रीकांत आणि बाबांनी मंगल कार्यालयात व्यासपीठावरील आसन व्यवस्था, सत्काराचे साहित्य, हार, फोटो, साऊंड सिस्टिम सगळ्यांची देखरेखीखाली मांडणी करून घेतली. हॉलमध्ये खुर्च्यांची मांडणी करून घेतली.

हळूहळू कार्यक्रमाचा हॉल भरू लागला. श्रीधर, श्रीकांत, बाबा, उर्मिला सगळे पाहुण्यांचे स्वागत आणि परिचय करून घेत होते. बघता बघता कार्यक्रमाचा हॉल गर्दीने फुलून गेला.

एकाच वेळी दोन्ही पुस्तकांचा प्रकाशन सोहळा उत्साहात पार पडला प्रमुख वक्त्यांनी आणि पाहुण्यांनी उर्मिलाच्या लेखनाचे भरभरून कौतुक केले. वैद्यकीय व्यसायातून वेळ काढून दर्जेदार लेखन समाजाला देणारे डॉक्टर विरळेच असतात. त्यात उर्मिलाला मानाचे स्थान मिळाले. व्यवसायाने डॉक्टर असूनही कविवृत्ती जोपासण्याचे भरभरून कौतुक झाले. लेखनाबरोबर रुग्णसेवा करताना, रुग्णाकडे अर्थार्जनाचे साधन म्हणून न बघता त्यांच्यातला माणूस समजून घेण्याचा प्रयत्न, त्याची मानसिकता ओळखून समुपदेशन करण्याचे कसब आणि तिच्याकडे असलेल्या संवेदनशील प्रांजलपणाचे भरभरून कौतुक झाले. माणसातील माणुसकीचा शोध घेणारा कवी, हृदयाचा संवदेनशील डॉक्टर म्हणून सगळ्यांनी तिचा गुणगौरव केला.

स्वत:च्या लेखनाविषयी बोलताना उर्मिलाने रुग्णसेवा करताना जे अनुभव आले, जे मनाला भिडले, ज्यांचे ओरखडे काळजावर उमटले अशा सर्व प्रसंगांना शब्दरूप दिल्याचे सांगितले. घरातील सगळ्यांच्या सहकार्यामुळेच हे शक्य झाल्याचे आवर्जून नमूद केले. तिच्या आत्मविश्वासपूर्ण ओघवत्या वाणीने सगळ्यांना जिंकून घेतले. तिच्या परिपूर्ण, प्रगल्भ, चुणचुणीत बुद्धिमत्तेच्या व्यक्तिमत्त्वाने सगळ्यांना भारावून टाकले.

दुसऱ्या दिवशी सगळ्या वृत्तपत्रांतून 'संवेदनशील कवीहृदयाच्या डॉक्टर सौ. उर्मिला श्रीधर सोळंकी' या मथळ्याखाली फोटोसह छापून आलेली बातमी सगळे पुन्हा पुन्हा वाचत होते.

□□

- एकवीस -

कालच चैत्र शुद्ध प्रतिपदा म्हणजे गुढीपाडवा. सर्वत्र गुढ्या उभारून मराठी नव्या वर्षाचे स्वागत मोठ्या जल्लोशात झाले.

गुढीपाडव्याच्या दुसऱ्या दिवशी सिंधी लोकांचा 'चैत्रीचन्द्र' चा सण होता. सण साजरा करण्यासाठी सगळे सिंधी लोक दुकाने बंद ठेवून घरी होते. सायंकाळी निघणारी मिरवणूक आणि लंगरसाठी आधीच वर्गणी जमा करून नियोजन करण्यात आले.

उर्मिलाची मम्मी सकाळी लवकर उठली. आंघोळ करून तयारी केली. मैद्याचे पेढे आणि दिवा बनवून पूजेचे ताट तयार केले. उर्मिलाला समजू लागल्यापासून चैत्रीचंद्राची पूजा उर्मिलाच करीत असे. पूजेची तयारी करताना मम्मीला उर्मिलेची आठवण सारखी सतावत होती. चार पाच वर्षापासून तिला चैत्रीचन्द्रच्या उत्सवात फारसा सहभाग घ्यावासा वाटत नसे. उर्मिलाने लव्हमॅरेज केले तेव्हापासून मम्मी फारच हळवी झाली होती. पोरीच्या चिंतेने स्वभावात थोडा चिडचिडेपणा नकळत आला होता. तिच्या आवडीचा दालपकवान बनवला तरी मम्मीला गहिवरून येई. मग जेवताना उर्मिलावर कधी संतप्त तर कधी विरह-वेदनांनी भरलेल्या गप्पा होत. उर्मिलाच्या वस्तूंकडे बघूनही मम्मीला तिच्या आठवणींनी रडायला येई.

आजही पूजेचे ताट तयार करताना तिला उर्मिलाची आठवण सतावत होती. मनात रेंगाळणाऱ्या तिच्या आठवणीत घरातल्या पाण्याच्या जलपरीची हळदीकुंकू वाहून पूजा केली. झुलेलालाचे स्मरण करून कुटुंबातील सगळ्यांसाठी स्वास्थ्य मागितले. घराच्या उन्नतीसाठी प्रार्थना करताना मम्मीने तिच्याही नकळत उर्मिलासाठी 'पोरीने तिच्या मनासारखे केलंच आहे. तिच्या आनंदात वृद्धी होऊन तिच्या पंखाना प्रगतीचे बळ दे झुलेलाल' अशी दया याचना केली.

किरण आणि रितेशजींनी मंदिरात जाऊन झुलेलालची पूजाअर्चा केली.

किरणला मंदिरात उर्मिलाच्या मैत्रिणी मोना आणि नेहा दिसल्या. त्यांना बघून किरणला उर्मिलाची आठवण आली. तिच्या आठवणीने त्याला गहिवरून आले. त्या समोरासमोर आल्या तर काहीतरी विचारतील म्हणून त्यांच्याशी बोलणे टाळलेलेच बरे, असा विचार करून किरण तिथून सटकणार तेवढ्यात त्याला दुरूनच मोनाने हाक मारली.

"किरणऽऽऽ ए किरण. अरे थांब, ना थोडा."

मोनाने हाक मारल्यावर किरणला थांबावेच लागले. त्या किरणकडे आल्या. इकडचे तिकडचे औपचारिक बोलणे झाल्यावर त्यांनी विचारलेच,

"उर्मिला कशी आहे रे... तिचा फोन येतो का?"

"ती कशी आहे, ते काही मला सांगता येणार नाही. ती लव्हमॅरेज करून इंदापूरला गेल्यापासून मम्मी पप्पांनी तिला फोन करण्यास मनाई केली आहे. उर्मिलेची खूप आठवण येते. तिला फोन करावासा वाटतो. पण पप्पांची सक्त ताकीद असल्याने मी टाळतो. एकदा फोन करायचा प्रयत्नही केला. बहुधा तिने कार्ड बदलले असावे. त्यामुळे तिचा फोन लागला नाही. नंतर मी पण कधी प्रयत्न केला नाही ममी पप्पांना वाईट वाटेल म्हणून मीही तिची चौकशी करणे टाळतो. निदान माझ्याकडून तरी त्यांना दुःख मिळायला नको. उर्मिला लग्न करून गेल्यापासून त्यांना ज्या कोंडमाऱ्यातून जावे लागते त्याची कल्पनाही करवत नाही. त्यांनी खूप सहन केले आहे. खूप मनस्ताप पचवला आहे. माझे मम्मी पप्पा माझ्यामुळे अजून दुःखी झालेले मला बघवणार नाही. मी त्यांच्या आज्ञेत राहून त्यांना आनंदी ठेवण्याचा प्रयत्न करतो."

"अरे किरण... तेच तेच किती दिवस धरून बसायचे? हळूहळू विसरायला हवे. इतक्या दिवसात तुला एकदाही फोन करावासा वाटला नाही...? कमाल आहे रे... तुझी पण! अरे...उलट तूच मम्मी पप्पांना समजावून सांगायला पाहिजे." मोना तावातावाने बोलली.

"मम्मीला तर तिची खूप वेळा आठवण येते. पण मोकळेपणाने बोलत नाही. पप्पांच्या तब्बेतीमुळे त्यांना त्रास व्हायला नको म्हणून उर्मिलाचा विषय काढणे टाळते. मग मीही गप्प बसतो. ती एकटीच विचार करीत बसते. कुणाकडे फारशी जात येत नाही. मला तर कधी कधी मम्मी पप्पांचीच काळजी वाटते."

"तू मम्मीला बोलते करायचे ना... तिचे मन मोकळे करायचे, मनपरिवर्तन करायचे. काय किरण तू पण..."

"अगं मोना, मम्मीचा अलीकडे कसलाच मूड नसतो. निर्विकार असते.

सतत दुःखी असल्यासारखी वाटते. तिला पप्पांच्या तब्येतीची काळजी आणि उर्मिलाची चिंता असते. उर्मिलाची आठवण काढून मम्मीला आणखी त्रास व्हायला नको म्हणून मी उर्मिलाचा विषय काढून तिच्या दुःखात भर घालण्यापेक्षा त्या विषयावर पडदा टाकणे पसंत करतो. दुसरा एखादा विषय काढून मम्मीचे मन रिझवण्याचा प्रयत्न करतो. उर्मिला जाताना आमच्या घरातले बोलते, खेळते, आनंदाने ओथंबलेले सळसळते चैतन्य सोबत घेऊन गेली. मागे तप्त रखरखीत उन्हात होरपळणाऱ्या आठवणी, विरह वेदना, दुःखाने वाहणाऱ्या जखमा, अपराधी असह्य भावना आणि कॉलर नसलेले शर्ट मागे ठेऊन गेली.''

बोलताना किरणला गहिवरून आले होते. कधीपासून त्यानेही या विषयावर मन मोकळे केलेले नव्हते. मोना लहानपणापासून उर्मिलासोबत नेहमी घरी यायची. त्याला मोना उर्मिलेसमान होती. आता तिनेच विषय काढला होता तर तोही त्याच्या मनाच्या तळघरातल्या भावना लपवू शकला नाही.

''अरे...ही भावना अशीच मनात घर करून राहिली तर घरच कोसळेल एखाद्या दिवशी... किरण हळूहळू, वास्तव स्वीकारायला पाहिजे. एकमेकांच्या मनातल्या भावनांना बोलते केले तरच काही उपाय निघेल. किरण... तू एखाद्या दिवशी मम्मीजवळ विषय तरी काढायचा. तिच्या मनात काय आहे ते तरी समजेल.''

''मला आणि मम्मीला पप्पांच्या तब्येतीची काळजी वाटते. या विषयावर बोलले तर पप्पांना टेन्शन येते म्हणून आम्ही टाळतो.''

''का...? पप्पांना तिची कध्धीच आठवण येत नाही...?''

''आठवण येते की नाही... ते सांगता येणार नाही. पप्पांना या विषयावर बोलताना मी ऐकले नाही. अलीकडे तेही खूप संवेदनशील झाले आहेत. कधी कधी डोळे मिटून दिवसभर नुसतेच पडून राहतात. बघवत नाही त्यांच्याकडे. ठरावीक मित्र सोडले तर कुणाशी फारसे बोलत नाहीत. मी दुकानाचे सगळे काम बघून घेतो. पप्पांना दगदग करू देत नाही. कधी नाराज वाटले तर त्यांच्या आवडत्या विषयावर बोलतो. संगीतावर बोलतो. पप्पांना तेवढेच बरे वाटते.''

''तुला स्वतःला तिची आठवण येत नाही का रे...?''

मोनाने किरणच्या अंतःकरणालाच हात घातला. या प्रश्नाने किरणला गहिवरून आले. तो काहीच बोलला नाही. त्याच्या दोन्ही डोळ्यातून टपटप अश्रू ओघळत होते. सगळ्यांनाच वाईट वाटले. थोडा वेळ कुणी काही बोलले नाही. किरण रडून शांत झाला. त्याने स्वतःला सावरले.

"खूप आठवण येते गं मोना... पण काय करणार... मला पप्पांची काळजी घ्यावी लागते. दोन वेळा त्यांना अ‍ॅटॅक येऊन गेला. परत त्यांची तब्बेत बिघडायला नको म्हणून मम्मी आणि मी पप्पांना कोणतेच टेन्शन देत नाही. मला पप्पा हवे आहेत. उर्मिला सुद्धा हवी आहे. घरातल्या सगळ्यांना आनंदी बघायचे आहे. घरातले हसते खेळते वातावरण परत यावे असे वाटते. त्यासाठी उर्मिला आणि पप्पांनी तडजोड करायला पाहिजे. दोघांनी एक पाऊल पुढे येऊन ही दरी कमी करायला पाहिजे. नाहीतर मागे सरकत मागचा रस्ताच संपून जायचा."

"तू तसा प्रयत्न केलास का कधी...?"

"हो... मम्मी पप्पांच्या नकळत तिला फोन लावला. परंतु तिने सिमकार्ड बदलून टाकले आहे. नवा नंबर कुणाकडे मागत फिरणार...? माझा नाईलाज झाला. बसलो शांत."

"किरण... तू मागच्या महिन्यातला न्यूजपेपर पाहिलास का?"

"का...?"

"सर्व न्यूजपेपरच्या मुख्य पुरवणीत उर्मिलाच्या पुस्तकांच्या प्रकाशन सोहळ्याची फोटोसह बातमी होती."

"हो... बातमी वाचली. न्यूजपेपरही सांभाळून ठेवला आहे."

"अरे... तिची पुस्तके मी प्रकाशकाकडून मागवून सुद्धा घेतली आहेत. खूप खूप छान लिहिते ती. मी तिला अभिनंदनाचा फोनही केला. खूप खूप आनंद झाला होता रे तिला..." मोना उत्साह आणि आनंदाने सांगत होती.

"तुला तिचा कॉन्टॅक्ट नंबर कोठे मिळाला...?"

"पुस्तकाच्या पहिल्या पानावर पूर्ण पत्त्यासह कॉन्टॅक्ट नंबर आहे. तुला पाहिजे तर ती पुस्तके लगेच घरपोच करते...चालेल...?"

"हो...दे ती पुस्तके. खूप बरे झाले. उर्मिलाचा नंबर तरी मिळाला." किरणला खूप आनंद झालेला दिसत होता.

"आणि ती पुस्तके तुझ्या मम्मी पप्पांनाही दाखव. त्यानिमित्ताने विषय काढ. म्हणजे सगळ्यांच्या मनातले कळेल. तू मात्र लगेच तिला फोन कर. तुमची सगळ्यांची तिला खूप आठवण येते असे ती म्हणत होती. आणि तिचा पहिला हॅंडसेट घरातून कुणीतरी उचलून नेला, त्यामुळे तिच्याकडे कुणाचे नंबर नव्हते. इच्छा असूनही तिला कुणाशी बोलता आले नाही."

"अजून काय म्हणाली..."

"सगळ्यांची चौकशी केली तिने. सगळ्यांच्या तब्येती विचारल्या. पप्पांची चौकशी केली. तिला पप्पांची खूप आठवण येते. घरी जाऊन मम्मी पप्पांना भेटून ये म्हणाली आणि किरणला फोन करायला सांग असेही सांगितले. मी घरी येणारच होते... तू इथे भेटलास, खूप बरे झाले बघ किरण."

"मलाही खूप चांगले वाटले. तू उर्मिलाबद्दल सांगितले, खूप आनंद झाला. तू पुस्तके लवकर पाठवून दे. मी घरी विषय काढतो. ठीक आहे."

"ओ. के. बाय...!"

उर्मिलाचा विचार करीत किरण मंदिरातून घरी परतला. घरी आल्याबरोबर त्याने उर्मिलाची बातमी असलेला, सांभाळून ठेवलेला न्यूजपेपर काढला. पुस्तक प्रकाशन सोहळ्याची बातमी वाचली. न्यूजपेपर मुद्दाम टीपॉयवर ठेऊन दिला.

सायंकाळी झुलेललाची भव्य मिरवणूक निघाली. मिरवणुकीत सगळ्या बायका पोरी नटून पूजेचे सजवलेले ताट घेऊन कणकेचा पेढा नदीत सोडण्यासाठी सजून आल्या. मिरवणुकीत सगळे उत्साहाने सामील झाले. बॅन्डच्या तालावर नाचण्याचा आनंद घेत होते.

मिरवणुकीदरम्यान मोनाने मुद्दाम उर्मिलाच्या मम्मीला गाठले. बोलता बोलता हळूच उर्मिलाचा विषय काढला. तिच्याबद्दल असणारी सगळी माहिती मम्मीला सांगितली.

"आन्टी कशा आहात?"

"ठीक आहे बेटा..."

"उर्मिला कशी आहे? तिचा काही निरोप?" मोनाने अंदाज घेत विचारले. मोनाच्या या प्रश्नाने मम्मीला खूप वाईट वाटले. एक तर मोनाला पाहिल्याबरोबर तिला उर्मिलाची आठवण झाली होती. मोनाविषयी आपुलकी असल्याने मम्मी नाराजी लपवीत म्हणाली.

"मोना, कशाला काढतेस तो विषय?"

"आन्टी, मी तिला फोन केला होता."

मोनाने मुद्दाम अर्धवट माहिती दिली. मम्मीची उत्सुकता ताणली गेली. उर्मिलाने लव्हमॅरेज केल्यापासून तिच्याविषयी कुणाकडे चौकशीही केली नव्हती. त्यामुळे उर्मिलाचे काय चालले आहे? ती काय करते? काही समजले नव्हते. आता मोनाने स्वतःहून विषय काढला आहे तर ती कशी आहे, याची मम्मीला उत्सुकता लागली. थोडा वेळ थांबून मम्मीने स्वतःच विचारले,

"कशी आहे उर्मिला? काय म्हणाली...?"

"उर्मिला आनंदात आहे आन्टी. तिचे हॉस्पिटल खूप चांगले चालते लवकरच मोठे कन्स्ट्रक्शन उभे करायचे आहे असे सांगत होती. अगदी कमी कालावधीत तिने नाव आणि पैसा कमावला."

"उर्मिला नाराज वाटली का गं."

"नाही. तिच्या घरची माणसे चांगली आहेत असे ती म्हणत होती. सुरुवातीला थोडा त्रास झाला, परंतु आता चांगले वागतात असे सांगत होती."

"आणखी काय म्हणाली?"

"तुमच्या सगळ्यांची चौकशी केली तिने. तुमच्या तब्येतीची काळजी करीत होती. अंकलची खूपच आठवण येते तिला. आणि तुमच्या सगळ्यांशी बोलायची इच्छा आहे तिची, मलाही घरी जाऊन मम्मी पप्पांना भेटून ये म्हणाली. तुम्हाला फोन करायला सांगितले आहे तिने. आन्टी; आता भरपूर दिवस झाले. काही गोष्टी विसरायला पाहिजेत."

"विसरायचा प्रयत्न करते गं, पण नाही विसरता येत."

गालावर ओघळलेले अश्रू मम्मीने हातानेच पुसून घेतले.

मिरवणूक हळूहळू पुढे सरकत नदीपर्यंत आली. सगळ्या बायकांनी कणकेचे पेढे नदीत सोडून नदीची पूजा केली.

नदीतून मिरवणूक पुन्हा झुलेलालच्या मंदिरापर्यंत आली. मंदिरात लंगरचा कार्यक्रम झाला. मम्मीचे मात्र कशातच लक्ष नव्हते.

मोनाशी बोलणे झाल्यापासून ती उर्मिलाच्या आठवणीने व्याकूळ झाली होती. मनासारखे उर्मिलाचे विचार येत होते. तिच्या विचारांनी डोळ्यातून सारखे अश्रू वाहत होते. सगळे विसरून उर्मिलाला माफ करावे. तिला घरी घेऊन यावे, एकदा डोळ्यांनी बघावे असे तिला सारखे वाटू लागले. झुलेलालकडे सगळ्यांच्या आनंदासाठी प्रार्थना करून ती घरी परतली. आजची रात्र अगदी अस्वस्थतेत गेली. रात्रभर उर्मिलाची आठवण येत होती. झोपही शांत लागली नाही.

सायंकाळी मोनाने पुस्तके आणून दिल्याबरोबर रात्रभर जागून ती पुस्तके किरणने वाचून टाकली. सकाळी सकाळी वर्तमानपत्रासोबत ती पुस्तके त्याने सगळ्यांच्या दृष्टीस पडतील अशा ठिकाणी ठेवली.

रितेशजी आंघोळ आटोपून सोफ्यावर येऊन बसले. टीपॉयवर नवीन पुस्तके दिसली म्हणून त्यांनी ती दोन्ही पुस्तके उचलून घेतली. पुस्तकावर लेखिकेचे नाव होते. सौ. उर्मिला श्रीधर सोळंकी.

रितेशजींनी दोन्ही पुस्तके व्यवस्थित पाहिली. त्यातली काही पाने वाचली.

उर्मिलेच्या सर्जनशीलतेवर मनात खूश झाले. वर्तमानपत्र हातात धरून किरण हे सगळे गुपचूप बघत होता. पप्पांना बोलते करण्यासाठी मम्मीला हाक मारून मुद्दाम पाणी मागितले. मम्मीने पाण्याचा ग्लास भरून आणताच दोघेही जवळ असल्याचे पाहून त्याने पप्पांना विचारले.

"पप्पा, पुस्तके कशी वाटली?"

"कुणी, तू आणलीस का?"

"होय."

"कुठे मिळाली तुला?"

"उरुसमध्ये काल मोना भेटली होती. तिने दिली."

"मोना तुलाही भेटली का रे?" मम्मीने विचारले.

"हो, तुला कसे माहीत?"

"मोना मलाही कालच भेटली होती. उर्मिलाविषयी बरेच काही सांगत होती."

"मम्मी, ही बघ, ही पुस्तके उर्मिलाने लिहिली आहेत."

"दाखव." मम्मीने दोन्ही पुस्तके हातात घेऊन चाळून पाहिली.

"अगं... मागेच या पुस्तकाच्या प्रकाशनाची बातमी पेपरला फोटोसहित आली होती बघ." पप्पांनी मम्मीला सांगितले.

"मी वाचली होती... तुम्ही काही बोलला नाहीत म्हणून मी गप्प बसले."

"फार प्रतिभावंत आहे पोरगी... हा बघ... हा लेख... आणि हे मनोगत वाच. दगडालाही पाझर फोडण्याची क्षमता तिच्या लेखनात आहे."

पप्पा जागेवरून उठत पुस्तकाची पाने उलटवून, लेख काढून मम्मीकडे देत म्हणाले, "किती प्रभावी लिहिते बघ."

"पप्पा, मी दोन्ही पुस्तके रात्रीच वाचायला घेतली. पूर्ण वाचली पप्पा. जगातली वास्तवता अतिशय उत्कटपणे छोट्या छोट्या लेखातून मांडली आहे. अनुभवाच्या मुशीतून तावून सुलाखून आलेल्या घटनांचे मर्मस्पर्शी वर्णन करताना प्रत्येक घटनेला उत्कट भावनांची जोड दिली आहे. ती घटना समाजमनाचे अव्यक्त प्रतिबिंब होवून उमटताना मोठ्या आशयाच्या साहित्यिक उंचीवर जाऊन पोहोचते. वाचताना आपणही हळहळतो. जगात कितीतरी प्रकारची दुःखे घराघरात पसरलेली आहेत. प्रत्येकाला कसले ना कसले दुःख आहेच. सर्वसुखी माणूस विरळाच. दुःख असले तरी ते विसरून माणसे आनंदाने जगतात. एकमेकांची क्षमा मागून पुन्हा पुढच्या प्रवासाला सिद्ध होतात. आपल्या मनाला क्लेशकारक

ठरणाऱ्या घटनांकडे आपण सकारात्मक दृष्टीने बघितले तर त्यात नवीन प्रेरणा असल्याचे लक्षात येते. फक्त आपली दृष्टी बदलणे आवश्यक आहे. कोणतेच सुख किंवा दु:ख विशिष्ट लांबीरुंदी घेऊन येत नाही. त्याची परिसीमा सुख- दु:ख भोगणाऱ्याच्या मानसिकतेत असते. त्याची व्याप्ती तो भोक्ताच ठरवून घेत असतो. जीवनाकडे बघण्याचा प्रत्येकाचा दृष्टिकोन अलग अलग असतो. प्रत्येकाला स्वत:चे जीवन स्वत:च्या दृष्टिकोनातून जगू द्यावे. एखाद्याच्या जीवनावर आपण घातलेले बंधन म्हणजे कोंडलेली वाफच. ही वाफ अधिक कोंडली गेली तर ती अधिक ऊर्जा घेऊन बाहेर पडते पण दबली जात नाही हा जेम्सवॅटचा सिद्धान्त तुम्हाला माहितीच असेल. उर्मिलाने अशा कितीतरी व्यथा प्रत्येक लेखातून प्रभावीपणे मांडल्या आहेत.''

किरणचे बोलणे मम्मी पप्पा लक्षपूर्वक ऐकत होते. मम्मीच्या मनात उर्मिला कालपासून रेंगाळत होती. डोळ्यातून ओघळत होती. रात्र तिच्या आठवणीने अस्वस्थतेत गेली होती. मोना भेटल्यापासून जीव हुरहूर करीत होता. उर्मिलाची पुस्तके बघताना तिच्या विद्वत्तेचा अभिमान वाटला. आणि आता काळजाला भिडणाऱ्या किरणच्या वक्तव्याने मम्मी हळवी झाली. गारेसारखी वितळत गेली. मम्मीला हुंदका अनावर झाला. ती स्फुंदत होती. डोळ्यातून टपटप पडणाऱ्या अश्रूंनी ती भिजली. उर्मिलाच्या आठवणीत आज पहिल्यांदाच सगळ्यांसमोर मम्मी मनसोक्त रडली.

मम्मीच्या वाहणाऱ्या अश्रूंनी सगळे भावनाविवश झाले. पप्पांनाही मम्मीला रडताना बघून खूप वाईट वाटले. त्यांचेही डोळे पाणावले. कुणी कुणाला अडवले नाही. आज सगळ्यांनाच उर्मिला घरट्यात परत यावी असे वाटत होते. दोघांचा भावनिक गुंता किरणने बरोबर वाढवला. हीच संधी पकडत त्याने दोघांना सांगितलं,

''मम्मी, माणसे ही माणसेच असतात गं. चुकतात कधी कधी. पण माणसात कधी कधी देवही असतो. म्हणून कधी कधी माणूसही क्षमाशील होतो. आपल्या वृत्तीवर किंवा निर्णयावर ठाम असणारा माणूस नसतो आणि देवसुद्धा नसतो. उर्मिलाच्या बाबतीत आपण थोडे क्षमाशील व्हावे असे मला वाटते.

''उर्मिलाने लव्ह मॅरेज केले हाच तिचा गुन्हा आहे ना...! लव्ह मॅरेज करून ती जर सुखात असेल तर आपण का तिच्या सुखात आडकाठी आणायची? मायेच्या ओलाव्यापासून का तिला दूर ठेवायचे? प्रपंच तिला करायचा आहे. तिला सुखात ठेवणारा जोडीदार तिने निवडला आहे. आज ती समाधानी आहे.

आनंदी आहे. पप्पा, आपण अरेंज मॅरेज करून दिले असते. त्या मुलाने धनसंपत्तीची सतत मागणी करून आपल्याला भंडावून सोडले असते तर? काही मुले धनसंपत्ती देऊनही मुलींचा छळ करतातच ना... मुलींचे जगणे नकोसे करून टाकतात. ॲरेंज मॅरेज करून अपरिचित मुलाबरोबर ती सुखी होईल की एखाद्याच्या लोभाचा बळी ठरेल हे माहीत नसताना आपण तिच्या लव्हमॅरेजला एवढी कडक शिक्षा का देत आहोत... त्यांचे प्रेम खरे आहे. हे त्यांनी सिद्ध करून दिले आहे. लव्ह मॅरेज करून ती सुखात आहे. आपण मात्र आपले आणि कुटुंबाचे स्वास्थ बिघडवून घेतले आहे.

"खरं सांगू मम्मी पप्पा... उर्मिलाने लव्हमॅरेज केल्यापासून मी खूप एकटा एकटा झालो आहे. तुमच्या दोघांशिवाय कुणीच नाही असे वाटते. घरात आल्यावर तुमचा मूड बघून मलाही काही करावेसे वाटत नाही. घरातील आनंद नाहीसा झाला आहे. उर्मिला घरात होती तोपर्यंत प्रेमाचे आणि हक्काचे बरोबरीचे नाते होते. तिच्याबरोबर दंगामस्ती करताना घरात चैतन्य असल्यासारखे वाटे. ती गेल्यापासून या घराचे खंडहर झाले आहे. घर असून घरपण नाहीसे झाल्यासारखे वाटते. उर्मिला बहीण म्हणून मला हवी आहे. मला तिची खूप आठवण येते. मला बहिणीचे प्रेम मिळावे म्हणून माझ्यासाठी तरी तुम्ही तिला क्षमा करावी. आपण सगळ्यांनी मिळून पुन्हा एकदा विचार करावा."

किरण खाली मान घालून आपले विचार स्पष्टपणे मांडत होता. त्याच्या याचनेने मम्मीला रडू कोसळले. किरणही नाराज होऊन रडवेला झाला होता. मम्मी आणि किरणच्या भावना रितेशजींना कळत होत्या. त्यांनाही गहिवरून आले. घरात एकदम शांतता पसरली. प्रत्येकजण आपआपल्या मनात तुटलेल्या प्रेमपाशाची साखळी पुन्हा जोडण्याचा विचार करीत होता.

किरणच्या मागणीत अर्थ होता. त्याला बहिणीची माया हवी होती. बहीण असूनही भावाबहिणीचे नाते जोपासता येत नसेल तर त्या नात्याच्या प्रेमासाठी मन तडफडत राहते.

उर्मिलेच्या बाबतीत घडलेल्या घटनेला काही वर्षांचा कालावधी लोटला होता. समाजात उसळलेला लाव्हा शांत झाला होता. विरहाच्या वेदनांनी जन्मदाते निग्रहाच्या बुरुजावरून बाजूला सरकले होते. या सगळ्या गुंत्यात भावाबहिणीच्या नात्याची होरपळ झाली.

श्रीधर आणि उर्मिलाने सच्च्या अंत:करणापासून केलेल्या प्रेमाने सगळ्या संकटांवर मात करून स्वत:चे क्षितिज शोधले होते. या सगळ्या घटनांचे

पडसाद उमटून विरून गेले. उर्मिला आणि श्रीधरच्या कार्यकर्तृत्वाने त्यांच्या व्यवसायाला झळाळी प्राप्त झाली होती. म्हणून मम्मी पप्पांच्या विचारतही सकारात्मकता येत होती.

दुपारची जेवणे आटोपली तेव्हा किचनओटा आवरून मम्मी बेडरूममध्ये आली. उर्मिलाची पुस्तके हातात घेऊन किरणही मम्मी जवळ येऊन बसला. पुस्तकातला फोन नंबर मोबाईलमध्ये सेव्ह केला आणि त्याने उर्मिलाला फोन लावला.

•••

दुपारची तपासणी उरकून श्रीधर आणि उर्मिला घरी जेवणासाठी निघायच्या बेतात होते. तेवढ्यात उर्मिलाचा मोबाईल वाजला... असा अवेळी आलेला फोन उचलणे उर्मिलाच्या जिवावर आले होते. एकदा अडकले की सुट्टी होणे अवघड म्हणून तिने जरा नाराजीनेच फोन उचलला. पलीकडून आलेल्या आवाजात आत्मविश्वास नसला तरी आवाज ओळखीचा होता.

''हॅलो.''

''हॅलो... किरण काय रे...'' उर्मिलाने आश्चर्याने विचारले.

''मी किरण बोलतो... आवाज लक्षात आहे अजून.''

''सोड रे किरण... आवाजच काय... सगळे काही लक्षात आहे...तुम्ही सगळे सतत माझ्या सोबत असल्याचा भास होतो...''

''तरी फोन करावासा वाटले नाही...''

''का नाही वाटणार...? तुमची सगळ्यांची अतिशय आठवण येते रे... पण पप्पांची भीती वाटत होती...'' पुढे नुसताच हुंदक्यांचा आवाज. किरणलाही अश्रू अनावर झाले... त्याच्याही डोळ्यातून आसवे ओघळत होती. दोघांचा आवाज कंठात अडकला. किरणजवळ बसून मम्मी हे सगळे बघत होती. दोघांचा संवाद ऐकत होती. किरणच्या डोळ्यातली आसवे बघून मम्मीलाही रडू आले.

दोन मिनिटे दोघांचाही फोनवरून फक्त हुंदक्यांचाच आवाज येत होता... अंत:करणातून निघालेल्या मूक संवादात अपार सामर्थ्य आणि प्रेम सामावलेले होते. मनात उठलेली त्सुनामी खवळून शांत झाली. परत आनंदाच्या अतीव ओझ्याने जडावलेल्या शब्दांनी संवाद सुरू झाला.

''हॅलो... कशी आहेस गं...?''

''तुम्हाला दु:खी करून, मी आनंदात आहे.'' अश्रू आवरत उर्मिला बोलली.

"जाऊ दे आता... आठवण आली तर फोन करत जा..."

"मम्मी कशी आहे रे..."

"आत्ता कुठे सावरली आहे ती... जवळच बसली आहे. मम्मीकडे फोन देऊ का?"

"दे... ना... हॅलो... मम्मी..."

मम्मीने फोन हातात घेताच तिचे शब्द जागच्या जागी गोठले.... शब्दांऐवजी फक्त हुंदकेच बाहेर येत होते... डोळ्यातून टपटप आसवे गळत होती. मम्मी नुसतीच मुसमुसत होती. उर्मिलाच्या डोळ्यातून आसवे गळत होती. मम्मीचा हुंदक्यांचा आवाज ऐकून तिला अधिकच रडू कोसळले. दोघीही फोनवर हुंदक्यात मुसमुसत राहिल्या. आसवांत चिंब भिजत राहिल्या... मूक संवादात जगातले सर्वात श्रेष्ठ अनमोल प्रेम मुक्या भाषेत बोलत राहिल्या. मूक झालेल्या शब्दांच्या भाषेत प्रचंड अर्थ आणि सामर्थ्य होते.

दोघींनीही आसवांना आवर घालून बोलण्याचा प्रयत्न केला. परंतु काही न बोलता आल्याने न बोलताच फोन बंद झाला.

फोन बंद झाला तरी उर्मिला रडत होती. ती रडत असली तरी माहेरच्या माणसांशी नाळ जोडली गेल्याने श्रीधरला आनंद झाला. अस्तित्वाच्या लढाईत उर्मिलाला नशिबाने साथ दिली होती. यशाने उर्मिलाची बाजू सोडली नव्हती.

श्रीधरने उर्मिलाचे सांत्वन केले. तिच्या दोन्ही खांद्यावर हात ठेवत "उर्मिला, यू आर विनर... बेस्ट लक...!" म्हणत तिच्या आनंदात सहभागी झाला. आज उर्मिलाला आकाशही ठेंगणे वाटत होते.

फोनच्या आनंदात दोघे जेवणासाठी घरी आले. दोघांच्या मूडमध्ये झालेला बदल पाहून दीपाली वहिनींनी आनंदाचे कारण विचारले. किरणच्या आलेल्या फोन संदर्भात सांगताना उर्मिला आज पहिल्यांदा माहेरच्या माणसांविषयी भरभरून बोलत होती.

आज माहेरच्या आठवणीने तिला माहेरच्या जेवणाचीही आठवण झाली. श्रीधरला सांगून जेवणानंतर हॉस्पिटलला जाणे तिने टाळले. आज सायंकाळचा स्वयंपाक स्वत: बनवायचे ठरवून तिने दीपालीवहिनीस सांगितले.

"दीदी... आजचा स्वयंपाक मी बनवणार बरं का..."

"का...गं...?"

"माझ्या माहेरची माणसे मला आज परत मिळाली म्हणून आजचा सर्व स्वयंपाक मी स्वत: सिंधी पद्धतीने बनवणार आहे."

"अरे वा... काय बनवायचे सांग."

"आज ना... माझ्या आवडीचे दाल पकवान, मीठा चावल आणि कढी चावल बनवू."

"मी मदत करते, चल..."

दोघींनी मिळून स्वयंपाक बनवला. आज प्रथमच उर्मिला भरभरून बोलत होती. सायंकाळी जेवताना सगळे जण सिंधी पद्धतीच्या जेवणावर ताव मारत होते. तेव्हा जगात आकाश एक, पाणी एक, सूर्य एक, वायू एक– तसे मानवजात सुद्धा एकच असल्याची अनुभूती आली.

◻◻

- बावीस -

श्रीधर, श्रीकांत आणि उर्मिला आर्किटेक्टरकडून नवीन हॉस्पिटलच्या कन्स्ट्रक्शनचा प्लॅन समजवून घेत होते. वेटिंग, कन्सलटिंग, ऑपरेशन थिएटर, अतिदक्षता विभाग, जनरल वॉर्ड कुठे पाहिजे, कसे पाहिजे त्यानुसार हॉस्पिटलच्या कन्स्ट्रक्शन संदर्भात चर्चा करून ठरवीत होते.

खालच्या फ्लोअरला वेटिंग, कन्सल्टिंग, अतिदक्षता विभाग आणि इतर सुविधा ठेवून फर्स्ट फ्लोअरला जनरल वॉर्ड आणि स्पेशल रूम, मोठा स्पेस आणि सेकंड फ्लोअरला राहण्याची व्यवस्था असा तीन मजली हॉस्पिटलचा प्लॅन तिघांनी मिळून तयार करून घेतला.

चांगल्या मुहूर्तावर भूमिपूजन करून बांधकामाला सुरुवात झाली. हॉस्पिटलचे बांधकाम वेगाने सुरू झाले. स्वप्नातली वास्तू प्रत्यक्षात साकार होताना बघून सगळ्यांना आनंद झाला.

सायंकाळी सगळेजण जेवण करता करता गप्पात रंगले. उर्मिलाचा मूड बघून आईने सगळ्यांच्या उपस्थितीत उर्मिलाला व श्रीधरला विचारले.

"सगळे ठीकठाक झाले आता पाळणा कधी हलणार?" आईच्या प्रश्नाने उर्मिला थोडी लाजली. श्रीधरकडे बघत नुसतीच हासली.

"आई, पाळणाही हलेलना...करिअरच्या गडबडीत तो प्रश्न बाजूला राहिला."

"काही गोष्टी योग्य वयात झालेल्या चांगल्या. आजी होण्यासाठी अतूर झालीये मी." उर्मिला व श्रीधरकडे पाहत आईने सांगितले.

उर्मिलाने नुसतीच होकारार्थी मान हलविली.

जेवणे आटोपून उर्मिला व श्रीधर आपल्या रूममध्ये आले तेव्हा दोघांनी याच विषयावर चर्चा केली.

"उर्मिला, आता बाळ हवे असे तुला नाही का वाटतं?" उर्मिलाला बाहूत सामावून घेत श्रीधरने विचारले.

"होय ना...वाटते की, तुला काय आवडेल...? मुलगा की मुलगी?" श्रीधरच्या गालावरून बोट फिरवत उर्मिलाने विचारले.

"जे होईल ते माझं बाळ असणार. मला मुलगा मुलगी दोन्ही चालतील. फक्त ते तुझ्यासारखे सुंदर असायला पाहिजे."

"आणि तुझ्यासारखे मातृपितृभक्त होय ना..."

"हं"

"आपण शास्त्रोक्त पद्धतीनेच बाळ जन्माला घालू. बाळाच्या जन्मापूर्वीपासून काळजी घेवू. गर्भसंस्कार करू. सुदृढ बालक जन्माला घालू."

"आज्ञा राणीसरकार."

"गर्भधारणेसाठी आपण आधी बीजसंस्कार करवून घेवू."

"हं. आणखी." श्रीधर लाडात येत बोलला. श्रीधर आणि उर्मिला मूडमध्ये होते. प्रणयात रंगताना बाळाच्या स्वागताचे पूर्वनियोजन करीत होते.

●●

उर्मिला नेहमीप्रमाणे सकाळी उठली. आज तिला अंग गळून गेल्यासारखे जाणवले. चहा घेतला तरी फ्रेश वाटले नाही. तोंडालासारखे पाणी सुटत होते. मळमळल्यासारखे वाटत होते. तिचे मन कशात लागत नाही असे पाहून आईला शंका आली.

"उर्मिला काही त्रास होतो आहे का?" आईने विचारले.

"जीव मळमळतो आहे. तोंडालासारखे पाणी सुटते आहे." उर्मिलाचे उत्तर ऐकून आईला आनंद झाला.

"अरे, श्रीधर...मी आजी होणार वाटते?"

उर्मिलाच्या शरीरात दडलेले गोड गुपित सगळ्यांना समजले. नव्या पाहुण्याच्या आगमनाची चाहूल लागताच घरात आनंद पसरला.

ही गोड बातमी उर्मिलाने फोनवरून मम्मी पप्पांना सांगितली. घरात चिमुकला बाळ येणार म्हणून उर्मिलेच्या सासरी माहेरी आनंद संचारला. आईने उर्मिलेसाठी रोज दूध, फळे, मधाची व्यवस्था केली. शतावरी, गोक्षुर, बला विदारी यांसारख्या आयुर्वेदिक वनस्पती दुकानातून भागवून घेतल्या.

उर्मिलानेही आतल्या जीवाची व स्वत:ची विशेष काळजी घ्यायला सुरुवात केली. आहार विहाराबरोबर पद्मासन, व्रजासन, प्राणायामावर लक्ष केंद्रित केले. दीपाली वहिनी उर्मिलासोबत रोज फिरायला जावू लागल्या. बाळाच्या सुदृढ व निरोगी वाढीसाठी श्रीधरने वेळोवेळी चेकअप करून योग्य ती औषधे उर्मिलाला नियमितपणे घ्यायला सांगितली.

उर्मिलाच्या बेडरूमच्या भिंती छान छान बाळांच्या पोस्टर्सने भरल्या.

हलक्या आवाजातील संगीताचे सुमधुर स्वर बेडरूममधून गुंजू लागले. उर्मिलाच्या निमित्ताने सर्व प्रकारची फळे घरात येवू लागली. उर्मिलाचे व तिच्या आतल्या जीवाचे आरोग्य सुदृढ राहण्यासाठी सर्वतोपरी काळजी घेतली गेली. दर तीन महिन्यांनी उर्मिलाचे चेकअप होत होते.

उर्मिला तिच्या बेडमध्ये बसून समधुर संगीत ऐकत होती. उर्मिलाला बेडरूममध्ये बघून श्रीधर तिच्याजवळ येवून बसला. उर्मिलाच्या पोटातल्या बाळाच्या हालचाली अनुभवताना उर्मिलाला गोड संवेदना जाणवली. तिने पोटावरून हलकेच हात फिरवला.

"काय म्हणतंय आपले बाळ?" उर्मिलाच्या पोटावरून हात फिरवत श्रीधरने विचारले.

"अरे...पोटातूनही लाथा मारतयं ते."

"बघू...बघू म्हणत श्रीधरने उर्मिलाच्या पोटावर हलकेच कान ठेवला. दोघेही गर्भलीला अनुभवत होते.

"पोटात बाळ फिरते तेव्हा कसे वाटते गं उर्मिला?"

"काय गोड संवेदना जाणवतात. मी वर्णन करू शकत नाही. या संवेदना अनुभवायला आईच व्हावं लागतं."

"हो का." उर्मिलाकडे लाडाने बघत श्रीधर बोलला.

"हे बघ, मी आता एक स्तोत्र म्हणते. बाळाची हालचाल लगेच वाढलेली जाणवते की नाही बघ."

"म्हण बघू."

"आत्मसंस्कारषट्कम शिवोऽहम शिवोऽहम" आत्मकेंद्रीत होत उर्मिलाने स्तोत्र म्हटले. उर्मिलाने स्तोत्र म्हणताच तिच्या पोटात हालचाल झाली. उर्मिलेच्या पोटाची हललेली कातडी श्रीधरने बघितली. तो आनंदाने म्हणाला.

"काय ग्रेट ना...तू आपल्या बाळावर आत्तापासून संस्कार सुरू केले तर."

"मग. बाळ संस्कारसंपन्न, गुणसंपन्न, आनंदी असायला पाहिजे ना."

"हो...अगदी तुझ्यामाझ्यासारखे."

उर्मिलेच्या गर्भारपणाचे कोडकौतुक झाले. नवव्या महिन्यात उर्मिलाची ओटी भरण्याच्या निमित्ताने आईने डोहाळी जेवणाचा कार्यक्रम ठेवला.

उर्मिलाचा प्रसूतीकाळ जवळ येत गेला तसे तिचे मन शंका-कुशकांनी भांबावूनी गेले. तिने स्वत: कितीतरी बाळंतपणे केली होती. तरी स्वत:च्या बाळंतपणाची वेळ जसजशी जवळ येत गेली तसतशी प्रसवाच्या दृष्टीने गर्भाची

व स्वत:ची मानसिक तयारी तिने सुरू केली.

उर्मिलाचे दिवस पूर्ण भरले. एके दिवशी तिला कुशीमध्ये गळून गेल्यासारखे वाटू लागले. हृदयाच्या ठिकाणी मोकळेपणा जाणवू लागला. मांड्या भरून आल्या. चालणे जड झाले. ओटीपोटातही जड झाले. उर्मिलाचा निस्तेज चेहरा आणि उतरलेले शरीर, जड झालेली पावले बघून आईने तिला विचारले.

"उर्मिला, काही त्रास होतो आहे का?"

"आई, खूप थकल्यासारखे वाटते आहे. कंबरेत आणि ओटीपोटीत हलकीशी चमक निघाल्यासारखे वाटते." पोटाला हात लावत उर्मिलाने सांगितले.

उर्मिलाचा प्रसूतीकाळ जवळ आल्याचे आईने ओळखले. "उर्मिला तू तयारी कर. मी तुझ्यासाठी छान शिरा करते. आपण हॉस्पिटलला जावू."

उर्मिलाला घेवून आई हॉस्पिटलला आल्या. प्रसूतीकाळात आई तिच्याजवळ थांबली. तिला धीर दिला. वेणा येतानाच्या त्रासात उर्मिलाला आईचा मोठा आधार वाटला.

गुढीपाडव्याच्या दिवशी पहाटेला उर्मिलाने बाळाला जन्म दिला. मऊ मऊ जावळातले गुबगुबीत बाळ हातात घेताना आईला खूप खूप आनंद झाला. बाबांनी पेढे आणले. श्रीकांतने ही बातमी फोनवरून आप्तस्वकीयांना कळविली.

उर्मिला ग्लानीतून बाहेर आली. तिच्या शेजारी नाजूक गुबगुबीत बाळ होतं. बाळाजवळ श्रीधरने मोगऱ्याची टपोरी ओंजळभर फुले ठेवली होती. कॉटभोवती सगळेजण जमा झाले. बाळाकडे कौतुकाने बघत उर्मिलाने श्रीधरकडे पाहिले. प्रेमाच्या वेलीवर उमललेल्या कळीचे सर्वांनी आनंदाने स्वागत केले.

उर्मिलाने मम्मीला फोन लावला.

"हॅलो...मम्मी."

"हॅलो...बोल गं उर्मिला."

"अगं तू आजी झालीस. नात झाली."

"बाळंतपण सुखरूप झाले ना..."

"हो...हो..."

"तू तयारीत रहा. उद्या तुला घ्यायला तुझ्या घरी येतो." दुसऱ्या दिवशी चैत्रीचंद्राच्या उत्सवाच्या दिवशी मम्मी पप्पा किरणला घेवून नातीला आणि मुलीला माहेरी आणण्यासाठी उर्मिलाच्या सासरी निघाले.

□□